AF659601

शेतकरी बनलेल्या एका शहरी तंत्रज्ञाची मनोवेधक कहाणी

– आशिष कोठारी

माणसाने नेहमी आपल्या हृदयाची साद ऐकावी, जीवन अर्थपूर्ण बनवण्याची आपली दृष्टी सतत विस्तारावी, सुयोग्य पद्धतीने शेती कशी करावी आणि अल्प साधनसंपत्तीतही सुखी कसं राहावं, याचा संदेश देणारं पुस्तक!

– लथिका जॉर्ज

इथे दांभिकपणा आहे, काबाडकष्ट आहेत आणि दारुण स्वप्नभंगही आहेत; तरीही हे जग अतिशय सुंदर आहे.

हसतमुख राहा.

आनंदी होण्याचा यत्न करा.

– मॅक्स एरमन

किनाऱ्याची सुरक्षितता सोडून देण्याचं धैर्य असल्याशिवाय मनुष्य नव्या महासागरांचा शोध घेऊ शकत नाही.

– आंद्रे जिद

एखाद्या देशाकडे संपत्ती मिळवण्याचे केवळ तीन मार्ग असतात. पहिला म्हणजे आपल्या शेजारी राष्ट्रांवर लढाईत विजय मिळवून त्यांची मालमत्ता लुटण्याचा. ही तर दरोडेखोरीच असते. दुसरा मार्ग व्यापाराचा, जो बहुतांशी फसवणुकीचा असतो. तिसरा शेतीचा; तोच खरा एकमेव प्रामाणिक मार्ग आहे. माणूस जमिनीत बिया पेरतो आणि त्यातून त्याला भरघोस पीक मिळतं. हा एक निरंतर चमत्कार आहे. जणू त्याच्या निरागस जीवनाला आणि चांगुलपणाने केलेल्या कष्टांचा मोबदला म्हणून त्याला परमेश्वरी आशीर्वाद लाभतो.

– बेंजामिन फ्रँकलिन

अभिनव प्रयोगाचा प्रवास...

लोकमत, १७-११-२०१९

आपल्या स्नेहीजनांना पुस्तके भेट द्या

'Moong Over Microchips' या पुस्तकाचा मराठी अनुवाद

कॉर्पोरेटला रामराम, शेतीला सलाम!

शेतकरी बनलेल्या एका तंत्रज्ञाची विलक्षण धाडसी कहाणी

वेंकट अय्यर

अनुवाद

दीपक कुळकर्णी

मेहता पब्लिशिंग हाऊस

All rights reserved along with e-books & layout. No part of this publication may be reproduced, stored in a retrieval system or transmitted, in any form or by any means, without the prior written consent of the publisher and the licence holder. please contact us at **Mehta Publishing House,** Pune 411030.
✆ +91 020-24476924 / 24460313 / Mob. No. 954500513
Email : production@mehtapublishinghouse.com
Website : www.mehtapublishinghouse.com

◆ *या पुस्तकातील लेखकाची मते, घटना, वर्णने ही त्या लेखकाची असून त्याच्याशी प्रकाशक सहमत असतीलच असे नाही.*

MOONG OVER MICROCHIPS by **VENKAT IYER**
Copyright© Venkateshwaran Iyer
All Rights Reserved
Translated into Marathi Language by Deepak Kulkarni

कॉर्पोरेटला रामराम, शेतीला सलाम! / अनुवादित आत्मकथन

अनुवाद : दीपक कुळकर्णी
Email : author@mehtapublishinghouse.com

मराठी अनुवादाचे व प्रकाशनाचे हक्क : मेहता पब्लिशिंग हाऊस, पुणे.

प्रकाशक : सुनील अनिल मेहता, मेहता पब्लिशिंग हाऊस,
१९४१, सदाशिव पेठ, पुणे ३०.

मुद्रक : ट्रिनिटी ॲकॅडमी फॉर कॉर्पोरेट ट्रेनिंग लिमिटेड

मुखपृष्ठ : चंद्रमोहन कुलकर्णी

प्रथमावृत्ती : ऑगस्ट, २०१९

किंमत : ₹ २९५

P Book ISBN 9789353173043
E Book ISBN 9789353173050
E Books available on : amazonkindle Apple Books Google Play Books

---

* पायरेटेड पुस्तकांची खरेदी-विक्री हा कायद्याने गुन्हा आहे आणि अशा गुन्ह्याविरोधात कायदेशीर कारवाई होऊ शकते.

मीनाला, तिचा आधार व प्रोत्साहनाविना यातलं
काहीच साध्य होऊ शकलं नसतं
आणि
माझा प्रिय मित्र दिलीप समेळला, आज तो या जगात असता तर हे
पुस्तक वाचताना आनंदाने हरखून गेला असता.

या पुस्तकातील प्रकरणाचा महाराष्ट्र शासनामार्फत अकरावीच्या इंग्रजी पाठ्यपुस्तकात समावेश करण्यात आला आहे.

प्रस्तावना

माहिती तंत्रज्ञान (आयटी) उद्योगात तब्बल पंधरा वर्षं काम केल्यानंतर मी कॉर्पोरेट क्षेत्रातील आयबीएम कंपनीच्या 'प्रोजेक्ट मॅनेजर' या पदावरून २००३ साली निवृत्त झालो. मला केवळ व्यावसायिक बदल नको होता, तर मी संपूर्णत: नव्या जीवनशैलीच्या शोधात होतो. शहरातील जीवघेणी स्पर्धा, प्रदूषण, रहदारीची समस्या आणि दैनंदिन जीवनातील अंदाधुंदी व अनागोंदीला मी कंटाळलो होतो. शहरातील यांत्रिक व संवेदनशून्य आयुष्य जगण्याचा आणि डोळ्याला झापडं लावून केवळ अधिकाधिक पैसे कमावणे या एकमेव उद्देशाभोवती केंद्रित झालेल्या जीवनाचा मला कमालीचा उबग आला होता.

म्हणून मग आयुष्याची दिशाच पूर्णपणे बदलत, मी एक शेतकरी बनलो. त्यापूर्वी कधीही शेतकरी होण्याचा विचार मी केला नव्हता. हा नवा प्रवास नक्कीच साधा, सोपा नव्हता. या क्षेत्रात मी अगदीच नवखा होतो. तोपर्यंत एखाद्या छोट्याशा खेडेगावात मी कधी एक दिवसही जाऊन राहिलो नव्हतो. शहरातून खेड्यापर्यंतचा संक्रमणाचा काळ निश्चितच आव्हानात्मक होता. शेती करण्याची कला, मला अगदी मुळापासून अवगत करावी लागणार होती. सॉफ्टवेअर किंवा हार्डवेअर तंत्रज्ञान शिकताना जशी एखाद्या मार्गदर्शिकेची किंवा 'हेल्प' बटणाची मदत मिळू शकते, तशी कोणतीच सोय शेती शिकण्यासाठी उपलब्ध नव्हती. सातत्याने प्रयोग करत राहणं आणि निराश न होता दरवेळी नव्याने प्रयत्न करणं हाच शेती शिकण्याचा एकमेव आणि खडतर मार्ग होता.

मी नोकरी सोडल्यानंतरही 'आयबीएम'मधील काही मित्र माझ्या संपर्कात होते. माझ्या नव्या जगातील अद्ययावत घटना जाणून घेण्यास ते नेहमीच उत्सुक असत. मीही दर पंधरवड्याला ई-मेल पाठवून घडणाऱ्या गोष्टींची इत्थंभूत माहिती त्यांना कळवू लागलो. मित्रांचं हे सुरुवातीचं छोटं वर्तुळ हळूहळू विस्तारू लागलं. त्यामध्ये नातेवाईक, ओळखीच्या व्यक्ती व आणखी काही मित्रांचा समावेश झाला. शहरी जीवनाशी फारकत घेतल्यानंतर नव्या बदलाला मी कसा सामोरा जातोय, नव्याकोऱ्या क्षेत्रात प्रवेश करताना मला किती वेगवेगळी कलाकौशल्ये आत्मसात करावी लागताहेत याबद्दलच्या तपशीलवार हकिगती मी त्यांना लिहून पाठवू लागलो. माझं लिखाण नेहमीच वाचकांच्या हृदयाला भिडत असे व ते मला कायम उत्तम प्रतिसाद देत असत. त्यांच्यापैकी अनेकजण अजूनही कॉर्पोरेट क्षेत्रातच कार्यरत आहेत; पण तिथून बाहेर पडून आपणही काहीतरी अधिक आनंददायी काम करावं अशी सुप्त इच्छा त्यांच्या मनात दडून आहे.

आजच्या या जागतिकीकरणाच्या युगात व अर्थकेंद्री व्यवस्थेत फारच थोडे लोक पैशामागे धावण्याचा मोह टाळू शकतील. उत्तम नोकरी व सुरक्षित मासिक उत्पन्न मिळावं, या हेतूने आज शेकडो लोक खेड्यातून शहरात स्थलांतरित होत आहेत. त्या

निरर्थक स्पर्धेतून माझं मन मात्र उडालं होतं; पण त्याच वेळी केवळ शेती करून साध्या पद्धतीने आयुष्य जगण्याच्या माझ्या प्रयत्नांत मी एकटा पडलो होतो. माझे हे सर्व अनुभव एकत्रितपणे पुस्तकरूपाने प्रसिद्ध व्हावेत म्हणजे अनेक वाचक त्याचा आनंद घेऊ शकतील असं काही मित्रांनी मला सुचवलं. त्यांच्या मते शहरातील अनेक लोक आज 'उलटं' स्थलांतर करण्याच्या मन:स्थितीत आहेत. त्यांच्यासाठी हे पुस्तक निश्चितच उद्‌बोधक व प्रेरणादायी ठरेल.

सुरुवातीला त्यांची ही सूचना स्वीकारण्यास मी मुळीच राजी नव्हतो, कारण तोपर्यंत मला अत्यंत अल्प व त्रोटक लिखाण करायची सवय होती. लहानपणी मी माझ्या भावंडांना पत्र पाठवायचो आणि नंतर नोकरी करत असताना कामासंबंधीच्या ई-मेल्स लिहायचो. त्यापलीकडे मी काही लिखाण केलं नव्हतं. पुस्तक लिहिण्याचा तर विचारही माझ्या मनाला कधी शिवला नव्हता.

माझी पत्नी, मीना ही या पुस्तकामागचा खरा प्रेरणास्रोत आहे. माझ्या या परिवर्तनाच्या काळात मीनानेच आग्रह करून माझे अनुभव व माझी मानसिक अवस्था शब्दांकित करण्याचा आत्मविश्वास मला मिळवून दिला. २००५ च्या पावसाळ्यात माझ्यापाशी फारसं शेतीचं काम नव्हतं. त्याच काळात मी लिखाणाला सुरुवात केली.

पुस्तकलेखनाच्या माझ्या या पहिल्या प्रयत्नात मीनाने केलेल्या मार्गदर्शनाबद्दल मी तिचा ऋणी आहे. माझ्या ई-मेल्स लिस्टवर असणाऱ्या आयबीएम कंपनीतील माझ्या सहकाऱ्यांनी व मित्रांनी मला पुस्तक लिहिण्यासाठी नेहमीच प्रेरणा आणि प्रोत्साहन दिलं. त्या सर्वांचे मन:पूर्वक आभार!

ऋणनिर्देश

आपल्या आयुष्यातील अनेक भल्याबुऱ्या प्रसंगांतून आपण कसे जातो हे आपले जिवलग मित्र व नातलग यांच्यावर अवलंबून असतं, असं मी कुठेतरी वाचलंय. या पुस्तकाची जन्मकथा सांगताना हेच वर्णन अगदी तंतोतंत लागू होतं.

सुरुवातीला 'आयबीएम' कंपनीतील जुन्या सहकाऱ्यांना मी अनेक ई-मेल्स पाठवू लागलो आणि त्यातूनच मी 'कॉर्पोरेट' जगातून 'कृषिजगतात' कसा पोहोचलो, एका शहरी बाबूचं खेड्यातील गावकऱ्यामध्ये अवस्थांतर होत असताना मला अनेक गोष्टींशी कसं जुळवून घ्यावं लागलं, यासंबंधीच्या अनेक घटनांचं आणि एकूणच या सर्व प्रवासाचं इतिवृत्त कथन करण्यासाठी या पुस्तकाची कल्पना पुढे आली.

या पुस्तकासाठी साहाय्यभूत ठरलेल्या व्यक्तींचे आभार व्यक्त करण्यास जेव्हा मला माझ्या प्रकाशकांनी सांगितलं, तेव्हा मी खूपच गोंधळून गेलो. माझे अनुभव लिहीत असताना तसेच हे पुस्तक लिहून पूर्ण झाल्यावर ते प्रसिद्ध करण्यासाठी अनेक प्रकाशक नकार देत असताना ज्यांनी मला सातत्याने प्रोत्साहन दिलं, अशा लोकांची मोठी यादीच माझ्यापाशी होती. त्या प्रत्येकाचा नामनिर्देश करणं मला कसं शक्य होतं? त्यांपैकी एखाद्याचं नाव विसरल्यामुळे मी नकळत त्याला दुखावलं तर? पण तरीही हे लिखाण पूर्णत्वाला नेण्यासाठी ज्यांनी मला कायम प्रोत्साहन दिलं, त्या सर्वांचा उल्लेख करण्याचा मी प्रयत्न करणार आहे.

'आयबीएम'मधील माझे मित्र - श्रीराम, श्रीकांत, संजीव, राधेश, नितीश आणि राजेश. या सर्वांनी मला पुस्तक लिहिताना सहकार्य केलंच; पण विशेषत: लिखाणाच्या काही अवघड टप्प्यांवर मला निराश होऊ न देता, माझं मनोधैर्य उंचावण्याचं महत्त्वपूर्ण काम केलं. तसेच प्रकाशकाविना खूप दिवस रखडलेल्या पण अखेरीस प्रसिद्ध झालेल्या अशा अनेक लेखकांच्या पुस्तकांची उदाहरणं देऊन 'आयबीएम'बाहेरील हेमा, उज्वला व अंजली या मैत्रिणींनी मला कधीही मानसिकदृष्ट्या खचू दिलं नाही.

अमेरिकेतील माझे दोस्त किशल व राव या दोघांनी प्रथम मला पुस्तकाची कल्पना सुचवली. त्या दोघांशिवाय हे पुस्तक प्रत्यक्षात येऊच शकलं नसतं. रावने माझी सर्व ई-मेल्स त्याच्या संस्थेतील (युनायटेड नेशन्स) सहकाऱ्यांपर्यंत पोहोचवली आणि माझ्या छापील पुस्तकाची ते सर्वजण आतुरतेने वाटत पाहत असल्याचंही मला कळवलं.

या पुस्तकातील काही प्रकरणं 'दि हिंदू बिझनेस लाइन'मध्ये प्रसिद्ध व्हावी यासाठी प्रेमळ आग्रह धरणाऱ्या व मदत करणाऱ्या प्रीती मेहराचे आणि हे पुस्तक वाचण्यासाठी वेळ काढून त्यावर आपला बहुमूल्य अभिप्राय दिल्याबद्दल मी चिकी सरकारचा ऋणी आहे. सिद्धेश इनामदारने माझं लिखाण वाचून केलेल्या सूचना अत्यंत उपयुक्त होत्या, तसेच अनेक प्रकाशकांनी माझं हस्तलिखित वाचलं; पण कोणीही मला नाउमेद केलं नाही. त्यांचेही आभार!

अनुक्रमणिका

मी कुठे निघालोय?

सोडावी की न सोडावी?

संध्याकाळचे सहा वाजत आले होते. बांद्रा-कुर्ला संकुलातील माझ्या आलिशान ऑफिसमधील निळसर काचेच्या खिडकीतून मी सहज बाहेर पाहिलं. सूर्य पश्चिम क्षितिजाच्या खाली जात होता. वाहनांच्या ऐन गर्दीमध्ये शिरून घरी पोहोचण्याचा लांबलचक प्रवास आता सुरू करावा लागणार होता. माझ्या समोरील आयबीएम थिंक पॅडचं 'टर्न ऑफ' बटण मी दाबणार, इतक्यात ज्येष्ठ सहकारी श्रीरामने माझ्या खांद्यावर हलकेच थाप मारत मला विचारलं, 'तुला घरी जायची घाई आहे का?'

श्रीराम हा अतिशय मितभाषी व शांत स्वभावाचा इसम होता. कंपनीनं आता त्याच्याकडे वेगळी जबाबदारी सोपवली होती; पण तोपर्यंत तो बरीच वर्षं माझा बॉस होता. महत्त्वाचं काम असल्याखेरीज तो मला असा प्रश्न विचारणार नाही, हे इतक्या वर्षांच्या त्याच्या सहवासानंतर मला पक्कं ठाऊक होतं. मी लगेच त्याला म्हटलं की, मला घरी जाण्याची मुळीच घाई नाही, तुझं काही काम असेल तर जरूर मला सांग. 'आठ वाजता एक कॉन्फरन्स कॉल आहे. त्यात तू सहभागी व्हावंस असं मला वाटतं. त्यानंतर आपण घरी जाऊ,'

श्रीराम म्हणाला.

या बोलण्याचा 'आयबीएम'मध्ये एकच अर्थ होता. नक्कीच अमेरिकेतून कॉल येणार होता. आमचं मुख्य कार्यालय अमेरिकेत होतं. दोन्ही देशांमधील वेळेच्या फरकामुळे कॉन्फरन्स कॉलची वेळ एकतर रात्री उशिराची किंवा सकाळी अगदी लवकरची ठरवली जायची. आम्ही विनोदानं त्यांना 'कॉन कॉल्स' म्हणायचो. ज्या अर्थी श्रीराम मला त्या कॉलसाठी थांबायला सांगत होता, त्या अर्थी तो नक्कीच खूप महत्त्वाचा असणार होता.

आजही मला यायला उशीर होईल असं मी माझी पत्नी, मीनाला फोन करून कळवलं. त्या वेळी मीना स्वतंत्र (फ्रीलान्स) पत्रकारिता करत असल्यामुळे ती आपलं काम घरूनच करत असे. शिवाय वेगवेगळ्या प्रोजेक्टसाठी व काही विषयांवर संशोधनात्मक काम करण्यासाठी तिला भारतातील दूरदूरच्या खेड्यांमध्ये जाऊन राहावं लागे. मीना त्या वेळी 'सेंद्रिय कापूस' या विषयावर एक पुस्तक लिहीत होती. त्यासंबंधात काही ठिकाणी मुक्काम करून ती त्याच दिवशी सकाळी घरी परतली होती. मी ऑफिसला जायच्या घाईत असल्याने आम्ही एकमेकांशी नीट बोलूही शकलो नव्हतो. रात्री निवांतपणे गप्पा मारत जेवण करण्याचा बेत आम्ही ठरवला होता; पण तो बेत आता लांबणीवर टाकावा लागणार होता.

कॉल यायला अजून दोन तास अवकाश होता. तोपर्यंत वेळ काढण्यासाठी हातात कॉफीचा कप घेऊन मी पहिल्या मजल्यावरील खुल्या जागेत गेलो. मोकळ्या हवेत शांतपणे उभं राहून मला समोरचा सूर्यास्त डोळे भरून पाहायचा होता. आज येणारा 'कॉन कॉल' जर माझ्यासमोर नव्या प्रोजेक्टचा प्रस्ताव ठेवणार असेल, तर मलाही त्यावरचा निर्णय लवकर घ्यावा लागणार होता.

अचानक माझा सेलफोन वाजू लागला आणि मी विचारांच्या तंद्रीतून भानावर आलो. श्रीराम मला शोधत होता. मी घाईघाईनं कॉन्फरन्स रूममध्ये शिरलो. येणाऱ्या कॉलसंबंधी त्यानं मला थोडक्यात माहिती दिली.

भारतातील एका त्रयस्थ विक्रेत्याच्या (थर्ड पार्टी व्हेंडॉर) मदतीनं आयबीएम कंपनी एक 'कन्व्हर्जन प्रोजेक्ट' हाती घेणार होती. त्यासाठी कंपनीनं बऱ्याच मोठ्या रकमेची खास तरतूदही केली होती. प्रोजेक्टची सारी सूत्रं अर्थातच आमच्या अमेरिकेतील मुख्य कार्यालयाकडे होती, कारण या प्रोजेक्टच्या यशापयशाकडे साऱ्या जगाचं लक्ष लागून राहणार होतं. कंपनीमधील अनेक संभाव्य नावांची छाननी केल्यानंतर आयबीएमच्या मुंबई युनिटमधून प्रोजेक्टच्या प्रमुखपदी माझी निवड करण्यात आली. प्रोजेक्ट अतिशय अवघड व आव्हानात्मक होता. तो यशस्वी करण्यासाठी सर्वोत्तम तंत्रज्ञांची गरज होती. प्रोजेक्टसाठी निवडलेल्या एकूण टीमशी माझा परिचय व्हावा आणि सुरुवातीपासूनच मी त्या प्रक्रियेशी

जोडलेला असावा हा त्या कॉलमागचा हेतू होता.

दोन तास चाललेल्या त्या कॉलच्या दरम्यान माझी टीमशी ओळख करून देण्यात आली आणि नव्या प्रोजेक्टची सर्व बारीकसारीक माहितीही मला सांगितली गेली. त्यानंतर आम्ही घरी जायला निघालो. माझ्या हातात कागदांचा एक मोठा गठ्ठा होता. प्रोजेक्टचे सर्व बारकावे समजून घेण्यासाठी ते सारं बारकाईने वाचणं आवश्यक होतं.

घराच्या दिशेनं चाललेल्या वाहनांच्या गर्दीत जेव्हा मी माझी गाडी घुसवली, तेव्हा मी अतिशय गोंधळलेल्या मनःस्थितीत होतो. भारतातल्या एका सर्वोत्कृष्ट कंपनीत मी काम करत होतो. एक अत्युत्तम प्रोजेक्ट माझ्या हातात होता; पण तरीसुद्धा माझ्या जीवनाचं हेच खरं ईप्सित आहे का, याबद्दल मात्र माझं मन साशंक होतं. विचारांचा गोंधळ वाढू लागला, कारण अगदी आठवड्यापूर्वीच 'आयबीएम'मधून बाहेर पडायचं, असं मी माझ्या मनाशी पक्कं केलं होतं. यापुढचं आयुष्य मला माझ्या इच्छेप्रमाणे जगायचं होतं.

बदल घडताना

१९९६ मध्ये मी जर्मन रेमडिज सोडून टाटा इन्फर्मेशन सिस्टिम्स लिमिटेड (TISL) मध्ये रुजू झालो. टाटा ग्रूप आणि आयबीएम कंपनी यांच्या संयुक्त उपक्रमातून टीआयएसएल ही कंपनी अस्तित्वात आली होती. आयबीएम ही संगणक क्षेत्रातील जागतिक दर्जाची कंपनी होती.

मी 'टीआयएसएल'मध्ये करत असलेलं काम हा माझ्यासाठी एक अनोखा अनुभव होता. इतकी वर्षं मी कॉम्प्युटर उद्योगातील इन-हाउस विभागात काम केलं होतं. नवीन कंपनीत मला अगदी त्याच्या विरुद्ध भूमिकेत शिरावं लागलं. मी सल्लागार बनलो. वेगवेगळ्या कंपन्यांसाठी तयार केलेले प्रोजेक्ट आम्ही प्रत्यक्ष कार्यान्वित करत होतो. काम खूप आव्हानात्मक आणि मोठ्या जबाबदारीचंही असायचं. शिवाय प्रत्येक गोष्टीला वेळेची मर्यादा असे.

नरिमन पॉइंटला एका छोट्याशा जागेत आमचं ऑफिस होतं. श्रीराम आमचा बॉस होता; पण अपुऱ्या जागेमुळे त्याच्यासह आम्ही सर्वजण एकाच टेबलाभोवती बसून काम करायचो. समोर एखादी अडचण उभी ठाकली की, श्रीराम आम्हाला शांतपणे मार्गदर्शन करत असे. खरंतर एका नव्यानं स्थापन झालेल्या कंपनीत आम्ही काम करत होतो; पण आम्हाला मिळणाऱ्या सुविधा अत्यंत तुटपुंज्या होत्या. आलेल्या ई-मेल्स वाचण्यासाठी व ऑफिसमधील इतर कामं करण्यासाठी आम्हाला आलटूनपालटून श्रीरामचाच कॉम्प्युटर वापरावा लागे. मात्र, इतक्या

अडचणी असूनही कंपनीतील वातावरण फार छान होतं. रोज सकाळी आम्ही नव्या उत्साहाने कामाला सुरुवात करायचो.

माझी नवी भूमिका मला खूपच आवडली होती आणि मी ती उत्तमरीत्या निभावत होतो. त्याबद्दल कंपनीमध्ये मी काही पारितोषिके मिळवली होती आणि माझ्या पगारातही भरपूर वाढ झाली होती. त्यानंतर काही वर्षांतच 'आयबीएम'नं टाटा ग्रूपचा असलेला हिस्सा विकत घेऊन कंपनीवर आपली संपूर्ण मालकी प्रस्थापित केली; त्यामुळे मी आता एका बहुराष्ट्रीय कंपनीमध्ये नोकरी करू लागलो होतो.

बहुराष्ट्रीय व त्यातही जगातील सर्वोत्तम कंपन्यांमधील एक म्हणून गणलेल्या आयबीएममध्ये काम करण्याचा अनुभव अतिशय उत्साहवर्धक होता. आपल्या कर्मचाऱ्यांच्या सर्व प्रकारच्या गरजांकडे कंपनीचं बारकाईनं लक्ष असायचं. नरिमन पॉइंटच्या टीचभर जागेतून, बांद्रा-कुर्ला संकुलातील एका प्रशस्त कार्यालयात आम्ही स्थलांतर केलं. नव्या ऑफिसमधील फर्निचर व सुविधा या आंतरराष्ट्रीय दर्जाच्या होत्या. ऑफिसमधील किरकोळ व कटकटीच्या कामात कर्मचाऱ्यांचा वेळ व शक्ती वाया जाऊ नये आणि त्यांना आपल्या कामावर पूर्ण लक्ष केंद्रित करता यावं, यासाठीच कंपनीनं त्या सुविधा दिल्या होत्या.

या भौतिक सुखसोयींखेरीज कंपनीनं आमचे पगारही जागतिक पातळीपर्यंत वाढवले. वार्षिक सुट्ट्यांबाबतही व्यवस्थापनानं उदार धोरण स्वीकारलं. दरवर्षी आम्ही कमीतकमी दहा दिवस रजा घेऊ शकायचो; त्यामुळे प्रत्येक वर्षी सहलीसाठी एका नव्या ठिकाणी जाणं आम्हाला शक्य झालं. मी व मीनानं या रजेचा पुरेपूर फायदा उठवला. आम्ही भूतान, नेपाळ व भारतातील उत्तर-पूर्व राज्यांमध्ये तर जाऊन आलोच; पण परदेशगमन करत स्वित्झर्लंड आणि पॅरिसही पाहून आलो.

कंपनीतील काम मनाला समाधान देणारं होतं. भारतातील बड्या उद्योगसमूहांसाठी खास तयार केलेली 'सॉफ्टवेअर प्रोजेक्ट्स' आम्ही प्रत्यक्ष कार्यान्वित करत होतो. विशेष म्हणजे आम्ही हे काम आंतरराष्ट्रीय प्रमाणभूत पद्धतीनुसार करायचो. अनेकदा खास प्रशिक्षणासाठी आम्हाला परदेशी पाठवलं जायचं. लवकरच मला 'प्रोजेक्ट मॅनेजर' या पदावर बढती मिळाली. त्याशिवाय एका आंतरराष्ट्रीय एजन्सीकडून मला 'प्रोजेक्ट मॅनेजमेंट प्रोफेशनल' (पीएमपी) हे प्रमाणपत्र मिळालं. त्या वेळी भारतात पीएमपी प्रमाणपत्र मिळवलेल्या फारच थोड्या व्यक्ती असल्याने ही गोष्ट कंपनीसाठीही भूषणावह ठरली.

'आयबीएम'मध्ये प्रत्येक प्रोजेक्ट हे कंपनीसाठी नफा मिळवून देणारं एक मुख्य साधन समजलं जाई; त्यामुळे आम्हाला नियोजित खर्चाचं भान ठेवून प्रोजेक्टच्या अखेरीस त्यातून थोडातरी फायदा होईल याची दक्षता घ्यावी लागे. ही गोष्ट

अवघड असायची; पण म्हणूनच ते काम करण्यात अधिक मजाही यायची. आम्हाला वेगवेगळ्या प्रकारे ग्राहकांच्या शंकांचं निरसन करावं लागे, कारण ग्राहकांचं पूर्ण समाधान हे कंपनीचं सर्वोच्च उद्दिष्ट होतं. त्यासाठी खर्चाचं अंदाजपत्रक आणि कामाचा भार यांचा समतोल साधताना, प्रत्येक प्रोजेक्ट ही जणू तारेवरची कसरत ठरत असे.

मला जे हवं होतं ते सर्वकाही मिळालं होतं, फक्त त्याची मजा लुटण्यासाठी माझ्यापाशी वेळ नव्हता. प्रत्येकाला नेमून दिलेलं काम त्याने कशाप्रकारे पूर्ण करावं, यासंबंधी 'आयबीएम'मध्ये कोणतेही नियम वा कसलंही दडपण नसायचं. प्रयत्नांची शिकस्त करणं ही प्रत्येकाची जबाबदारी असे. आमच्या ऑफिसच्या वेळा ठरलेल्या नसायच्या, रजेच्या तारखाही निश्चित नसायच्या आणि वर्षभरात ऑफिसतर्फे देण्यात येणाऱ्या सुट्ट्यादेखील आधी जाहीर केल्या जात नसत. ऑफिसमध्ये आल्याची किंवा तिथून बाहेर पडल्याची वेळ नोंदण्यासाठी कुठल्याही मशीनची व्यवस्था केलेली नव्हती. तुम्ही उशिरा आलात किंवा लवकर निघून गेलात तरी कोणाचीही हरकत नसायची. कंपनीतर्फे प्रत्येकाला सेलफोन व लॅपटॉप मिळाले होते; त्यामुळे आम्ही जिथे असू तिथून काम करू शकायचो.

'कामाच्या गुणवत्तेनुसार पगार' हे कंपनीचं तत्त्व होतं. विक्री विभागातील कर्मचाऱ्यांकडून ठरवलेलं 'लक्ष्य' गाठायची अपेक्षा असे, तर दिलेल्या वेळेचा उत्तम उपयोग करून काम पूर्ण करणं, हे सेवा विभागातील कर्मचाऱ्याचं उद्दिष्ट होतं. वेळेचा उत्तम उपयोग याचा अर्थ कंपनीला नफा मिळवून देणारी प्रोजेक्ट्स योग्य वेळात कार्यान्वित करणं. एखाद्या कर्मचाऱ्याची कोणत्याही प्रोजेक्टवर नेमणूक झाली नाही तर ऑफिसात असूनही तो कंपनीच्या दृष्टीने निरुपयोगी आहे असं समजलं जायचं. कंपनीनं निर्धारित केलेलं लक्ष्य पूर्ण करणाऱ्याला कंपनीतर्फे सहलीसाठी परदेशी पाठवलं जाई. त्याशिवाय विशेष प्रोत्साहन म्हणून त्याला 'आयबीएम'कडून मोठा आर्थिक लाभही होत असे; पण अशा प्रकारच्या कार्यपद्धतीला दुसरीही बाजू असते. आपल्या हातून उत्कृष्ट कामगिरी व्हावी आणि आपण कायम वरच्या स्थानावर राहावं, या ईर्षेनं आपण आपल्या मनावर ताण आणि दडपण आणू लागतो.

कंपनीने दिलेली संपर्कक्षमता (कनेक्टिव्हिटी) व पायाभूत सुविधा (इन्फ्रास्ट्रक्चर) यांचा परिणाम असा झाला की, व्यवस्थापनाला गरज भासेल, तेव्हा ते कोणत्याही वेळी आमच्याशी संपर्क साधू शकायचे; त्यामुळे आम्ही दिवसभर कंपनीच्या कामाला बांधलेले असायचो. ही गोष्ट व्यवस्थापनाच्याही लक्षात येत होती. ऑफिसचं काम आणि आमचं कौटुंबिक जीवन याचा समतोल साधण्यासाठी कंपनीचे प्रयत्न सुरू होते; पण तरीही आम्ही आमच्या कुटुंबाला पुरेसा वेळ देऊ शकत नव्हतो.

ऑफिसमधील सहकारी व त्यांच्या कुटुंबाचा वेळ एकत्रितपणे मजेत जावा यासाठी आम्ही खास पार्ट्यांचे आयोजन करायचो; पण ड्रिंक्सच्या एक-दोन फेऱ्या झाल्या आणि हाउसीचा एखादा डाव संपला की, आपोआप ऑफिसच्या विषयावर संभाषण सुरू होई. दिवसाच्या कोणत्याही क्षणी आम्ही कंपनीला विसरून जगूच शकत नव्हतो, जणू तिच्याशी आम्ही चोवीस तास बांधलो गेलो होतो.

अर्थात, कंपनीतील सर्वचजण अत्यंत प्रामाणिकपणे किंवा प्रचंड दडपणाखाली काम करत होते, अशी परिस्थिती मुळीच नव्हती. आमच्यातल्याच एका गटाला 'cc' ग्रूप म्हणजेच कार्बन कॉपी ग्रूप असं नाव पडलं होतं. आपण खूप काम करतोय असं ते इतरांना भासवीत असत; पण प्रत्यक्षात मात्र काहीही काम करत नसत. कंपनीमध्ये जेव्हा एखाद्या नव्या 'डील'ची बोलणी अंतिम टप्प्यावर यायची, तेव्हा मात्र त्यासंबंधीच्या प्रत्येक मेलच्या 'cc' मध्ये आपलं नाव असेल याचा ते चोख बंदोबस्त करत; त्यामुळे नव्या कराराच्या श्रेयनामावलीत त्यांचं नाव येत असे. कॉन-कॉल्सच्या वेळीही हीच मंडळी सर्वांत जास्त बडबड करत. त्यांचा खोटेपणा लक्षात येऊनही त्यांच्यावर कारवाई करणं कोणालाच शक्य नव्हतं.

आयबीएममध्ये सात वर्षं काम केल्यावर मी आतून बेचैन व्हायला लागलो. प्रोजेक्ट मॅनेजरपदावर असल्याने, माझ्यावर जास्त जबाबदारी असायची. कोणतीही अडचण न येता प्रत्येक प्रोजेक्ट सुरळीतपणे पूर्ण व्हावा याकरता मला माझ्या सहकाऱ्यांसह त्या त्या प्रोजेक्टच्या साइटवर प्रत्यक्ष हजर राहावं लागे. घरापासून दूर राहून, सतत कराव्या लागणाऱ्या प्रवासामुळे मी पार वैतागून गेलो होतो. माझे सहकारीसुद्धा यामुळेच कंटाळून, नव्या नोकरीच्या शोधात होते.

मी माझ्या ऑफिसातील मित्रांबरोबर चहा पिताना या विषयावर अनेकदा चर्चा करायचो. अशाच एका क्षणी माझ्या लक्षात आलं की, खरंतर मला नवी नोकरी शोधण्याची गरजच नव्हती, कारण कुठेही नोकरी केली असती तरी हाच अनुभव येणार होता. नव्या नोकरीत असं काय वेगळं असणार होतं? माझा प्रोजेक्ट मॅनेजमेंट या विभागातील अनुभव लक्षात घेता, इतर कंपन्यांनीही मला तेच पद देऊ केलं असतं. मला ते नको होतं. त्यापेक्षा यापुढे मला नक्की काय करायचंय, याचा मी आता गांभीर्यानं विचार करायला सुरुवात केली.

नवी नोकरी म्हणजे जास्त पगार; पण मला तर आजची मिळकतही पुरेशी वाटत होती. मग अधिक पैशांचं काय करायचं? एखादं प्रशस्त घर खरेदी करायचं आणि मोठी गाडी विकत घ्यायची. मोठ्या घरात राहायला नक्कीच आवडलं असतं; पण अजून तरी त्याची गरज भासली नव्हती. नवं घर घेऊन काय फरक पडणार होता. खिडकीबाहेरचं दृश्य बदलणार नव्हतं. समोर एखादा एअरकंडिशनर डक्ट किंवा दोरीवर वाळत घातलेले कपडेच दिसणार होते. शिवाय

नवीन घर घ्यायचं म्हणजे पुन्हा कर्जाच्या चक्रात अडकणं आणि दरमहा मोठ्या रकमेचे हप्ते भरत राहणं.

आपण करत असलेल्या कामाच्या गुणवत्तेबद्दलही मला विचार करावासा वाटला. एखाद्या कंपनीसाठी सॉफ्टवेअरचं काही काम करत असताना ते यशस्वी होण्यासाठी मी माझ्या परीनं जास्तीतजास्त प्रयत्न करायचो. प्रोजेक्ट पूर्ण झाल्यावर 'आयबीएम'ला भरपूर पैसे मिळायचे. त्यातील काही रक्कम मलाही पगार व इतर भत्त्यांच्या स्वरूपात मिळायची. मात्र, त्यातील मोठा हिस्सा आपल्या देशाबाहेरील बहुराष्ट्रीय उद्योगसमूहांच्याच पदरात पडायचा. मग तेच पैसे कधी कर्जाच्या रूपात, तर कधी नैसर्गिक आपत्तींसाठी देणगी म्हणून किंवा राष्ट्रीय योजनांसाठी मदतीच्या स्वरूपात पुन्हा भारतात यायचे.

ऑफिसमधील वातावरण उत्तम होतं व कामासंबंधीची तत्त्वं आणि नीतिमूल्यं खरोखरच वाखाणण्यासारखी होती; पण तरीही मला जाणवत होतं की, ऑफिसच्या कामानंच माझं जीवन पूर्ण व्यापून गेलंय. कामाव्यतिरिक्त इतर काही करण्यासाठी माझ्यापाशी जराही सवड नव्हती. शिवाय माझ्या हातात एखादा प्रोजेक्ट असला की, मला घरापासून बराच काळ दूर राहावं लागे. त्या वेळी मी अवघा ३७ वर्षांचा होतो. उरलेल्या आयुष्यातही आपण हेच करत राहणार आहोत का, असा अस्वस्थ करणारा विचार माझ्या मनात सतत येऊ लागला.

मला मुक्ताची आठवण आली. मुक्ता ही माझी कॉलेजमधील मैत्रीण. स्वतःच्या आयुष्याबद्दल तिने अनेक मनसुबे रचले होते; पण अचानक मृत्यूनं तिच्यावर झडप घातली. त्या वेळी ती अवघी २१ वर्षांची होती. जीवन अल्पजीवी व अनिश्चित असू शकतं. आपल्यापाशी वेळ व शक्ती असेपर्यंतच आपण आपल्या मनासारखं काहीतरी करायला हवं. पुढे काय होईल याचा भरवसा कोण देणार?

मी खूप विचार केला. मीना आपल्या संशोधन कामासाठी वेगवेगळ्या खेड्यांत राहून आली की, ती त्यासंबंधीच्या सविस्तर हकिगती सांगायची. मला ते आठवू लागलं. मनात विचार आला की, आपण अशाच एखाद्या ठिकाणी जाऊन कायमचं का राहू नये? जिथे आपल्याला लागणारं अन्न स्वतःलाच पिकवता येईल आणि कायम निसर्गाच्या सान्निध्यात राहता येईल. मुंबई सोडून एका छोट्या खेडेगावात जायचं. लहानसं घर बांधायचं व शेती करून आनंदानं जगायचं. हळूहळू तो विचार मनात आकार घेऊ लागला. मी मीनाशी त्याविषयी चर्चा केली.

माझे विचार मीनाला पटवून देण्याचा प्रयत्न केला. मी तिला म्हणालो की, जगण्यासाठी आपल्याला खूप पैशांची मुळीच गरज नसते. आपल्याला लागणारं अन्न जर आपणच पिकवलं तर ती गरज आणखी कमी होते. रोजच्या जेवणात लागणारे अन्नपदार्थ जर आपल्या शेतात उगवू लागले तर आपल्या खर्चाचं प्रमाण

फारच कमी होईल. फक्त न पिकवता येण्याजोगे मीठ व मसाल्याचे पदार्थ बाजारातून विकत घ्यावे लागतील; पण तो अतिशय किरकोळ खर्च असेल. खेड्यामध्ये राहण्यासाठी किती पैसे लागतील हे मला ठाऊक नाही; पण आज शहरामध्ये आपल्याला जो खर्च येतो त्यापेक्षा तो नक्कीच कमी असेल. आपल्याला मूल नाही; त्यामुळे त्याच्या शाळेच्या किंवा इतर खर्चाची आपल्याला काळजी नाही. दुसरी महत्त्वाची गोष्ट म्हणजे आपण फार मोठी कर्जं घेतलेली नाहीत. आपले आई-वडीलही स्वतंत्र व स्वावलंबी आहेत. ते आपल्यासोबत राहत नाहीत.

माझे हे विचार मी माझ्या मित्रांना व ऑफिसमधील सहकाऱ्यांनाही बोलून दाखवले. त्यांच्या प्रतिक्रिया ऐकून माझा आत्मविश्वास वाढला. ज्यांच्याशी मी बोललो, त्यांपैकी एकालाही माझं म्हणणं वेडपट किंवा मूर्खासारखं वाटलं नाही. सर्वांनाच माझी कल्पना आवडली आणि शक्य असतं तर आपणही असाच निर्णय घेतला असता, असंही ते म्हणाले; पण काही वैयक्तिक कारणांमुळे त्यांच्यापैकी कोणालाच नोकरी सोडणं शक्य नव्हतं. मुलांच्या शिक्षणाचा खर्च, आई-वडिलांची जबाबदारी, गाडी किंवा घरासाठी घेतलेलं कर्ज अशा विविध अडचणींमुळे ते वेगळा मार्ग निवडू शकत नव्हते. मात्र, त्या सर्वांनाच या व्यवस्थेतून बाहेर पडावं, असं तीव्रतेनं वाटत होतं. त्यांच्या बोलण्यामधून शहरात वाढत चाललेला तणाव व नैराश्याचंच प्रतिबिंब उमटलेलं प्रकर्षानं जाणवत होतं.

मी त्यांना विचारलं की, जर तुम्हाला काही वेगळं करायची इच्छा आहे आणि सध्या इतक्या प्रचंड तणावाखाली तुम्ही काम करताय, तर मग ही परिस्थिती बदलवण्यासाठी तुम्हाला काहीच करावंसं का वाटत नाही? माझ्या प्रश्नाला मिळालेली उत्तर अगदीच खुळचट किंवा तद्दन व्यावहारिक होती. केवळ भीती व असुरक्षिततेच्या पोटी, ते सर्वजण स्वतःच्या आयुष्याकडे वेगळ्या नजरेनं पाहण्यास धजावत नव्हते.

अनेकांच्या बोलण्यातून माझ्या असंही लक्षात आलं की, पैसा हा त्यांना भेडसावणारा सर्वांत मोठा प्रश्न होता. नोकरी नसेल तर पैसे कुठून मिळणार व पैसे नसतील तर आपल्याला कोण मदत करणार, याची त्यांना चिंता होती. मला माझे जुने दिवस आठवले. १९८९ मध्ये मला रॅलीज इंडिया कंपनीत पहिली नोकरी लागली, तेव्हा ७५० रुपये पगार होता. त्यातले २०० रुपये मी आईला घरखर्चासाठी द्यायचो. त्या काळीही महिनाअखेर माझा खिसा रिकामा असायचा. त्यानंतर इतकी वर्षं उलटली तरी परिस्थितीत काहीच बदल झाला नाही. फक्त आता कठीण प्रसंगी क्रेडिट कार्डाचा आधार असतो इतकाच तो काय फरक!

कितीही पैसे कमावले तरी ते अखेर अपुरेच ठरतात, असा माझा आजपर्यंतचा अनुभव आहे. पगार वाढला की, सोबत तुमच्या गरजाही वाढतात. जास्त पैसे

हातात आले की, तुम्ही बसमधून प्रवास करण्याऐवजी एखादी छोटी गाडी विकत घेता. त्याहून अधिक पैसे मिळू लागल्यावर तुम्ही आणखी मोठी गाडी खरेदी करता; पण कितीही मोठी गाडी चालवली तरी रोजचा रस्ता तोच असतो आणि ऑफिसात पोहोचायलाही पूर्वीइतकाच वेळ लागतो. तुमच्याकडे मारुती ८०० असो किंवा होंडा सिटी, त्याने काहीच फरक पडत नाही. अत्याधुनिक कळयंत्र किंवा गॅजेट्स जवळ बाळगणं, हे आता प्रतिष्ठेचं चिन्ह समजलं जातं असलं तरी त्यांचा खरा आनंद लुटण्यासाठी कुणाकडेच मोकळा वेळ नसतो.

वेळ वाचवण्यासाठी व बाहेरील जगाशी सतत संपर्क राहावा, या उद्देशानं विकत घेतलेल्या या महागड्या गॅजेट्सचा अंतिम परिणाम एवढाच होतो की, ऑफिसमधील कामापासून आपण क्षणभरही दूर जाऊ शकत नाही. हे वास्तव जसजसं माझ्या लक्षात येऊ लागलं, तसतसा या चक्रातून लवकरात लवकर बाहेर पडायचा विचार माझ्या मनात पक्का होऊ लागला. याचा अर्थ असा नव्हे की, मला पैशांचा मुळीच मोह नव्हता किंवा भविष्याबद्दल माझ्या मनात भीती नव्हती. माझं म्हणणं फक्त एवढंच होतं की, जर तुम्हाला एखाद्या नव्या कामाला सुरुवात करायची इच्छा असेल व त्यासाठी थोडी जोखीम पत्करावी लागत असेल तर तो धोका तरुणपणीच स्वीकारणं अधिक योग्य ठरतं, कारण तरुणपणी तुमच्यापाशी अधिक उत्साह व ऊर्जा असते. प्रसंगी थोडी माघार घ्यायचीही मानसिक तयारी असते. मला केवळ निवृत्त जीवन जगायचं आहे, असा काहीजणांचा समज झाला होता आणि एवढ्या तरुण वयात मी हा निर्णय घेतोय, याचं त्यांना नवल वाटलं होतं. साठाव्या वर्षी निवृत्त झाल्यानंतर शेती करायचा निर्णय घेणं ही जास्त जोखमीची गोष्ट ठरेल असं मी त्यांना पटवून देण्याचा प्रयत्न केला. उतारवयात शेती करणं हे शारीरिक व आर्थिकदृष्ट्या खरोखरच शक्य झालं नसतं. शिवाय मी तर निवृत्तीचा विचारही करत नव्हतो. मी एका नव्या जीवनशैलीच्या शोधात होतो.

मी या विषयावर राजेशबरोबर शेकडो वेळा चर्चा केली. राजेश हा माझा 'आयबीएम'मधील सहकारी. इतकं मोठं धाडस करण्याआधी स्वतःची आर्थिक स्थिती नीट तपासून बघ, असा सल्ला त्याने मला दिला. त्यानुसार मी माझा आर्थिक ताळेबंद मांडायला सुरुवात केली. मी घेतलेली कर्जे आणि माझ्यापाशी असलेली एकूण मालमत्ता यांचा मी हिशेब केला. नोकरी सोडल्यावर 'आयबीएम'कडून मला किती रक्कम मिळेल याची मी मुख्य कार्यालयात चौकशी केली. नवा बदल स्वीकारताना प्रत्येक टप्प्यावर निर्माण होणारे धोके आणि त्यासाठी करावी लागणारी तरतूद यांची मी अगदी आमच्या प्रोजेक्ट मॅनेजमेंटच्या पद्धतीनुसार रीतसर यादी केली. आमचे काही मित्र यापूर्वीच खेड्यात स्थायिक झाले होते. त्यांच्याशी बोलून

तिथे येणाऱ्या मासिक खर्चाचा आम्ही अंदाज घेतला. नव्या कार्यक्षेत्रात प्रत्यक्ष उडी घेण्याआधी मला काही महत्त्वाची कामं पूर्ण करायची होती. त्या दृष्टीनं मी तयारी सुरू केली.

माझा गृहपाठ तयार झाल्यावर मीना व 'आयबीएम'मधील काही निवडक सहकाऱ्यांसमोर तो ठेवला आणि त्याचं परखड परीक्षण करण्याची त्यांना विनंती केली. सर्वांनी त्यात काही महत्त्वाचे बदल सुचवले आणि मोलाचे सल्लेही दिले. माझ्या नव्या योजनेतील संभाव्य धोके व त्यासाठी करावी लागणारी तरतूद यांचं मी केलेलं पूर्ण आर्थिक विश्लेषण २००३च्या सुरुवातीलाच तयार झालं होतं. आता फक्त 'आयबीएम' सोडणं बाकी होतं. त्यानंतर मिळणाऱ्या पैशाच्या जोरावर मला माझ्या नव्या धाडसी उपक्रमाला सामोरं जायला सज्ज व्हायचं होतं.

मी आखलेली योजना अगदी साधी, सरळ होती. 'आयबीएम'कडून मिळणाऱ्या पैशातून थोडी जमीन विकत घ्यायची आणि तिथे एक छोटंसं घर बांधायचं. मग ती जमीन कसायची आणि मिळालेल्या उत्पन्नातून चरितार्थ चालवायचा. आपल्याला जे जे अन्नपदार्थ लागतात, ते सर्व स्वतःच्या शेतात पिकवायचे. दूध, अंडी व मांस मिळवण्यासाठी कोंबड्या आणि गाईगुरं पाळायचीही माझी तयारी होती. कागदावर तरी हे चित्र आकर्षक व सहजसाध्य वाटत होतं. मनातील कल्पना प्रत्यक्षात उतरवण्यासाठी मी अगदी अधीर झालो होतो. माझ्या बाबतीत हे नेहमीच घडायचं. प्रत्येक नव्या प्रोजेक्टची सुरुवात करताना, कंपनीतही माझ्या उत्साहाला उधाण आलेलं असायचं. या सर्व प्रकरणाबद्दल मीनाचा पवित्रा मात्र थोडा सावध होता. जमीन विकत घ्यायचं ठिकाण पक्कं ठरल्यानंतर मी आयबीएम सोडावी, असं तिला वाटत होतं, कारण त्यामुळे नोकरी सोडण्यापूर्वीच माझ्या योजनेला एक निश्चित आकार व गती मिळू शकणार होती.

योजना अमलात आणण्यासाठी सुरुवात कुठून करायची हेदेखील आधी ठरलेलं होतं. सर्वप्रथम घेतलेल्या सर्व कर्जांची परतफेड करून कर्जमुक्त होणं. त्याप्रमाणे मी वाहन व गृहकर्जाची शिल्लक रक्कम बँकेत चुकती केली. त्यानंतर मी माझा निर्णय आईला सांगितला. यापुढे काही काळ मी तिला पैसे देऊ शकणार नाही, याचीही तिला कल्पना दिली. माझा निर्णय ऐकून ती प्रथम खूपच अस्वस्थ झाली. तिला धक्का बसणं साहजिकच होतं, कारण कोणता सुविचारी माणूस आपल्याला मिळत असलेल्या सहा आकडी पगारावर पाणी सोडून एका अस्थिर व जोखीम भरलेल्या आयुष्याचा स्वीकार करण्याचं धाडस करेल? पण माझ्याबद्दल काळजी वाटत असूनही तिनं माझ्या निर्णयाला समजूतदारपणे मान्यता दिली आणि माझ्या अर्थसाहाय्याविना आपण आपला घरखर्च भागवू असं मला आश्वासनही दिलं.

शेती करू लागल्यावर दर महिन्याला आपल्याला कोणकोणत्या गोष्टींवर

किती खर्च करावा लागेल याची आम्ही यादी तयार केली. याबाबतीत बरंच संशोधन व चर्चा केल्यानंतर आमच्या असं लक्षात आलं की, साधारण ६००० रुपये मासिक खर्चामध्ये तुम्ही एखाद्या खेडेगावात सुखासमाधानाचं आयुष्य जगू शकता. त्यानंतर आमच्या बचतीमधील एक ठरावीक रक्कम आम्ही मासिक मिळकत योजनेमध्ये गुंतवायची ठरवली. तसंच अचानक उद्‌भवणारे आजार किंवा आपत्तीसाठीही आम्ही काही पैसे बाजूला ठेवले. उरलेले सर्व पैसे आम्ही शेतजमिनीसाठी भांडवल म्हणून वापरणार होतो. जमीनखरेदीसाठी कर्ज काढण्याचा विचार आम्ही केला नाही. कर्ज काढलं तर त्याची परतफेड करता येईल, याची मला शाश्वती नव्हती.

योजनेची सर्व पूर्वतयारी आता पूर्ण झाली होती. आमच्या नव्या योजनेचं कागदावरील चित्र आकर्षक दिसत होतं आणि मी ते प्रत्यक्षात आणू शकेन याचा मला विश्वास वाटत होता. त्याच वेळी अचानक आलेल्या कॉन-कॉलमुळे मात्र त्या स्वप्नाला अकस्मात एक जोरदार हादरा बसला. कंपनीनं एका महत्त्वाच्या आणि प्रतिष्ठित अशा प्रोजेक्टच्या प्रमुखपदी ध्यानीमनी नसताना, माझी निवड केल्यामुळे माझी द्विधा मनःस्थिती झाली. नवी जबाबदारी स्वीकारावी की नाकारावी, हा माझ्यासमोरील गहन प्रश्न होता. मी आत्मविश्वास गमावून बसलो. आपण कुठे निघालोय, हे माझंच मला समजेना.

पर्याय शोधताना

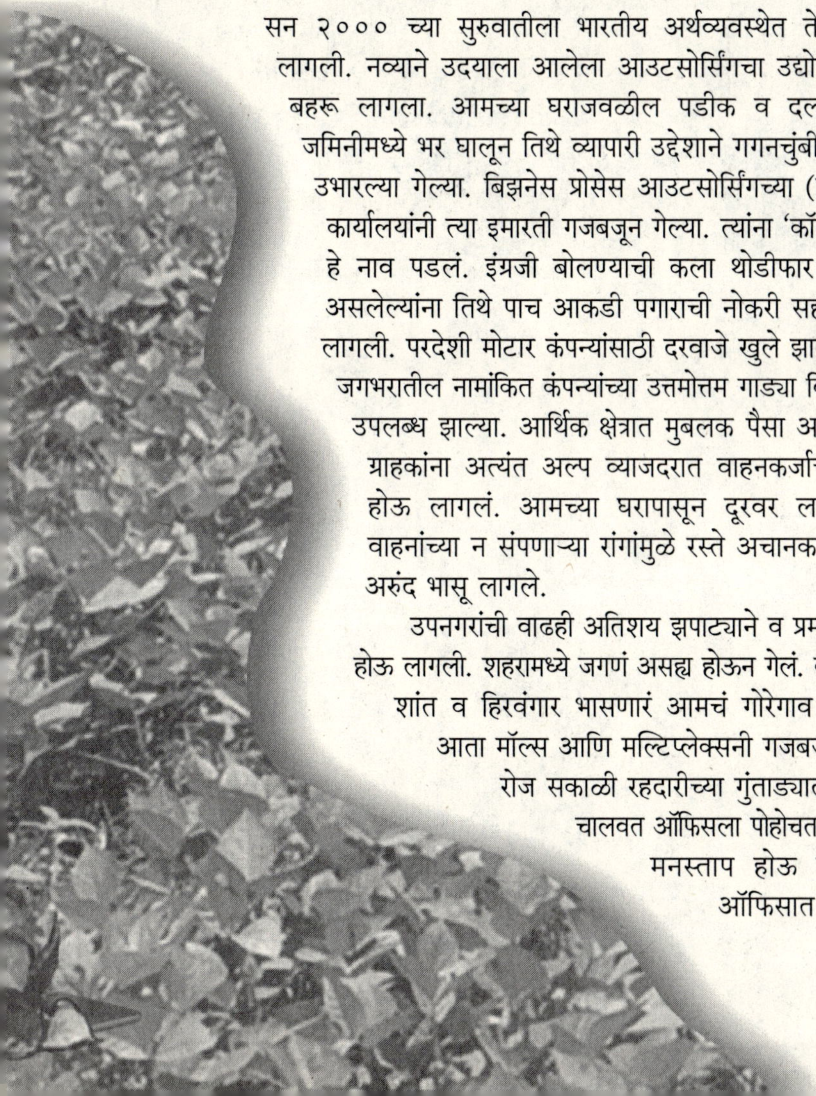

सन २००० च्या सुरुवातीला भारतीय अर्थव्यवस्थेत तेजी येऊ लागली. नव्याने उदयाला आलेला आउटसोर्सिंगचा उद्योग वेगानं बहरू लागला. आमच्या घराजवळील पडीक व दलदलीच्या जमिनीमध्ये भर घालून तिथे व्यापारी उद्देशाने गगनचुंबी इमारती उभारल्या गेल्या. बिझनेस प्रोसेस आउटसोर्सिंगच्या (बीपीओ) कार्यालयांनी त्या इमारती गजबजून गेल्या. त्यांना 'कॉल सेंटर' हे नाव पडलं. इंग्रजी बोलण्याची कला थोडीफार अवगत असलेल्यांना तिथे पाच आकडी पगाराची नोकरी सहज मिळू लागली. परदेशी मोटार कंपन्यांसाठी दरवाजे खुले झाले आणि जगभरातील नामांकित कंपन्यांच्या उत्तमोत्तम गाड्या विक्रीसाठी उपलब्ध झाल्या. आर्थिक क्षेत्रात मुबलक पैसा आल्यामुळे ग्राहकांना अत्यंत अल्प व्याजदरात वाहनकर्जाचं वाटप होऊ लागलं. आमच्या घरापासून दूरवर लागलेल्या वाहनांच्या न संपणाऱ्या रांगांमुळे रस्ते अचानक छोटे व अरुंद भासू लागले.

उपनगरांची वाढही अतिशय झपाट्याने व प्रमाणाबाहेर होऊ लागली. शहरामध्ये जगणं असह्य होऊन गेलं. कालपर्यंत शांत व हिरवंगार भासणारं आमचं गोरेगाव उपनगर आता मॉल्स आणि मल्टिप्लेक्सनी गजबजून गेलं. रोज सकाळी रहदारीच्या गुंताड्यातून गाडी चालवत ऑफिसला पोहोचताना प्रचंड मनस्ताप होऊ लागला. ऑफिसात वेळेवर

पोहोचण्यासाठी घरातून पूर्वीपेक्षा लवकर बाहेर पडावं लागत होतं. प्रदूषण, गोंगाट व गर्दीचा उबग आला. मुंबईत राहणाऱ्या अनेकांप्रमाणेच मोकळा श्वास घेण्यासाठी आम्हालाही शहराबाहेर पडावं लागत होतं.

या सर्व कोलाहलातून सुटका मिळवण्यासाठी आम्ही अनेकदा आठवड्याच्या अखेरीस मुंबईपासून १०० किलोमीटर्सवर असलेल्या कर्जत गावी मुक्काम करत असू. घुलू या मीनाच्या मैत्रिणीनं तिथे थोडीशी जमीन विकत घेतली होती. कर्जत स्टेशनपासून गाडीनं तासभर अंतरावर असलेल्या एका डोंगराच्या पायथ्याशी ते ठिकाण होतं. जवळ असलेलं एक छोटं खेडं सोडल्यास भोवती सर्वत्र दाट जंगल होतं. इतकी नितांतरम्य जागा मी त्यापूर्वी कधी पाहिली नव्हती. घुलूला तिथे एक छोटसं घर बांधून कायमचं राहायला यायचं होतं. आम्हालाही अगदी अशीच जागा हवी होती. जिथे शुद्ध व मोकळी हवा असेल, हवा असणारा एकान्त मिळेल आणि जिथे पाऊल ठेवताच मन शांत होऊन जाईल.

तिथून समोर असलेल्या भीमाशंकरच्या पर्वतरांगेकडे लक्ष जाताच खूप वर्षांपूर्वी कॉलेजात असताना केलेल्या भीमाशंकर ट्रेकच्या आल्हाददायक आठवणी मनात जाग्या झाल्या. आम्ही तिथल्या प्रवर्तकांना (प्रमोटर्स) भेटलो आणि आमच्या पसंतीचा एक प्लॉट निवडला. जमिनीच्या कागदपत्रांची वैधता तपासण्यासाठी खबरदारीचा उपाय म्हणून मीनानं तेथील वनविभागाकडे संपर्क साधला. चौकशीअंती त्या परिसरातील काही जमिनींची मालकी वनविभागाकडे असल्याचं आम्हाला सांगण्यात आलं. मात्र, प्रत्यक्ष ताबा मिळवण्याची प्रक्रिया तोपर्यंत पूर्ण झालेली नव्हती. अशा परिस्थितीत तो प्लॉट विकत घेण्यामध्ये खूपच धोका होता, कारण कोणत्याही क्षणी सरकारनं आदेश काढून त्या जमिनीवरील हक्क प्रस्थापित केला असता.

तो व्यवहार जरी बारगळला असला तरी प्लॉट विकत घेण्याचं बीज मनात खोलवर रुजलं गेलं होतं. त्यानंतर कर्जत परिसरात तशीच एखादी जागा शोधून काढायचा आम्ही चंग बांधला. दर आठवड्याच्या अखेरीस आम्ही तिथे जाऊन निरनिराळे प्लॉट्स बघून यायचो. हा शोध घेत असताना जमीन खरेदीच्या वेळी कोणकोणत्या गोष्टींची खबरदारी घ्यावी याचंही थोडंफार ज्ञान आम्हाला होत गेलं. महाराष्ट्रामध्ये जमिनीची मालकी मिळवण्याआधी तुम्हाला अनेक नियम व निर्बंधांचं काटेकोर पालन करणं बंधनकारक असतं.

सलग दोन वर्षं आमचा हा शोध सुरू होता; पण हवा तसा प्लॉट काही आम्हाला मिळू शकला नाही. काही ना काही कारणामुळे आम्ही प्रत्येक प्लॉट नापसंत करायचो. कधी तो रस्त्यापासून दूर असायचा किंवा मग भोवतालचा परिसर तितकासा निसर्गरम्य नसायचा नाहीतर तिथे पाण्याची टंचाई तरी असायची.

माझ्या या जमीनखरेदीबद्दल 'आयबीएम'मधील माझ्या काही सहकाऱ्यांना खूप उत्सुकता होती. दर सोमवारी ते माझ्याभोवती गोळा होत आणि मला मनासारखा प्लॉट सापडला का, याची उत्सुकतेनं चौकशी करत. शनिवार-रविवार मुंबईतून बाहेर पडायची कल्पना त्यांना आवडली होती. त्यासाठी एखादा छोटा प्लॉट विकत घ्यायला तेही तयार झाले होते.

माझा सहकारी श्रीकांत एकदा मला म्हणाला, "तू कधीच जमीन खरेदी करणार नाहीस, कारण प्लॉट शोधण्यातच तुला जास्त मजा येतेय." एका अर्थी त्याचं म्हणणं खरंही होतं. आठवडाअखेरीस प्लॉटच्या शोधार्थ शहर सोडून दूर गावामध्ये जाण्यात मला खरोखरच आनंद मिळत होता. २०००च्या अखेरीपर्यंत आम्ही कर्जत व त्याच्या भोवतालचा पूर्ण परिसर पालथा घातला होता. तिथला प्रत्येक ब्रोकर व एजंट एव्हाना आम्हाला ओळखू लागला होता.

त्यानंतर साधारण वर्षभरानं म्हणजे २००१च्या शेवटी आम्हाला आमच्या सर्व अटी पूर्ण करणारा असा मनाजोगता प्लॉट अखेर सापडला. रस्त्यालगत असलेली ती छोटीशी टेकडीच होती. जवळपास पाण्याचा साठा असण्याच्याही स्पष्ट खुणा दिसत होत्या. छोट्यामोठ्या वृक्षांनी वेढलेलं ते ठिकाण, एका गावाच्या वेशीपासून थोडंसं दूर होतं. किंमत योग्य होती व कागदपत्रंही चोख होती. थोडी आगाऊ रक्कम देऊन आम्ही भूमापनाच्या (जमीनमोजणी) कामाला सुरुवात केली. आपल्या स्वप्नातला प्लॉट सापडला, अशा आनंदात असताना अचानक आमचा भ्रमनिरास झाला. आपण व्यवहारात चक्क फसवले गेलो आहोत याची आम्हाला जाणीव झाली. जमीनमालकानं आम्हाला बोलावलं आणि तो दुप्पट किमतीची मागणी करू लागला. आमच्या दृष्टीनं ती किंमत अवाजवी होती व आम्हाला परवडणारी नव्हती.

त्या परिसरात आणखी दोन-तीनदा जाऊन आल्यावर तिथे गिऱ्हाइकाची फसवणूक कशी केली जाते हे आमच्या लक्षात आलं. अशा प्रकारचे सौदे करण्यासाठी तो भाग कुप्रसिद्धच होता. आगाऊ रक्कम हाती पडताच तिथले घरमालक दिलेला शब्द फिरवायचे आणि मिळालेले पैसे हडप करायचे. तिथे अशा प्रकारची लबाडी आणि फसवेगिरी खूप चालायची. जमीन विकण्याचा त्यांचा इरादाच नसे. चट्‌कन फसणाऱ्या आमच्यासारख्या शहरी माणसांना लुबाडणं हाच त्यांच्या कमाईचा एकमेव मार्ग होता. त्या अनुभवानंतर आम्ही त्या भागात जाणं बंद केलं आणि कर्जतमधील जमिनींचा शोध घेणंही काही काळापुरतं स्थगित केलं. दिलेले पैसे परत मिळवण्यासाठी मात्र आम्हाला खूपच त्रास सहन करावा लागला. त्या माणसाचा सतत पिच्छा पुरवून अखेर सहा महिन्यांनी मी त्याच्याकडून पैसे वसूल केले.

शेतीमध्ये प्रथमच रस निर्माण झाला

स्वतंत्र पत्रकारिता करत असताना २००२ मध्ये सेंद्रिय कपाशीची शेती याविषयी मीनानं एक संशोधनात्मक प्रोजेक्ट हाती घेतला होता. त्याचा अभ्यास करताना काढलेल्या टिपणांचं तिनं संकलन केलं होतं. त्या विषयावरचा शोधनिबंध ती लिहिणार होती आणि तिचं लिखाण नंतर पुस्तकरूपानं प्रसिद्ध होणार होतं. संशोधन काळात तिनं भारतातील चार राज्यांत प्रवास करून तिथल्या सेंद्रिय कापसासाठी शेती करणाऱ्या शेतकरी व कृषी व्यावसायिकांशी या विषयावर दीर्घ चर्चा केली. अनेकदा शेतकऱ्यांच्या घरात मुक्काम करून तिनं त्यांच्याकडून बारीकसारीक तपशील मिळवले. तिथून घरी परतल्यावर तिथल्या ग्रामीण जीवनाचं ती इतकं सुंदर वर्णन करायची की, त्या खेड्याचं चित्रच माझ्या डोळ्यांसमोर उभं राहायचं. मीही तिला खूप प्रश्न विचारून, तिच्याकडून जास्तीतजास्त माहिती मिळवायचो. तिच्या बोलण्यावरून माझ्या असं लक्षात आलं की, त्या शेतकऱ्यांना खूप कष्ट व मेहनत करावी लागत असली तरी ते आपल्यापेक्षा खूप सुखासमाधानाचं जीवन जगताहेत.

त्यांच्या घराचं, तिथल्या स्वच्छ मोकळ्या हवेचं आणि सर्वस्वी निसर्गावर अवलंबून असलेल्या त्यांच्या कष्टप्रद आयुष्याचं हुबेहूब वर्णन मीना करत असे. आपल्या जमिनीत स्वतः पिकवलेल्या धान्यातून ते आपलं अन्न शिजवून खात असत. त्यांचं जेवण साधं असलं तरी अतिशय स्वादिष्ट व रुचकर असायचं. आज आपल्या शहरात कॉलेस्टेरॉल, शरीरात वाढणारी चरबी, लिपिड्स, एचडीएल, एलडीएल यासंबंधीच्या माहितीचा महापूर आलेला असताना, तिथल्या खेड्यातील माणसाच्या पानात रोजच्या अन्नाबरोबर साजूक तुपाचा मोठा गोळा वाढलेला असतो. प्रत्येक वेळी जेव्हा मीना तिथून घरी परतायची, तेव्हा त्या चविष्ट जेवणाचं उदाहरण देत ती इथल्या बेचव व सपक अन्नावर कडाडून टीका करत असे.

ग्रामीण व शहरी जीवनातील या तफावतीवर आमची घरात तावातावाने चर्चा चालत असे. मला आठवतं, एकदा मीना गुजरातमध्ये दीर्घ मुक्काम करून घरी परतली होती, तेव्हा ती तिथल्या लोकांच्या जीवनशैलीनं कमालीची प्रभावित झाली होती. जवळजवळ महिनाभर ती वेगवेगळ्या शेतकऱ्यांच्या घरी राहिली होती. मीही तिचे अनुभव आवडीनं ऐकत होतो व त्यातले बारीक तपशील पुनःपुन्हा तिच्याकडून ऐकत होतो. मला वाटणाऱ्या कुतूहलाचं मीनालाही थोडं आश्चर्य वाटत होतं; पण मी त्या विषयावर आता खूप विचार करू लागलो होतो. निसर्गाच्या सान्निध्यात राहून आपल्याला लागणारं अन्न आपणच का पिकवू नये? लहानशा खेड्यात एक छोटसं घर बांधून शेती करायला काय हरकत

आहे? माझ्या मनात ती कल्पना हळूहळू मूळ धरू लागली होती आणि त्याबद्दल मीनाशी मी सतत चर्चाही करू लागलो होतो.

मला आठवतं, एका संध्याकाळी आमचं दीर्घ संभाषण झाल्यानंतर मीनानं वर्णन केलेल्या त्या खेड्यातल्या प्रसंगाचं चित्र मी मनातल्या मनात रंगवत होतो. बैठकीच्या खोलीतील सोफ्यावर मी अगदी खोल रुतल्यासारखा बसलो होतो. कोपऱ्यात वेताची लॅम्पशेड होती. दिव्याचा मंद प्रकाश तिच्या जाळीतून झिरपत भिंतीवर नाजूक नक्षी काढत होता. अतिशय नाजूक क्षण होता तो; पण तितकाच निर्णायक! होय, तोच तो क्षण... माझ्या आयुष्याला कलाटणी देणारा! इतकी वर्षं आम्ही फक्त आठवडाअखेरीस मुंबईबाहेर जाऊन राहण्याच्या कल्पनेत अडकून बसलो होतो. कर्जतमध्ये जमीन मिळवण्यासाठी किंवा लोणावळ्यात आवडलेला एक बंगला विकत घेण्यासाठी खूप आटापिटा केला होता. तो सारा शोध आता संपला होता. एखाद्या खेडेगावात छोटासा जमिनीचा तुकडा खरेदी करायचा आणि लहानसं घर बांधून राहायचं ही कल्पना मनाला भावली होती. हा निर्णय अतिशय सोपा होता असा दावा मी कधीच करणार नाही; पण त्या संध्याकाळी अचानक तो निर्णायक क्षण मला गवसला होता.

मीनानं वर्णन केलेली खेडी व तिथले शेतकरी मी प्रत्यक्षात कधीच पाहिले नव्हते. तरीही त्यांच्या जगण्याच्या पद्धतीनं मी थक्क होऊन जायचो. ते सगळेच सधन शेतकरी नव्हते; पण शहरातील वेगवान व तणावपूर्ण जीवनाच्या तुलनेनं मला त्यांचं आयुष्य खूप मोहक वाटायचं. त्यांच्या जगण्याला एक निश्चित प्रयोजन होतं. त्यांना कठोर परिश्रम करावे लागत; पण अखेरीस स्वतः कष्ट करून पिकवलेल्या अन्नाचा आस्वाद घेताना त्यांचा ऊर अभिमानानं भरून येत असे. त्यांचं आयुष्य एका संथ; परंतु स्थिर वेगात सुरू असल्यासारखं मला भासत होतं म्हणूनच वरवर पाहता तरी त्यांच्या जीवनात फारच कमी ताण-तणाव असावेत अशा निष्कर्षाप्रत मी आलो होतो. अर्थात शेतमालाला मिळणारा कमी भाव, कृषिव्यवसायातील संकटं आणि त्यापोटी केलेल्या आत्महत्या अशा कटू वास्तवाची दुःखी पार्श्वभूमीही त्यांच्या आयुष्याला लाभली होती. मात्र, तरीही संशोधन कार्यानिमित्त मीनानं काढलेले फोटो माझ्या मनात खोलवर ठसले होते आणि आपल्या मालकीच्या तशाच एखाद्या घरात कायमचं सुखानं राहण्याचं स्वप्न मी रंगवत होतो; त्यामुळे मुंबईतील आमच्या ५३० चौरसफुटांच्या छोट्या आणि बंदिस्त जागेत अचानक मला कोंडल्यासारखं वाटू लागलं.

कोणतीही घातक रसायने किंवा इतर काही अपायकारक गोष्टींचा वापर न करता केवळ सेंद्रिय शेती करण्याची कल्पना मला अतिशय आवडली होती. आपल्यापेक्षा अधिक स्वच्छ व नैसर्गिक अन्नाचं सेवन करत असल्यामुळे खेड्यातील

लोकांचं आरोग्य आपल्याहून जास्त चांगलं असतं ही गोष्ट आता मला पूर्णपणे पटली होती. विविध रसायनांचे पिकांवर होणारे दुष्परिणाम व त्यांचा वापर तातडीनं थांबवण्याची निर्माण झालेली गरज, मीनाचा शोधनिबंध वाचून मला तीव्रतेनं जाणवली होती. रोजच्या अन्नात मिसळलेल्या रासायनिक व इतर विषारी द्रव्यांमुळे आपल्या आरोग्यावर किती घातक परिणाम होत चालला आहे याचाही मी नीट अभ्यास केला होता.

शहर सोडून खेड्यात स्थायिक होण्याची माझी कल्पना मीनाला पटली होती; त्यामुळे आपल्या आयुष्यात शहरी जीवनापेक्षा सुंदर बदल होईल असं तिलाही वाटत होतं; पण केवळ ऐकीव गोष्टींवर विसंबून फारच तडकाफडकी मी हा निर्णय घेतोय, असं तिचं मत होतं. शहरात राहण्यामध्ये तिलाही फारसा रस उरला नव्हता. रोजचा कंटाळवाणा प्रवास, प्रदूषित हवा व माणसांची गर्दी यामुळे ती पार वैतागून गेली होती. शहर सोडून जाण्यामुळे होऊ शकणारा बदल तिला निश्चितच स्वागतार्ह वाटत होता; पण त्याचबरोबर माझ्या या निर्णयामुळे कदाचित काही आर्थिक समस्या निर्माण होतील याची धास्तीही तिला वाटत होती.

अलीकडे आरोग्याच्या काही तक्रारींमुळे मी ग्रासला गेलो होतो. खासकरून ट्रेकिंग करताना मला डोकेदुखीचा असह्य त्रास होई. पुरेशी विश्रांती घेतल्यानंतर आपोआप त्या त्रासातून मुक्तता मिळे. ट्रेकिंग करताना कडक उन्हाचा होणारा त्रास हे आपल्या डोकेदुखीचं कारण असल्याचं माझ्या लक्षात आलं. शारीरिक तपासणीच्या वेळी मला उच्च रक्तदाब असल्याचं निदान डॉक्टरांनी केलं. त्याचं कारण आनुवंशिक असावं. माझ्या आई-वडिलांनाही हा त्रास होता. याच तपासणीच्या दरम्यान मला मधुमेह असल्याचं व कॉलेस्टेरॉल प्रमाणाबाहेर वाढल्याचं निष्पन्न झालं.

नियमितपणे औषधं घेतल्यास हे सर्व आजार नियंत्रणात राहू शकतात; त्यामुळे काळजी करण्याचं कारण नाही असा भरवसा डॉक्टरांनी दिला होता; पण अवघ्या तिशीत असताना दिवसभर वेगवेगळ्या रंगांच्या गोळ्या गिळण्याची वेळ माझ्यावर आली. मी बिनसाखरेचा चहा व कॉफी प्यायला सुरुवात केली. मिठाई व पक्वान्नांचा त्याग करून मी शिस्तबद्ध जीवनशैली स्वीकारली. रोज सकाळी चालण्याची सवय लावून घेतली आणि त्याचबरोबर हॉटेल व बारमध्ये जाण्याचं मी शक्यतो टाळू लागलो. या सर्व उपायांनंतर परिस्थिती नियंत्रणात आली असली तरी ॲलोपथी औषधांवर व त्यांच्या दूरगामी परिणामांवर आमचा फारसा विश्वास नव्हता. माझे आई-वडीलही सुरुवातीला अशाच गोळ्या घेत होते; पण काही वर्षांतच त्यांच्यावर इन्सुलीनचं इंजेक्शन घेण्याची वेळ आली; त्यामुळे या आजारावरील इतर इलाजांचा आम्ही शोध घेऊ लागलो.

माझ्या एका सन्मित्राने त्यावर एक तिबेटियन औषध सुचवलं. मी ते घेण्यास

तयार झालो. तिबेटमधील एक महिला डॉक्टर दर दोन महिन्यांनी मुंबईला येत असे. मी तिला भेटायचं ठरवलं. काही महिन्यांतच माझा रक्तदाब योग्य पातळीवर आणण्यात ती यशस्वी ठरली. मात्र, कडक पथ्य पाळूनही ती माझा मधुमेह नियंत्रित करू शकली नाही. रक्तातील साखरेचं प्रमाण झटपट कमी करण्यासाठी नावाजल्या गेलेल्या आपल्या औषधोपचारांचा माझ्यावर काहीच परिणाम होत नाही हे पाहून तीसुद्धा चकित झाली. माझ्या विकाराचं खरं कारण मानसिक ताणतणाव हेच आहे असं अखेरीस तिनं मला सांगितलं.

यासंबंधी मी जसजसं अधिक वाचन करू लागलो, तसं माझ्या लक्षात येऊ लागलं की, माझ्या रोजच्या जेवणातील अन्नपदार्थ हेच माझ्या रोगाला मूलतः कारणीभूत आहेत. आपण खात असलेल्या विविध भाज्या व धान्य पिकवण्यासाठी त्यात मोठ्या प्रमाणात केलेल्या रसायनांचा वापर पाहून मला धक्काच बसला. त्याचप्रमाणे मानसिक ताणतणाव, दडपण व आपण स्वीकारलेली गतिमान जीवनशैली हीदेखील आपल्या अनारोग्यामागची महत्त्वाची कारणं आहेत हेदेखील माझ्या लक्षात आलं; त्यामुळे तिबेटियन औषधांचा माझ्यावर परिणाम होऊ शकला नाही, याचं मला फारसं नवल वाटलं नाही.

आपण जर आपली जगण्याची पद्धत बदलली आणि सकस अन्न खाऊ लागलो तर आजचे हे आधुनिक आजार या भूतलावरून कायमचे नाहीसे होतील याची मला पक्की खात्री वाटू लागली. 'आयबीएम'मध्ये माझ्या अनेक सहकाऱ्यांना मधुमेह, उच्च रक्तदाब व तीव्र पाठदुखींसारखे अनेक विकार जडले होते. कॉर्पोरेट क्षेत्रात काम करताना जीवनात निर्माण होणारे प्रचंड ताणतणाव सहन न झाल्यामुळे ते अशा रोगांना बळी पडत होते. त्यासाठी आपण आपल्या मुळांकडे म्हणजेच मूळ जीवनशैलीकडे परतणं आवश्यक होतं, जी आपल्या पूर्वजांनी अंगीकारली होती. आपलं अन्न आपण पिकवणं आणि खेडेगावातील आनंदी व तणावमुक्त जीवन जगणं, हाच खरा सर्वोत्तम पर्याय होता.

आज आपला देश कृषिक्षेत्रात अत्यंत आणीबाणीच्या काळातून जात असताना, माझं हे विधान कदाचित एखाद्याला स्वप्नरंजक किंवा तद्दन मूर्खपणाचंही वाटू शकेल. अनेकजण हरितक्रांतीचं व त्यासाठी कसून वापरलेल्या रसायनाचं समर्थन करतात; त्यामुळे उपासमार व दुष्काळापासून आपण बचावलो असं त्यांचं म्हणणं असतं; पण आजही आपण कुपोषण व उपासमारीच्या बातम्या वर्तमानपत्रात वाचतो. याचा अर्थ हरितक्रांती झाली तरीही या समस्या अजूनही पूर्णपणे नाहीशा झालेल्या नाहीत. उलट रसायनांमुळे माणसांवर आणि निसर्गावर होणाऱ्या घातक परिणामांच्या गंभीर समस्येला आज आपल्याला तोंड द्यावे लागत आहे.

गेल्या दशकात कर्जाचा भार असह्य झाल्याने शेकडो शेतकऱ्यांनी आत्महत्या

केल्या. शेतमालाच्या भावाबाबतीत असलेले सरकारी धोरण, ग्रामीण कर्जाचा तुटवडा आणि शेतमालाला दिलेली अत्यंत अल्प किमान आधारभूत किंमत यामुळे परिस्थिती अधिकच बिकट बनली. शेतकरी कर्जाच्या दुष्टचक्रात अडकले आणि त्यांच्या आयुष्याची शोकांतिका झाली. या चक्राला अंत नव्हता. मला मात्र यातून खूप काही शिकण्यासारखं होतं. एक गोष्ट माझ्या लक्षात आली की, जर मी कर्जमुक्त राहिलो आणि पिकांसाठी रसायनं वा खतांचा वापर केला नाही तर एकूण उत्पादनखर्चात मी खूप मोठी बचत करू शकेन. सेंद्रिय शेतीकडे वळलेल्या अनेक शेतकऱ्यांनी त्यातील फायदे अनुभवले होते. याचा अर्थ शेतकरी पुन्हा स्वावलंबी होऊ लागला होता. हा खूप मोठा व महत्त्वाचा बदल होता. आजपर्यंत तो संकरित बियाणं आणि सरकारकडून मिळणाऱ्या विविध अनुदानांवर अवलंबून होता. कीटकनाशकं व रसायनांचा वापर करून तो स्वतःचीच दिशाभूल करत होता आणि या सर्वांमध्ये त्याच्या उत्पादनाला त्यानं काढलेल्या पिकाला मात्र सरकारकडून अत्यल्प भाव दिला जात होता. त्यानंतर काही काळानं मी जेव्हा मध्य प्रदेश व तामिळनाडूतील सेंद्रिय शेती करणाऱ्या लोकांना भेटलो, तेव्हा माझ्या मतावर आणखी ठाम झालो. सुरुवातीच्या काळात त्यांनी सेंद्रिय शेतीसाठी केलेल्या प्रयत्नांनी मी प्रेरित व प्रभावित झालो; परिणामी, रसायनं न वापरण्याच्या माझ्या निर्णयालाही एक प्रकारे दुजोरा मिळाला.

आर्थिक गणिताची जुळवाजुळव

आमच्या योजनेला आता आकार येऊ लागला होता. एखाद्या खेडेगावात जमीन विकत घेऊन आम्हाला तिथेच राहायचं होतं. केवळ मूलभूत सोयी असलेलं एक छोटंसं घर आम्हाला बांधायचं होतं. भरपूर पैसे कमावण्याचा विचारही आमच्या मनात नव्हता, आम्हाला फक्त त्या जमिनीतून येणाऱ्या उत्पन्नावर जगायचं होतं. खाण्यासाठी लागणारे सर्व अन्नपदार्थ आम्हाला आमच्या शेतात पिकवायचे होते आणि त्यानंतर जे काही धान्य शिल्लक उरेल, ते आम्ही बाजारात विकणार होतो. याचा अर्थ आमच्या शेतात धान्याबरोबर भाजीपालाही उगवणार होता. पालेभाज्या, तृणधान्य, गळीत, भात किंवा गहू आणि इतर महत्त्वाच्या पिकांची लागवड करून, उरलेल्या जागेत फळझाडे व इतरही काही झाडं लावण्याचा आमचा विचार होता. कपड्यालत्त्यासारख्या इतर काही गोष्टी विकत घेण्यासाठी लागणारी रक्कम जर आम्ही शेतीच्या उत्पन्नातून उभारू शकलो नसतो, तर तो खर्च मात्र आम्हाला आमच्या गंगाजळीतून करावा लागणार होता.

जमाखर्चाचा काटेकोर आढावा घेतल्यानंतर माझ्या असं लक्षात आलं की,

घर व शेती उभारण्यासाठी लागणारा खर्च केल्यावर, आमच्यापाशी फक्त पुढची तीन वर्षं पुरेल एवढीच रक्कम शिल्लक उरणार आहे. अर्थात, खेड्यात राहण्यासाठी ६००० रुपये मासिक खर्च असेल, या गृहीतकावर मी हा ताळेबंद मांडला होता. जर आम्ही मुंबईतील आमचं घर, गाडी वगैरे सर्व मालमत्ता विकली असती तर पुढची दहा वर्षं त्यावर गुजराण करू शकलो असतो. आपल्याला शेतीतून काहीही उत्पन्न मिळणार नाही आणि इतकी वर्षं केलेल्या बचतीमधून पुढचा सारा खर्च करावा लागेल हे गृहीत धरून हा अंदाज मी बांधला होता. याचा अर्थ या नव्या क्षेत्रात जम बसवण्यासाठी आमच्यापाशी फक्त तीन वर्षांचा अवधी होता. त्यानंतर मात्र आजपर्यंत जमवलेली मालमत्ता विकण्याखेरीज दुसरा पर्याय नव्हता.

जमाखर्चाचा मेळ घालणं अवघड होतं. अतिरिक्त खर्चाला जराही वाव नव्हता.

अवधी फारच कमी होता.

आम्हाला शेतीची काहीच माहिती नव्हती.

यापूर्वी आम्ही कधीच खेड्यात राहिलो नव्हतो.

अजून आम्हाला मनपसंत जमीन सापडली नव्हती.

अरेच्चा! हे तर मी 'आयबीएम'साठी हाताळलेल्या अनेक प्रोजेक्टसारखंच एक होतं...

संक्रमण करण्याची योजना कागदावर पक्की तयार होती. ती प्रत्यक्षात आणण्यासाठी आम्हाला फक्त एक जमिनीचा तुकडा हवा होता. आम्ही आता गंभीरपणे त्याचा शोध घेऊ लागलो. याआधीही आम्ही दर आठवड्याच्या अखेरीस मुंबईबाहेर जात होतो; पण आता आमचे निकष बदलले होते. पूर्वी निसर्गसौंदर्य पाहायला जायचो; आता आम्हाला कसदार जमीन हवी होती. प्रत्येक नव्या ठिकाणाकडे आम्ही चिकित्सकपणे बघत होतो. जमीन सुपीक आहे ना? मदतीसाठी गावातून मजूर मिळतील का? जलसिंचनासाठी पाण्याचा साठा आहे ना? इथे कोणती झाडं उगवतात? इथली पारंपरिक पिकं कोणती?... असे अनेक प्रश्न आम्ही विचारायचो. शिवाय पूर्वी आम्हाला केवळ एक-दोन एकर जमीन पुरेशी वाटायची; आता आम्हाला ४-५ एकरांची गरज भासू लागली.

मुंबईपासून अंदाजे १२० किलोमीटरवर असलेल्या डहाणू भागात आम्ही जमिनीचा शोध घेऊ लागलो. डहाणूमध्ये विक्रीसाठी मुबलक जमीन उपलब्ध होती; पण प्रत्येक प्लॉट १५ हून अधिक एकरांचा असायचा. इतका मोठा भूखंड आम्हाला परवडणारा नव्हता आणि पेलणाराही नव्हता. आम्ही छोटा व आमच्या आवाक्यात असणारा प्लॉट शोधत होतो. या शोधात कित्येक आठवडे व महिने उलटले; पण हवी तशी जमीन काही हाती लागत नव्हती.

अनपेक्षित भेट व धाडसी उडी

जून २००३च्या सुमारास मुंबईच्या एका वाचनालयात मीनाला तिचा जुना मित्र राजेन सिंग अचानक भेटला. बोइसरजवळ राजेनचं एक छोटंसं शेत होतं. बोलण्याच्या ओघात आपणही अशाच एका शेतजमिनीच्या शोधात असल्याचं मीनानं त्याला सांगितलं. राजेननं लगेच तिला नानिवली गावातील मोरू वळवी या दलालाशी संपर्क साधून दिला. ज्या गावात राजेनची जमीन होती, त्याच्या बाजूलाच नानिवली हे छोटं खेडेगाव होतं. आम्ही मोरूशी बोललो. आपल्या गावाच्या आसपासची जमीन दाखवण्याचं त्यानं कबूल केलं.

ठरल्याप्रमाणे एका रविवारी सकाळी आम्ही मोरूच्या गावी पोहोचलो. त्यानं सुरुवातीलाच पेठ गावातील एक सुंदर शेतजमीन आम्हाला दाखवली. सूर्या नदीच्या काठावर असलेल्या या शेताच्या मागे थोड्या अंतरावर लहान-लहान टेकड्या होत्या. साडेचार एकरांचा प्लॉट होता. अगदी आम्हाला हवा होता, तसा; चारही बाजूनं कुंपण घातलेल्या त्या शेतात भरपूर गवत वाढलं होतं. थोडी चिकूची झाडं होती आणि मध्यभागी एक छोटंसं घर बांधलेलं दिसत होतं. घराची अवस्था फारच वाईट असली तरी त्याला नवं रूप देणं शक्य होतं. पाहताक्षणीच ती जागा आम्हाला आवडली. मात्र, मालक त्या जागेचे १६ लाख रुपये मागत होता. एवढी मोठी रक्कम देणं आम्हाला शक्य नव्हतं.

मोरू वळवी हा त्या भागात मोरूदादा या नावानं ओळखला जायचा. तो नानिवलीचा सरपंचही होता. त्यानंतर त्यानं आम्हाला अनेक प्लॉट्स दाखवले; पण त्यातला एकही आमच्या पसंतीस उतरला नाही. आम्ही त्याला आमचे फोन नंबर्स दिले. पुढच्या आठवड्यात आणखी काही जमिनी दाखवतो, असं आश्वासन त्यानं आम्हाला दिलं.

आम्हाला अजूनही हवी तशी जमीन मिळत नव्हती आणि एकूणच गोष्टी काही मनासारख्या घडत नव्हत्या. शिवाय जमीन शोधण्यासाठी नियमितपणे नानिवलीला जाण्यासाठी मी वेळ काढू शकत नव्हतो. फक्त रविवारीच मोकळा वेळ असायचा व कधीकधी मला रविवारीही ऑफिसला जावं लागायचं. जमिनीच्या शोधासाठी आपण अधिक वेळ द्यायला हवा हे मला जाणवत होतं. अखेर अमेरिकेतून तो कॉन कॉल यायच्या आठवडाभर आधी मी मीनाशी याबद्दल बोललो. खेडेगावात जाऊन शेती करण्याचं आपलं स्वप्न साकार होण्यासाठी मला पूर्ण वेळ प्रयत्न करायला हवेत आणि त्यासाठी मला आयबीएम सोडणं गरजेचं आहे असं सांगून मी तिला माझं म्हणणं पटवण्याचा प्रयत्न केला. मीनाला परिस्थितीचं गांभीर्य लक्षात आलं होतं; पण जमिनीची निवड झाल्याखेरीज मी नोकरी सोडू नये, या

तिच्या मताशी ती ठाम होती.

मला कळून चुकलं होतं की, आयबीएमचं नवं प्रोजेक्ट आणि माझा जमिनीचा शोध या दोन गोष्टी एकाच वेळी करणं अशक्य आहे. डिसेंबरमध्ये प्रोजेक्ट सुरू होणार होतं. प्रोजेक्टची जबाबदारी स्वीकारून, मध्येच ती अर्धवट सोडून देणं हे माझ्या सदसद्विवेकबुद्धीला कधीही पटलं नसतं. अखेर नोव्हेंबर २००३ च्या पहिल्या आठवड्यात मी नोकरीचा राजीनामा द्यायचं ठरवलं. मी घेतलेला तो अत्यंत धाडसी निर्णय होता. ज्या कॉर्पोरेट जगात मी उत्तम कामगिरी करत होतो, ते सोडून शेतीसारख्या सर्वस्वी अनोख्या क्षेत्रात मी पाऊल ठेवत होतो. खेड्यातील जीवन कसं असतं आणि शेती म्हणजे काय, याचा मला गंधही नव्हता. फक्त एकाच गोष्टीचा दिलासा व भरवसा मला वाटत होता. आपल्या देशातील ६५ टक्के जनता खेड्यात राहते, ही वस्तुस्थितीच माझा उत्साह वाढवत होती. शेतकरी आत्महत्या करत होते, कृषिक्षेत्रात औदासीन्य पसरलं होतं, सारं काही रसातळाला जाण्याची शक्यता वर्तवली जात होती; पण तरीही मी मात्र खेड्यात जायला उत्सुक झालो होतो.

'आयबीएम'मध्ये राजीनामा देताना, एक इलेक्ट्रॉनिक फॉर्म भरून तो सिस्टिममधूनच पाठवावा लागतो. ४ नोव्हेंबर २००३ रोजी ऑफिसमध्ये पोहोचल्यावर मी राजीनामा सादर करतोय असं फोन करून मीनाला कळवलं. त्याच वेळी मीनानं मला अचानक एक सुखद बातमी सांगितली. काही मिनिटांपूर्वी मुंबईतील एका वृत्तपत्राकडून तिला नोकरीचं आमंत्रण मिळालं होतं. हा एक विलक्षण योगायोग होता. आम्ही तशी कधी अपेक्षाही केली नव्हती. मला हा शुभसंकेत वाटला व त्याच क्षणी मी माझा राजीनामा सादर केला.

जमिनीसाठी शोधाशोध

संक्रमणावस्था

मी राजीनामा सादर केल्यानंतर जवळजवळ महिनाभर 'आयबीएम'मध्ये निरनिराळ्या तर्कविर्तकांना उधाण आलं. सात वर्षांची दीर्घ सेवा केल्यामुळे मी कंपनीतील अनेकजणांना ओळखत होतो. माझ्या टेबलावरील फोन दिवसभर खणखणत असायचा. 'आयबीएम'च्या विविध कार्यालयांतून मला फोन कॉल्स येत होते. कंपनी सोडून मी नेमका कुठे चाललोय, याची प्रत्येकाला उत्सुकता होती. माझ्या नव्या धाडसी योजनेची कल्पना मी फारच थोड्या मित्रांना दिली होती. मला नेमून दिलेली कामं व जबाबदाऱ्या याबद्दल माझ्याशी सविस्तर चर्चा केल्यानंतर अखेर ३१ डिसेंबर २००३ रोजी 'आयबीएम'नं मला सेवामुक्त करण्याचा निर्णय घेतला. माझ्यासाठी ती अगदी योग्य तारीख होती. हातात कोरी पाटी घेऊन मी नववर्षाचं स्वागत करू शकणार होतो.

१ जानेवारी २००४ रोजी मी नेहमीप्रमाणे कामावर जाण्यासाठी उठलो. अचानक माझ्या लक्षात आलं की, आपल्याला कुठेही जायचं नाही. आता आपण बेरोजगार झालो आहोत! मी पुन्हा पांघरुणात शिरत आणखी थोडा वेळ शांतपणे झोपायचं ठरवलं. ती अवस्था खरोखरच अवर्णनीय होती.

मी डोळे मिटून पडलो होतो आणि अजून कितीही वेळ त्याच स्थितीत पडून राहू शकत होतो. सलग पंधरा वर्षं मी कामाला जुंपून घेतलं होतं. आता मात्र नेहमीसारखं घाईगडबडीनं तयार होऊन ट्रॅफिकच्या त्या गुंताड्यातून गाडी चालवत मला ऑफिसला जावं लागणार नव्हतं. आता मला शर्टला साजेसा टाय निवडायचा नव्हता किंवा कसाबसा नाश्ता तोंडात कोंबून, झरझर जिना उतरायचा नव्हता. आता मला कॉन्फरन्स कॉल्सची चिंता नव्हती किंवा मी सुचवलेल्या नव्या योजनेच्या प्रस्तावाची कंपनीनं दखल घेतली आहे की नाही, याचीही फिकीर नव्हती. फक्त एकच विचार मनाला भेडसावत होता. या महिनाअखेरीस पगाराच्या भरघोस रकमेचा चेक मात्र हातात पडणार नव्हता.

नोकरी सोडण्याचे संपूर्ण परिणाम लक्षात येण्यामध्येच तो आठवडा निघून गेला. सात दिवसांचा तो काळ मला खूपच मोठा वाटला. आपण चुकीचा निर्णय तर घेतला नाही ना, या विचारानं त्या दिवसांत मी बऱ्याचदा अस्वस्थ व्हायचो; पण सुरुवातीच्या त्या मानसिक तणावातून मी स्वतःला लवकर सावरलं आणि पुन्हा एकदा अधिक जोमानं जमिनीच्या शोधात गढून गेलो. पूर्वी मी फक्त रविवार व सुट्टीच्या दिवशीच खेड्यात जाऊ शकायचो. आता आठवड्यातून दोन-तीनदा गावात जाऊन जास्तीतजास्त लोकांना भेटायचा मी सपाटाच लावला. गावातील लोक मला विक्रीकरता उपलब्ध असलेल्या जमिनी दाखवण्यासाठी चिखलानं भरलेल्या शेतात किंवा छोट्या-मोठ्या टेकाडांवर घेऊन जायचे. मी त्यातली एखादी जागा पसंत करायचो. मग पुन्हा एकदा ती जागा पाहण्यासाठी मीनाला घेऊन यायचो. दोघांनाही शेतजमीन आवडली तर पुढचा टप्पा, म्हणजे आम्ही त्या जागेच्या आर्थिक व्यवहारासंबंधीची बोलणी सुरू करायचो. एकूणच तो प्रकार अतिशय संथ गतीने व रटाळपणे चालायचा. जणू फक्त आम्हालाच निकड होती. गावकऱ्यांना मुळीच घाई नसायची. त्यांच्या नेहमीच्या संथ गतीनं गोष्टी हळूहळू पुढे सरकायच्या. शेतकरी म्हणून एका नव्या जीवनाचा स्वीकार करताना मी शिकलेला तो पहिला धडा होता.

वेळेला महत्त्वच नसायचं. खेड्यामध्ये प्रत्येक गोष्ट अगदी सावकाशपणे केली जाते. एखाद्याला मी दुपारी दोन वाजता भेटायचं ठरलं असेल, तर तो चारच्या सुमारास उगवायचा. उशीर होण्याचं कारणंही अगदी साधं असायचं. त्याची ठरलेली बस चुकायची आणि त्यानंतर दोन तासानं दुसरी बस यायची. सुरुवातीला हा प्रकार मला सहन व्हायचा नाही. एखाद्या गोष्टीला उशीर होऊ लागला की, पिंजऱ्यात अडकलेल्या वाघाप्रमाणे मी इकडून तिकडे अस्वस्थपणे येरझारा मारायचो; पण इथे कोणालाही कसलीच घाई नसते, हे सत्य अखेर मला समजून चुकलं. मग मीच त्यांच्या गतीशी जुळवून घ्यायला शिकलो. समोर

हिंडणारे गाई-गुरांचे कळप आणि भोवताली उडणारे चतुर व भुंगे पाहत मी एखाद्या बसस्टॉपवर दोन तास शांतपणे बसून राहायचो. एखाद्यानं दोन दिवसांचा अवधी मागितला, तर तो ते काम कमीतकमी एका आठवड्यात किंवा जास्तीतजास्त एक महिन्यात करेल, अशी मी मनाशी आधीच खूणगाठ बांधायचो. आपण शहरवासीच फक्त क्षणाचीही उसंत न घेता अखंड धावपळ करत असतो.

मला अजूनही मनासारखी जागा सापडत नव्हती. या संदर्भात आमच्या एका मित्रानं सांगितलेली गोष्ट आजही माझ्या लक्षात आहे. तो म्हणाला होता की, जमीन मिळण्यासाठी एक शकुन घडावा लागतो. जेव्हा तुम्ही एखाद्या ठिकाणी पोहोचता व त्या शेताच्या मध्यभागी जाऊन उभं राहता, तेव्हा तुमचं मन आपोआप आनंदानं भरून जायला हवं. त्या जमिनीने तुमच्याशी बोलायला हवं. आमच्या बाबतीत मात्र असं घडायचं की, ज्या वेळी एखादी जमीन आम्हाला आवडायची, तेव्हा ही जमीन तू विकत घेऊ नकोस, असं आतून कोणीतरी आम्हाला बजावून सांगायचं; त्यामुळे आम्हाला आमच्या अंतःप्रेरणेवर विश्वास ठेवायलाच लागायचा.

काही दिवसांनी मी गावात गाडी घेऊन जाणं बंद केलं. एकतर पेट्रोलसाठी खूप खर्च यायचा आणि दुसरं म्हणजे गाडी दृष्टीला पडताच गावातली माणसं जमिनीचा भाव वाढवून सांगायची. म्हणून मी बोइसरपर्यंत रेल्वेनं आणि तिथून पुढे बसनं जाऊ लागलो. अशाच एका निष्फळ शोधमोहिमेनंतर घरी परतण्यासाठी गाडीत बसलो असताना, माझ्या मनात भूतकाळाबद्दल, मुंबई शहराबद्दल आणि माझ्या सध्याच्या संक्रमणावस्थेबद्दल बरेच विचार येऊ लागले. पूर्वी बॉम्बे म्हटले जाणाऱ्या आणि आता नव्यानं मुंबई असे नामकरण झालेल्या महानगरात मी ३७ वर्षे राहिलो होतो. नाव बदलल्यामुळे शहरात काहीच फरक पडला नव्हता. असं म्हणतात की, ३७ वर्षांच्या प्रदीर्घ वास्तव्यानंतर तुम्हाला ते शहर अधिकाधिक आवडू लागतं. त्या शहराशी तुमची नाळ घट्ट जुळते. ज्याप्रमाणे एखाद्या सुरळीतपणे सुरू असणाऱ्या यंत्राचा प्रत्येक नटबोल्ट, खिळा किंवा त्याच्या चाकांचे दाते जसे आजूबाजूचं भान विसरून फक्त आपल्याला नेमून दिलेलं काम अव्याहतपणे करत असतात, तसेच तुम्हीही शहररूपी यंत्राचे एक अविभाज्य भाग बनून जाता.

मुंबई हे जगातील एकमेव असं शहर असेल की, जिथे सकाळची ७.५३ची फास्ट लोकल पकडणं, या गोष्टीला इतकं महत्त्व असतं की, त्या वेळी त्या आधीची ७.४९ची डबल फास्ट लोकल पकडण्याच्या घाईत कोणीतरी गाडीचा धक्का लागून रुळावर रक्तबंबाळ अवस्थेत पडलेला असेल, तरी त्याला मदत करण्यासाठी कोणापाशीही वेळ नसतो.

मुंबईत आल्यावर मी प्रथम रॅलीज इंडिया कंपनीत नोकरी करू लागलो. त्या काळात मला रोज चर्चगेटपर्यंत रेल्वेनं प्रवास करावा लागे. गाडीत नानाविध

विषयांवर चर्चा चाले. खिडकीजवळील मोक्याची सीट कशी पकडायची? या वर्षी होळी नेमकी रविवारी आहे (म्हणजे एक सुट्टी हुकली), यंदा पावसाळ्यात रुळांवर पाणी साठेल का? किंवा बाहेरगावाहून येणाऱ्या गाड्यांमुळेच आपल्या लोकल्स अडकून पडतात याचा अर्थ जणू काही दूर अंतरावरून येणाऱ्या गाड्या प्रवाशांविनाच धावत असतात आणि मुंबईतील रेल्वेप्रवाशांना जास्तीतजास्त त्रास द्यावा, हा त्यांचा एकमेव उद्देश असतो. या सर्व चर्चेत एका गोष्टीचं मला नवल वाटे की, प्रत्येकानं नेहमीच्या वेळेपेक्षा थोडी आधीची गाडी पकडावी, असं मात्र कुणीही बोलत नसे. असा काही मुद्दा मांडला तर जणू पावित्र्यभंगाचं पाप आपल्या माथी येईल.

भारताची आर्थिक राजधानी असलेली ही मुंबापुरी सर्वांशीच दयाळूपणे वागते. शहरात पैसे कमावण्याचे अनंत मार्ग होते आणि त्यामुळे मुंबईत मोठ्या प्रमाणात पैसा खेळत असायचा. सेवा-उद्योगांची झपाट्यानं वाढ झाली होती आणि नुकतीच पदवी मिळवलेल्या तरुणानांही पाचआकडी पगाराची नोकरी सहज मिळू लागली होती. ऑफिस कॅन्टीनमधील चर्चेचे विषय आता बदलू लागले होते. ट्रेनमधील अडचणींबद्दल सतत बोलणाऱ्या लोकांच्या तोंडी बाजारात आलेल्या नव्या मोटारींचा विषय असायचा. अत्याधुनिक मोबाइल फोन्स, वेगवेगळ्या कंपन्यांच्या मोटारी, त्यांचे गुणदोष आणि त्या विकत घेण्यासाठी उपलब्ध असणारी कर्जे यावर आता सर्वजण बोलू लागले होते. कर्जावरील व्याजदराची टक्केवारी किंवा सर्वांत कमी किमतीत मोटारीचा सौदा कुठे व कसा होऊ शकतो, यावर लोक बराच वेळ खर्च करत होते. कर्जप्रक्रियेविषयी विश्लेषण करणारे तक्ते व कर्जफेडीची सुलभ कोष्टकं यांची एकमेकांमध्ये देवाणघेवाण होत असे.

मध्यमवर्गीय नोकदारांच्या पगाराचा आकडा अचानक फुगू लागल्यामुळे त्यांच्यापाशी बरीच मोठी रक्कम शिल्लक राहू लागली. त्या पैशांतून आपण आणखी एखादं घर किंवा मोटार विकत घ्यावी अथवा राहत्या घरापेक्षा मोठं घर व मोठी गाडी खरेदी करावी असा विचार ते करू लागले. मुंबई महानगर हे एक पैसे ओतणारं मशीन बनलं होतं. भरपूर पैसे कमवायचे असतील तर या मशीनचा एक भाग होणं आवश्यक होतं.

एक वेगळा प्रवास

रेल्वेत बसून मी खिडकीबाहेर पाहत होतो. बाहेरची दृश्यं अस्पष्ट होत मागे सरत होती. मी दिवसभरातील घटनांवर विचार करू लागलो. गोरेगावला सकाळी ७ वाजून ५० मिनिटांनी मी जेव्हा बोरिवली लोकलमध्ये शिरलो, तेव्हा ती पूर्ण

रिकामी होती. गाडी कांदिवली स्टेशनमध्ये थांबताच, बसण्याच्या जागा पकडण्यासाठी माणसांचा एक लोंढा गोंगाट करत आत घुसला. ते सर्वजण कांदिवलीहून बोरिवलीला जाऊन, पुन्हा त्याच गाडीनं उलटा प्रवास करत आपापल्या व्यवसायाच्या ठिकाणी जाणार होते. त्यातला एक गट आक्रमक पवित्रा घेत आमच्या दिशेनं आला आणि एका वृद्ध गृहस्थाला उद्धटपणे बसल्या जागेवरून उठायला सांगू लागला. तो गृहस्थ बिचारा बावचळून गेला, कारण त्याच्यापाशीही रेल्वे तिकीट होतं. तो विरोध करू लागताच शेजारच्या एका प्रवाशानं त्याला समजूतदारपणे उठून दुसरीकडे जाण्याची विनंती केली, कारण त्या गटाची ती रोजची ठरलेली जागा होती. गेल्या काही वर्षांत रेल्वेमध्ये दादागिरी करणाऱ्या टोळक्यांनी हैदोस घालायला सुरुवात केली होती. अंगावर उत्तम कपडे, हातात मोबाइल फोन्स आणि रेल्वेत मनाई असतानाही बेफिकीरपणे सिगारेट शिलगावणाऱ्या त्या तरुण उर्मट 'गँग'ने पाहतापाहता त्या डब्याचा ताबा घेतला. जे लोक त्यांच्या खास गटाचे सदस्य नव्हते, त्यांना त्या कंपूने बाहेर ढकलून किंवा बाजूला रेटून अपमानास्पद वागणूक दिली.

त्या गँगला मागे सोडून मी बोरिवलीला उतरलो. मला बोइसरला जाणारी फिरोजपूर जनता एक्सप्रेस पकडायची होती. माझं लक्ष रुळांवर गर्दी करून उभ्या असलेल्या लोकांकडे गेलं. फलाटावर उभं राहण्याऐवजी ते घोळका करून रेल्वेरुळांवर उभे होते. ते असे दुसऱ्या बाजूला का उभे आहेत, हे मला समजेना; पण जनता एक्सप्रेस स्टेशनमध्ये शिरताच मला त्याचा उलगडा झाला. गाडीत आधीपासून बसून आलेली त्यांची मित्रमंडळी ही रेल्वेमधील आणखी एक 'माफिया गँग' होती. ती कोणालाही प्लॅटफॉर्मच्या बाजूचा दरवाजा उघडू देत नव्हती. फक्त रुळांवर उभे असलेले लोक गाडीत शिरू शकले. त्यातले काही रोज प्रवास करणारे होते तर काही त्या गँगचे सदस्य होते.

आतमध्ये बसलेल्या व्यक्तीला वारंवार विनवणी केल्यानंतर, गाडी अगदी फलाटावरून निघत असताना एका डब्याचं दार किंचित उघडलं गेलं. मी कसाबसा आत शिरलो आणि त्या गँगमध्ये जाऊन बसलो. आपापल्या ऑफिसबद्दल त्यांचं बोलणं सुरू होतं. बोलताना ते सतत आपल्या बॉसला शिव्यांची लाखोली वाहत होते. काहीजण मोठ्या सुट्टीची योजना आखत होते. प्रत्येकाजवळ अत्याधुनिक मोबाइल फोन्स होते व ते त्याविषयीच बोलत होते.

आपसांत वर्तमानपत्रांची देवाणघेवाण झाली; त्यामुळे प्रवास संपेपर्यंत प्रत्येकाचे दोन-तीन पेपर वाचून झाले होते. महापालिकेत नोकरी करणाऱ्या डॉक्टरांचा एक गट त्या डब्यात बसला होता. त्यांच्यापैकी एकाच्या हातात नोकिया कंपनीचा नवा मोबाइल फोन होता; पण फोनच्या वरचं वेष्टण काढणं त्यांच्यापैकी कोणालाच जमत नव्हतं. मी त्यांना मदत केली. काम होताच ते पुन्हा आपल्या गप्पांमध्ये

रंगून गेले. माझे आभार मानण्याचं सौजन्यदेखील त्यांनी दाखवलं नाही. त्यांच्या लेखी मी जणू तिथे अस्तित्वातच नव्हतो आणि असलो तरी त्यामुळे त्यांना काहीच फरक पडत नव्हता. मी त्यांच्यापैकी एकाशी बोलण्याचा प्रयत्न केला; पण त्यानं माझी दखलही घेतली नाही. म्हणतात ना, एखाद्या घट्ट जोडल्या गेलेल्या कुटुंबात परक्या माणसाला प्रवेश नसतो. उरलेल्या प्रवासात मी शांतपणे वर्तमानपत्र वाचत बसलो.

तासाभरानं मी बोइसर स्टेशनवर उतरलो आणि बाहेर येऊन बसस्टॉप शोधू लागलो. बाजूनं चालणाऱ्या एका वृद्ध गृहस्थाला बसस्टॉप कुठे आहे, असं मी विचारलं. त्यानं हसून मला आपल्यासोबत यायला सांगितलं. काही अंतर चालल्यावर आम्ही एका ठिकाणी आलो. तिथे बसस्टॉप असल्याची एकही खूण नव्हती. सावलीसाठी शेडही नव्हती. फक्त एक चहाची टपरी होती. बस तिथे येऊन थांबायची. थोड्याच वेळात राज्य परिवहन मंडळाची बस आली. बस येताच काहीजण 'बऱ्हाणपूरऽ बऱ्हाणपूर!' असं जोरजोरात ओरडू लागले. बसच्या पाटीवरील पुसट अक्षरं वाचता न येणाऱ्यांसाठी ती खास सूचना होती. बसचा दरवाजा उघडला गेला. सर्वांनी प्रथम त्या वृद्ध माणसाला जात जाऊ दिलं. त्यानंतर स्त्रिया व मुलं बसमध्ये चढली. बस कंडक्टरनं, 'चला! लवकर चला!' असं पुकारताच सर्वांत शेवटी तरुण मंडळी आत शिरली. बसमधील धुळीनं माखलेल्या एका डुगडुगणाऱ्या सीटवर बसताना मला बोरिवली लोकलमध्ये सकाळी घडलेला प्रसंग आठवला. रेल्वे डब्यातील त्या रानटी गँगनं अशाच एका ज्येष्ठ व्यक्तीला बिनदिक्कतपणे हुसकावून बाहेर काढलं होतं. दोघांपैकी नक्की कोणत्या गटाला सुशिक्षित म्हणावं, हे मला उमजेना.

माझ्याशेजारी बसलेल्या एका तरुण मुलानं चट्‌कन उठून एका म्हाताऱ्या माणसाला आपली जागा दिली. ही गोष्ट मी का करू शकलो नाही, या विचारानं मी मनातून खजील झालो. मी लगेच थोडा बाजूला सरकलो व मधल्या जागेत त्या मुलाला बसण्यास सांगितलं. त्याला बोलतं करण्यासाठी मी त्याला त्याच्या शिक्षणासंबंधी विचारलं. "मी चौथी पास आहे," त्यानं अभिमानानं उत्तर दिलं. "मग तू पुढे का शिकला नाहीस?" असं मी विचारताच तो ताबडतोब म्हणाला, "शेजारच्या गावात शाळा आहे. तिथे रोज जाण्याएवढे पैसे माझ्यापाशी नाहीत." माझ्या शिक्षणावर आई-वडिलांनी खर्च केलेल्या पैशांची मला आठवण झाली.

"तुम्ही कोणत्या गावचे?" बाजूला बसलेल्या त्या म्हाताऱ्या माणसानं मला हसून विचारलं. बाळकृष्ण रवींद्र घरत, असं त्यांचं नाव होतं. पंधरा मिनिटांच्या आमच्या संभाषणात त्यांनी आपल्या आयुष्याची संपूर्ण कथा मला ऐकवली. मला त्यांच्या मुलांची व नातवंडांची नावंसुद्धा ठाऊक झाली होती. त्यांनी माझी व

माझ्या कुटुंबाचीही सखोल चौकशी केली. सकाळच्या गाडीतील तो डॉक्टरांचा गट मला आठवला. मदत केल्याबद्दल साधे आभार मानायचं सौजन्यदेखील त्यांनी दाखवलं नव्हतं. ही अलिप्त राहण्याची वृत्ती शहरातच आढळते. जो तो आपल्या कोशात राहत असतो.

बसमधील इतर लोकांकडे माझं लक्ष गेलं. त्यामध्ये स्त्रियांची संख्या अधिक होती. त्या बहुधा कामावर जाण्यासाठी निघाल्या असाव्यात. त्यातल्या काहीजणी वेगवेगळ्या गावांतील शिक्षिका किंवा सर्वेक्षण वगैरे करणाऱ्या समाजसेविका होत्या. बसमधील ड्रायव्हर व कंडक्टरपासून प्रत्येकजण एकमेकांना ओळखत होता. ड्रायव्हरनं एका शाळेसमोर किंवा एका वस्तीसमोर बस थांबवली. काही महिला तिथे उतरल्या. उतरण्यापूर्वी 'संध्याकाळी पुन्हा भेटू' असं म्हणत त्यांनी एकमेकींना शुभेच्छा दिल्या. एका ठिकाणी तर एका स्त्रीनं ड्रायव्हरला चक्क इंजीन बंद करण्याची विनंती केली. मला ती विनंती थोडी विचित्र वाटली; पण इंजिनाचा आवाज बंद होताच तिनं बसमधून मान बाहेर काढली आणि शाळेबाहेर उभ्या असलेल्या विद्यार्थ्यांना जोरात ओरडून शाळेत जाण्याची सूचना केली. शाळेत वाजणारी घंटा मला ठाऊक होती; पण अशी 'मानवी घंटा' मी प्रथमच पाहत होतो.

नानिवली गावात दिवसभर जमिनीसाठी शोध घेतल्यावर तिथल्या एका छोट्याशा टपरीवर मी चहा पिण्यासाठी थांबलो. कोंडूरामची बायको ती टपरी चालवायची. गावात आणि आजूबाजूच्या परिसरात घडणाऱ्या प्रत्येक गोष्टीची तिला खडान्‌खडा माहिती होती. मी अर्धा तास तिथे होतो; तेवढ्या वेळात तिनं माझ्याबद्दल माझ्याच तोंडून मिळेल तितकी बारीकसारीक माहिती गोळा केली. आता ही सगळी माहिती ती गावभर पसरवणार हे मला ठाऊक होतं. त्यानंतर गावाला दिलेल्या दोन-तीन भेटींमध्येच माझा हा अंदाज खरा ठरला. काही दिवसांनी नानिवलीपासून थोड्या अंतरावर असलेल्या आंबेडा गावात मी पोहोचताच एका अनोळखी इसमानं मला विचारलं, "काय रवीशेठ, अजूनही तुम्हाला जमीन मिळाली नाही?"

चहाच्या त्या टपरीवर शेतामध्ये सध्या उगवत असलेल्या पिकांपासून ते अगदी शेजारच्या गावात झालेल्या खुनापर्यंत विविध विषयांवर संभाषण चालत असे. त्या वेळी सर्वात्रिक निवडणुकीची तारीख अगदी जवळ येत चालली होती. सर्वजण सरपंचाच्या आदेशाची वाट पाहत होते. कोणाला मतदान करायचं हे सरपंच ठरवणार होता. इलेक्ट्रॉनिक व्होटिंग मशिन्सबद्दल सर्वांच्याच मनात प्रचंड कुतूहल होतं. चुकीचं बटण दाबलं तर विजेचा जोरदार झटका बसणार अशी सर्वांचीच पक्की खात्री झाली होती. तुमची माहिती खरी नाही असं सांगून मी त्यांचं मत खोडून काढण्याचा प्रयत्न केला; पण तो निष्फळ ठरला.

चहा पीत असताना शेजारीच बसची वाट पाहत असलेल्या महिलेला मी विचारलं की, बोइसरला जाणारी पुढची बस कधी येते? ती हसली व म्हणाली येईल की बस. ''हो पण बस येण्याची नक्की वेळ कोणती?'' मी तिला पुन्हा विचारलं. त्यावर ती म्हणाली, ''आता बस आपल्या समोरून पुढच्या गावांत जाईल आणि तिथून ती इथे परत येईल!'' किती साधंसोपं स्पष्टीकरण दिलं होतं तिने. त्याउलट आम्हा मुंबईकरांच्या वेळेच्या संकल्पना किती वेगळ्या असतात. ७.५३ नंतर ७.५९ ची लोकल असते; पण त्या सहा मिनिटांच्या अंतरामुळे आमच्या जीवनात फार मोठा फरक पडतो. नानिवलीला मात्र बस परत न आल्यामुळे अखेर एका ट्रकमधून मला परतीचा प्रवास करावा लागला.

गाडी हळूहळू बोरिवली स्टेशनात म्हणजे माझ्या मुक्कामाच्या ठिकाणी येऊन थांबली. मनात विचार आला की, शहरापासून केवळ १०० किलोमीटर अंतरावर असलेल्या खेड्यामधील जीवनात केवढा मोठा फरक आहे. माझ्या आयुष्यातील संक्रमणाच्या काळाला नुकतीच सुरुवात झाली होती. शहर मला हद्दपार करणार होतं की मीच शहराला सोडचिठ्ठी देणार होतो, याचं उत्तर काही काळानंतर मिळणार होतं. मला मात्र वाटत होतं की, आपल्या सर्वांना आता 'संक्रमणाची' नव्हे तर 'परिवर्तनाची' खरी गरज आहे.

अखेर जमीन मिळाली

शोध संपला

काही आठवड्यांनंतर आम्हाला चारोटी गावच्या रवी धर्मामेहरचा फोन आला. रवी म्हणाला की, त्याला त्याच्या मालकीचं शेत विकायचं आहे आणि आम्ही अशाच एका जमिनीच्या शोधात असल्याचं त्याच्या कानावर आलंय. मी त्याला म्हटलं की, तुझी जमीन पाहायला मी लवकरच चारोटीला येतो. "तुम्ही तर माझ्या शेतात काही महिन्यांपूर्वी येऊन गेला आहात," असं त्यानं सांगताच मी चकित झालो. नंतर मला आठवलं की, ऑक्टोबरमध्ये पेठ गावात गेलो असताना आम्ही ती जमीन पाहिली होती; पण ती आम्हाला परवडण्यासारखी नव्हती. म्हणून मी त्याला म्हटलं की, तुझा प्लॉट आम्हाला आवडला होता. मात्र, आम्हाला सांगितली गेलेली किंमत आमच्या बजेटपेक्षा खूपच जास्त होती. रवी मला म्हणाला, "मी मुद्दामच जमिनीचा दर वाढवून सांगतो, कारण इथे फुकटच्या चौकशा करायला खूप लोक येत असतात. तुम्हाला जमीन विकत घ्यायची खरंच इच्छा दिसतेय व अनेकदा तुम्ही आमच्या भागात येता, असं मला समजल्यानं मी फोन केलाय."

रवीच्या बोलण्यानं मी मनातून खूश झालो. दुसऱ्या दिवशी जमिनीचा भाव ठरवण्यासाठी मी चारोटीला

त्याच्या घरी जाऊन थडकलो. रवीशेठ या नावानं तो गावात ओळखला जायचा. कोळी समाजातील रवीशेठचा वाहतुकीचा मोठा व्यवसाय होता. त्याने ते शेत अतिशय कमी किमतीत विकत घेतलं होतं; पण त्याची शेती करण्याची बिलकूल इच्छा नव्हती. चांगला फायदा होत असेल, तर तो शेत विकायला तयार होता. त्या दिवशी मी अतिशय आनंदात घरी परतलो. प्रथमच माझ्या मनासारख्या गोष्टी घडू लागल्या होत्या. मला वाटलं होतं की, मी सांगितलेली किंमत ऐकून रवीशेठ मला घराबाहेर काढेल; पण मी विचार करून कळवतो, असं तो म्हणाला. माझ्यासाठी ते सुचिन्ह होतं.

त्यानंतरचा आठवडा मात्र खूपच अस्वस्थ मनःस्थितीत गेला. दररोज मी रवीशेठला फोन करण्यासाठी टेबलापाशी जायचो व मोठ्या मुश्किलीनं स्वतःला रोखायचो. मी स्वतःलाच बजावायचो की, आपल्याला त्या जमिनीत जास्त रस आहे असं मुळीच दाखवू नकोस. आधी त्याचा फोन येऊ दे. अखेर दहा दिवसांनी त्याचा फोन आला. तोपर्यंत माझी दहाही बोटांची नखं खाऊन संपली होती. रवीशेठला माझ्याशी पुन्हा बोलणी करायची होती. दुसऱ्या दिवशी तो मला शेतात घेऊन गेला व आपण जमिनीचा भाव एवढा का ठेवलाय हे मला पटवण्यासाठी त्या ठिकाणची वेगवेगळी वैशिष्ट्ये सांगू लागला. मीसुद्धा शांतपणे त्याचा प्रत्येक मुद्दा खोडून काढला. अर्धा दिवस घासाघीस केल्यावर अखेर दोघेही एका किमतीला राजी झालो.

नोकरी सोडल्यावर दोन महिन्यांनी मला मनाजोगती जमीन मिळाली होती. त्यानंतर माझ्या नावावर जमीन होण्यासाठी कराव्या लागणाऱ्या कंटाळवाण्या प्रक्रियेला मी सुरुवात केली. न फसवणारा चांगला वकील शोधणं हे पहिलं काम होतं. काम अवघड होतं; पण पालघरमध्ये आम्हाला असा एक वकील सापडला. तो या विषयात कुशल व अनुभवी होता; शिवाय राजेननेही त्याच्या नावाची शिफारस केली. वकील महाशयांनी स्थानिक वर्तमानपत्रांमध्ये लगेच एक नोटीस दिली की, आम्हाला अमुक एक ठिकाणची जमीन विकत घ्यायची आहे आणि त्यासंबंधात कोणाची हरकत असल्यास त्यांनी पंधरा दिवसांच्या आत आमच्याशी संपर्क साधावा.

पुढची पायरी म्हणजे जमीनखरेदीच्या परवानगीसाठी उपजिल्हाधिकारी कार्यालयातून ना-हरकत प्रमाणपत्र मिळवणं. प्रमाणपत्र मिळालं की, करारपत्र करायचं. मग स्टॅम्प फी भरून निबंधकाच्या (रजिस्ट्रार) कचेरीत करारपत्राची सरकारी नोंदणी करून घ्यायची व उरलेली रक्कम रवीशेठला चुकती करायची. त्यानंतर नोंदणी केलेलं करारपत्र स्थानिक भूमी अभिलेख अधिकाऱ्याच्या किंवा गावच्या तलाठ्याच्या कार्यालयात सादर केलं की, तो माझ्या नावानं ७।१२चा उतारा करून देणार.

प्रथमदर्शनी मला तरी ती पद्धत साधी व सरळ वाटली.

सरकारी पद्धत इतकी सोपी असू शकते याबद्दल मी आमच्या वकिलाकडे आश्चर्य व्यक्त केलं. वकीलमहाशय माझ्याकडे पाहून मिश्कीलपणे हसले, कारण त्यांच्यापाशी असलेला हुकुमाचा एक्का अजून त्यांनी राखून ठेवला होता. ते म्हणाले की, आपण एकेक काम पूर्ण करत जाऊ. आधी आपण ना-हरकत प्रमाणपत्र मिळवण्यासाठी सुरुवात करू या. त्यांच्या मिश्कील हास्याचा अर्थ मला नंतर समजला. जेव्हा मी ते प्रमाणपत्र मिळवण्यासाठी डहाणूला असलेल्या महसूल विभागाच्या जुनाट कचेरीत गेलो, तेव्हा मला पहिला धक्का बसला. तिथल्या कारकुनानं माझं अगदी हसत स्वागत केलं आणि माझं काम विचारण्याआधीच मला चहादेखील पाजला. मग मी विषयाला हात घातला. मला जमीन विकत घेण्यासाठी ना-हरकत प्रमाणपत्र हवंय, हे वाक्य माझ्या तोंडून ऐकताच त्याच्या चेहऱ्यावरचे भाव बदलले. त्यानं माझ्याकडे तिरस्कारानं पाहिलं. जणू काही मी गंभीर गुन्हा केला होता. तो म्हणाला, "तुम्ही गावातील एखादा वकील शोधा. तो माझ्या वरिष्ठांशी बोलेल आणि तुमचं काम होऊन जाईल." त्याच्या बोलण्याचा अर्थ माझ्या ध्यानात आला नाही, म्हणून मी परत माझ्या वकिलाला भेटलो, तेव्हा तो म्हणाला की, हे प्रमाणपत्र मिळवणं इतकं सोपं नसतं; त्यासाठी आपल्याला थोड्या गैरमार्गानं जावं लागेल.

हे ऐकून मात्र मी चक्रावून गेलो, कारण मी अशी काही अपेक्षाच केली नव्हती. मुख्य म्हणजे बेकायदेशीर मार्गानं जायची माझी मुळीच तयारी नव्हती. वकिलानं मला शांतपणे समजावण्याचा प्रयत्न केला की, ही इथली रूढ पद्धत आहे. ती मान्य नसल्यास, पुढचे प्रयत्न तुम्हाला एकट्यानेच करावे लागतील. परवानगी मिळवण्यासाठीचा अर्ज मात्र त्यानं मला लिहून दिला व त्या अर्जाला एक पुरावा जोडायला हवा, असं तो म्हणाला. पुराव्यासाठी दोन पर्याय होते. एकतर माझ्या किंवा माझ्या पूर्वजांच्या मालकीची आपल्या देशातील कोणत्या तरी भागात जमीन हवी किंवा माझ्यापाशी कृषी विषयातील पदवी हवी. त्यांपैकी एका पुराव्यासह मला तो अर्ज संबंधित कार्यालयात नेऊन द्यायचा होता. वकीलमहाशयांनी मला शुभेच्छा दिल्या; पण आपल्या मध्यस्थीशिवाय परवानगी मिळण्याची शक्यता फारच कमी आहे, असंही मला निक्षून सांगितलं.

मी या विषयावर मीनाशी चर्चा केली. ती माझ्या मताशी सहमत होती. कोणत्याही परिस्थितीत आपण गैरमार्गाचा अवलंब करायचा नाही, असं तिचंही म्हणणं होतं. आपण तत्त्वनिष्ठ पवित्रा घेतोय याचा आम्हाला अभिमान वाटत होता; पण काही दिवसांतच आम्हाला कळून चुकलं की, माझ्या किंवा मीनाच्या कुटुंबापैकी कोणाच्याही नावावर आता शेतजमीन नव्हती आणि अर्थातच आम्ही

दोघेही कृषी पदवीधर नव्हतो. फार पूर्वी आमचे पूर्वज शेतकरी होते; पण काळाच्या ओघात आम्ही त्या जमिनींवरील ताबा गमावला होता. एकतर जमिनी विकल्या तरी होत्या किंवा कोणीतरी त्या बळकावल्या होत्या. मी आईला फोन केला; पण आमच्या मालकीची जमीन असल्याचं तिलाही स्मरत नव्हतं. तिला एवढंच आठवलं की, १९७० सालापर्यंत माझ्या वडिलांच्या वडिलांपाशी बरीच मोठी जमीन होती. मात्र, त्यानंतर त्या जमिनीचं पुढे काय झालं, याची कोणालाच कल्पना नव्हती.

माझी नवी धाडसी योजना पुढे सरकण्याचं चिन्ह दिसत नव्हतं. एका वेळी तर शेतकी अभ्यासक्रमासाठी नाव नोंदवायचाही विचार माझ्या मनात आला होता, कारण तेव्हा दुसरा काही पर्यायच माझ्यासमोर शिल्लक उरला नव्हता. मी महाराष्ट्र राज्य जमीन व महसूल कायद्यासंबंधीची मिळेल तितकी पुस्तकं विकत आणून त्यांचा काळजीपूर्वक अभ्यास केला. अडकलेल्या परिस्थितीतून बाहेर पडण्याचा मार्ग मी शोधत होतो. कायद्याची ती क्लिष्ट पुस्तकं वाचताना मला त्यामध्ये माझ्या दृष्टीनं महत्त्वाचं असलेलं एक खास कलम आढळलं. त्यात म्हटलं होतं की, जरी एखाद्याकडे आजमितीला स्वतःच्या मालकीची जमीन नसली तरीही त्याला शेतजमीन विकत घेण्याची परवानगी देण्याचा हक्क व अधिकार जिल्हाधिकाऱ्याला दिलेला आहे. त्या विशेष कलमामुळे मला लढण्यासाठी नवं बळ प्राप्त झालं. मी तडक जिल्हाधिकाऱ्यांच्या कचेरीत गेलो.

कलेक्टरसाहेब अतिशय सभ्य व सज्जन गृहस्थ होते. कायद्यामध्ये असं कलम असल्याचं त्यांनी मान्य केलं; पण अजूनपर्यंत आपण त्या कलमाचा कधीही वापर न केल्याची कबुलीही त्यांनी दिली, कारण अशी सूट दिल्यास एक चुकीचा शिरस्ता पडण्याची शक्यता असल्याचं त्यांचं मत होतं. एका व्यक्तीला परवानगी दिली तर ती बातमी सगळीकडे पसरून, उद्या शेकडो लोकांची रांग इथे लागू शकेल. मोठमोठे भूखंड बळकावू पाहणाऱ्या फसव्या लोकांना मज्जाव करण्यासाठी हा खास कायदा केलेला आहे, असं समर्थन त्यांनी दिलं. मी त्यांना म्हटलं की, तुमचं म्हणणं बरोबर आहे; पण मला खरोखरच शेती करण्यासाठी जमीन हवी आहे. अर्थात, माझ्या बोलण्यावर जिल्हाधिकारीसाहेबांचा विश्वास बसणं अवघड होतं. निराश मनानं मी घरी परतलो.

आता माझ्यासमोर फक्त दोनच पर्याय होते. मी शेतकरी कुटुंबाचा वंशज आहे आणि त्याच्या समर्थनार्थ माझ्या पूर्वजांच्या नावे असलेल्या जमिनीचा सरकारी पुरावा सादर करणे किंवा शेतकी महाविद्यालयात प्रवेश घेणे. नाहीतर तिसरा पर्याय म्हणजे एवढा सगळा खटाटोप करण्यापेक्षा त्या चोरांच्या टोळीलाच चिरीमिरी देऊन आपलं काम करून घेणे.

मार्च २००४ मध्ये मी केरळमधील आमच्या मूळ गावी जाऊन आपलं नशीब

अजमावयाचं ठरवलं. यापूर्वी मी कधीही तिथे गेलो नव्हतो. मला फक्त त्या गावाचं नाव ठाऊक होतं. केरळमध्ये राहणाऱ्या माझ्या काकांना मी मदतीसाठी फोन केला. त्यांनाही आमच्या जमिनीच्या सरकारी नोंदीविषयी काहीही माहिती नव्हती; पण आमचं गाव कुठे आहे हे मात्र पक्कं ठाऊक होतं.

पलक्कडहून त्रिसूरला जाताना काही किलोमीटर अंतरावर भाताची शेतं पसरलेली आहेत. त्यांच्याच बाजूनं जाणारा एक अरुंद रस्ता थेट आमच्या कुटाला गावात जातो. गावात पोहोचल्यावर मी आजूबाजूचा परिसर न्याहाळू लागलो. गावात फक्त चार घरं आणि एक देऊळ शिल्लक उरलं होतं. माझ्या वडिलांनी फार पूर्वीच कुटुंबासह गाव सोडलं होतं. आता तर सगळं गावच शहरात स्थलांतरित झालं होतं. समोर दिसणाऱ्या पहिल्या घरापाशी जाऊन, मी त्यांना माझी ओळख करून दिली आणि इथे येण्याचं कारण सांगून, त्यांच्या मदतीची अपेक्षा व्यक्त केली. माझ्या कुटुंबापैकी कोणाचीही माहिती नसल्याचं त्यांनी मला सांगितलं. मदत करण्याची गोष्ट तर दूर राहिली, त्यांनी माझी विचारपूसही केली नाही. थोडक्यात, माझी तिथून हकालपट्टी झाली.

दुसऱ्या घरातील माणसं मात्र खूपच स्वागतशील होती. घरातील वृद्ध स्त्री माझ्या आजोबांना व त्यांच्या कुटुंबीयांना ओळखत होती. माझे वडील मुंबईला रेल्वेत नोकरी करायचे, असंही ऐकल्याचं तिला स्मरत होतं. गावातील एक व्यक्ती माझ्या कुटुंबाशी अजूनही परिचित आहे, हे ऐकून मला खरोखरच आनंद झाला. माझ्या आजोबांची गावाच्या आसपास खूप मोठी जमीन होती, हे तिच्या तोंडून ऐकताच माझा उत्साह अधिक वाढला. त्या जमिनीचं पुढे काय झालं याबद्दल मात्र तिला काहीच कल्पना नव्हती. तिथून काही मैल दूर काम करत असणाऱ्या आपल्या मुलाला कन्ननला, तिनं बोलावून घेतलं आणि माझी सर्व हकिगत त्याला सांगितली.

काही वर्षं परदेशात काम करून कन्नन आपल्या गावी परतला होता व त्यानं स्वतःचा एक छोटासा उद्योग सुरू केला होता. खेडेगावात जाऊन मी शेती करण्याचा का प्रयत्न करतोय, हे त्याच्या चट्कन ध्यानात आलं. फक्त ही गोष्ट मी आपल्या स्वतःच्या गावी येऊन न करता महाराष्ट्रात करतोय, याचं त्याला वाईट वाटत होतं; पण तो मला मदत करायला लगेच तयार झाला आणि "उद्या मी तुला गावातल्या सरकारी कचेरीत घेऊन जातो," असंही त्यानं मला सांगितलं. पहिल्या घरातील माणसं माझ्याशी इतकी विचित्र का वागली याचं कारण मला कन्ननकडूनच कळलं. अनेक वर्षांपूर्वी त्या कुटुंबानेच आमची सर्व मालमत्ता बळकावली होती, तेव्हापासून दोन कुटुंबांमध्ये वैर निर्माण झालं होतं. मी पुन्हा आमच्या जमिनीवर हक्क सांगायला आलोय असा त्यांचा समज झाल्यानं त्यांनी मला

कोणतीही माहिती द्यायला नकार दिला; पण तिथे येण्यामागे माझा मुळीच तसा हेतू नव्हता आणि ही गोष्ट मी कन्ननलाही स्पष्टपणे सांगितली. मला फक्त तिथल्या सरकारी अधिकाऱ्यांकडून एक प्रमाणपत्र हवं होतं.

दुसऱ्या दिवशी आम्ही थम्बी नावाच्या एका वृद्ध माणसाला भेटलो. ऐन उमेदीच्या काळात तो दलालीचा व्यवसाय करायचा. गावातील सर्व जमिनींच्या नोंदींची त्याला इत्थंभूत माहिती होती. आम्हाला माहिती देण्यास तो राजी झाला. माझ्या आजोबांच्या मालकीच्या जमिनीची नोंद त्याने शोधून काढली आणि आपल्या वहीमधून त्या जमिनीचा सर्व्हे नंबरही मला सांगितला. ती माहिती घेऊन आम्ही गावातील भूमी अभिलेख कचेरीत गेलो; पण त्यांच्या रेकॉर्डमध्ये असे काही सर्व्हे क्रमांक नसल्याचं आम्हाला सांगण्यात आलं. नंतर असं कळलं की, सरकारतर्फे पुन्हा एकदा सर्व्हे करण्यात आला होता आणि त्या वेळी प्रत्येक जमीन क्षेत्राला नव्यानं क्रमांक दिले गेले होते. माझ्या आशा मावळत चालल्या होत्या, इतक्यात माझ्या लक्षात आलं की, सर्व्हे क्रमांक बदलले असले तरी त्यांच्या रेकॉर्डमध्ये अजूनही जुनेच क्रमांक नोंदवलेले असणार. एरवी तिथल्या अधिकाऱ्यांना जुन्या कागदपत्रांची नव्या कागदपत्रांशी जुळवणी करून घेताच आली नसती.

त्या तर्काचा आधार घेऊन मी तिथल्या अधिकाऱ्याला जुन्या रजिस्टर्समधील सर्व्हे क्रमांक पाहायची विनंती केली. त्याच्या दृष्टीनं ते खूपच किचकट व वेळखाऊ काम होतं; त्यामुळे ते काम करायला तो तयार होत नव्हता. मी त्याला पुनःपुन्हा विनंती करत म्हणालो की, त्या जमिनीची नोंद मला मिळाली नाही तर माझ्यावर अक्षरशः भीक मागण्याची वेळ येईल. अखेर माझ्या कळकळीच्या विनंतीमुळे किंवा कन्ननच्या हळुवार आर्जवामुळे तो अधिकारी आमचं काम करायला तयार झाला. त्यानं जुनी रजिस्टर्स मागवून, त्यातील सर्व्हे क्रमांक तपासायला सुरुवात केली. अवघ्या दहा मिनिटांतच रजिस्टरमधून डोकं वर काढत तो म्हणाला, "होय, तुमच्या आजोबांच्या नावावर गावात जमीन आहे." हे ऐकताच माझ्या आनंदाला पारावार उरला नाही. त्या जमिनीवर अतिक्रमण झालं असलं तरी सरकारी दफ्तरात अजूनही त्यावर माझ्या आजोबांच्याच नावाची नोंद होती.

मात्र, माझा आनंद क्षणभंगूर ठरला, कारण त्या सर्व नोंदी मल्याळम भाषेत केल्या होत्या आणि त्यातील एकही शब्द मी वाचू शकत नव्हतो. महाराष्ट्रातील एकाही सरकारी अधिकाऱ्याला मल्याळम भाषा येण्याची शक्यता नसल्याने त्यांच्यापैकी कोणालाही ते रेकॉर्ड वाचता येणार नव्हतं. मी त्याला त्याचा इंग्रजी अनुवाद करून मला तपशीलवार नोंदीचे प्रमाणपत्र देण्याची विनंती केली; पण ही गोष्ट त्याच्या अधिकारात नसल्याने तो आम्हाला क्षेत्रीय कार्यालयात घेऊन गेला. तिथेही पुन्हा मला माझी ओळख करून द्यावी लागली आणि प्रमाणपत्र मिळवण्यामागचं

कारण सांगावं लागलं. तेथील अधिकारी एक महिला होती. तिने माझी विनंती मान्य केली; पण त्यासाठी तहसीलदाराची परवानगी आवश्यक होती. याबाबतीत अंतिम निर्णय घेण्याचा अधिकार आपल्याला नसल्याचं तिनं आम्हाला सांगितलं.

आम्ही तिथून लगेचच तहसीलदाराची कचेरी गाठली. योगायोगानं तहसीलदार शेजारच्याच गावचा होता. त्याने माझं म्हणणं शांतपणे ऐकून घेतलं व कोणतेही आढेवेढे न घेता तो मला परवानगी द्यायला तयार झाला. फक्त एकच अडचण होती की, अशा प्रकारच्या प्रमाणपत्राचा ठरावीक मसुदा नव्हता, कारण अशी प्रमाणपत्रं कधीच कोणाला दिली गेली नव्हती. त्यानं आम्हालाच तो मसुदा लिहायला सांगितला. आम्ही ताबडतोब एका टंकलेखकाकडून ते पत्र टाइप करून घेतलं. तहसीलदारनं त्यावर मंजुरीचं शिक्कामोर्तब केलं व मला शुभेच्छाही दिल्या. आम्ही पुन्हा क्षेत्रीय कार्यालयात गेलो आणि त्या प्रमाणपत्रावर सही-शिक्का मिळवला. महत्त्वाचं प्रमाणपत्र मिळाल्यानं केरळ भेट सार्थकी लागली.

मी लगेच त्या प्रमाणपत्राची प्रत फॅक्सनं मीनाला पाठवली; त्यामुळे मी मुंबईला पोहोचण्याआधीच ती प्रत डहाणूच्या महसूल अधिकाऱ्याला दाखवून मीना त्याच्याकडून ना-हरकत प्रमाणपत्र मिळवू शकणार होती. मीनाकडून प्रमाणपत्र मिळाल्याची खबर ताबडतोब मिळेल, या आशेनं मी केरळमध्ये आणखी एक दिवस मुक्काम केला. दुर्दैवानं ते काम इतकं सहज होण्यासारखं नव्हतं. मीना डहाणूमधील महसूल कचेरीत गेली खरी; पण कागदपत्रांची खातरजमा करून घेण्यासाठी डहाणूच्या कार्यालयात एकही अधिकारी हजर नव्हता.

मुंबईला परतल्यावर मी लगेच डहाणूच्या महसूल कचेरीतील त्या कारकुनाला जाऊन भेटलो. केरळमध्ये माझ्या कुटुंबाची जमीन असल्याचं प्रमाणपत्र मी आणलेलं पाहताच तो नाराज झाल्यासारखा दिसला. मी दिलेला अर्ज व कागदपत्रं त्यानं स्वीकारली आणि मला आठवड्यानंतर यायला सांगितलं. नोकरशाहीवर आपण विजय मिळवल्याच्या आनंदात मी तिथून बाहेर पडलो. आपल्याला लवकरच परवानगी मिळेल आणि मग रवीशेठचे उरलेले पैसे देऊन आपण जमिनीचे मालक होऊ, याची आता मला पक्की खात्री वाटत होती.

माझा आनंद फार काळ टिकला नाही. पुढच्या आठवड्यात जेव्हा मी त्या कारकुनाला पुन्हा भेटायला गेलो, तेव्हा माझा अर्ज साहेबांकडे असल्याचं त्यानं मला हसत हसत सांगितलं. कोण आहेत इथले साहेब, असं मी विचारताच त्यानं मला 'प्रांत' असं उत्तर दिलं. उपजिल्हाधिकाऱ्याला तिथे प्रांत म्हणायची पद्धत होती. 'आमचे साहेब खूप कामात असतात, त्यांना भेटणं फार अवघड असतं. तुमच्या अर्जाला पुढच्या आठवड्यात मंजुरी मिळेल; पण तुम्हाला तातडीनं काम करून घ्यायचं असेल तर तुम्ही माझ्या वरिष्ठांना भेटा. ते तुमचं काम लवकर

करून देतील,' असं त्यानं मला सांगितलं; पण वरिष्ठांना भेटून मी स्वतःला आणखी अडचणीत आणू इच्छित नव्हतो.

दर आठवड्याला मी त्या कचेरीत जायचो आणि दरखेपेस 'मला तुमचा अर्ज अजून साहेबांपाशीच आहे; तुम्ही पुढच्या आठवड्यात या', हे एकच उत्तर मिळायचं. मला साहेबांना भेटू द्या, अशी मी त्या कारकुनाला वारंवार विनवणी करायचो; पण त्यानं मला एकदाही साहेबांना भेटू दिलं नाही. साहेबांपाशी अर्ज जाऊन जवळजवळ दोन महिने झाले होते आणि उरलेले पैसे देण्यासाठी रवीशेठचाही तगादा सुरू होता. अखेर मला सांगण्यात आलं की, साहेबांना भेटण्यासाठी मला बुधवार सोडून इतर कोणत्याही दिवशी सकाळी यावं लागेल; पण साहेब कामात इतके गर्क असतात की, त्यांची भेट होणं खूप अवघड असतं.

त्यानंतर मी अनेकदा सकाळच्या वेळी त्या कार्यालयात गेलो; पण तिथे कोणीही नसायचं आणि 'साहेब' तर कायमच गायब असायचे. दरवेळी साहेब दौऱ्यावर गेलेत किंवा तपासणीसाठी गेलेत किंवा ठाण्याला गेलेत अशी वेगवेगळी उत्तरं मला मिळायची. ते खोटं बोलताहेत आणि त्यांना मला उपजिल्हाधिकाऱ्यांना भेटू द्यायचंच नाही, अशी दाट शंका मला येत असे. अखेर साहेबांना भेटण्यासाठी दुसरी काहीतरी शक्कल लढवायला हवी असं मी ठरवलं.

दुसऱ्या दिवसापासून मी सकाळच्या गाडीनं डहाणूला जायला लागलो आणि कचेरीत जाण्याऐवजी तिथल्याच जवळच्या एका चहाच्या टपरीत जाऊन बसू लागलो. तिथे काम करणाऱ्या एका मुलाशी मी दोस्ती केली. तो कचेरीत चहा घेऊन जात असे. उपजिल्हाधिकारीसाहेब आलेले दिसले तर मला लगेच येऊन कळव, असं मी त्याला सांगितलं. संध्याकाळपर्यंत मी त्या टपरीत बसून राहायचो आणि मग गाडी पकडून घरी यायचो. फक्त बुधवारी मी तिथे जायचो नाही, कारण त्या दिवशी डेप्युटी कलेक्टरसाहेब भेटणं शक्यच नव्हतं. असा एक आठवडा गेला; पण साहेब भेटण्याचं काही चिन्ह दिसेना. साहेबांना खूप काम असतं आणि ते सतत दौऱ्यावर असतात, असा माझाही समज झाला. आपल्या कामासाठी रोज खेपा घालणारे, माझ्यासारखे अनेकजण त्या टपरीत येऊन बसत. काम करून देण्यासाठी त्यांच्याकडेही पैशाची मागणी केलेली असायची.

चहाच्या टपरीचा मालक, हरी ओम हा खूप चांगल्या स्वभावाचा माणूस होता. मी तिथे दिवसभर का बसतो याचं त्याला कुतूहल वाटलं असावं. एकदा तो मला म्हणाला, ''तुम्ही सबंध दिवस इथे बसता, याबद्दल माझी मुळीच हरकत नाही, कारण तुम्ही इथे चहा-नाश्ता करता; पण तुमचं नेमकं काय काम आहे, हे मला समजत नाही.'' मी त्याला सांगितलं की, मला उपजिल्हाधिकारी साहेबांना भेटायचंय; पण कचेरीतील वरिष्ठ अधिकाऱ्याच्या नकळत मला त्यांची भेट घ्यायची

आहे. त्यावर तो शांतपणे म्हणाला की, मागच्या बुधवारी साहेब ऑफिसात आले होते. त्यावर मी म्हणालो, "पण मला तर बुधवारी येऊ नका असं इथल्या कर्मचाऱ्यांनी सांगितलं, कारण त्या दिवशी म्हणे साहेब कोणाला भेटत नाहीत." माझं बोलणं ऐकून जोरजोरात हसत तो म्हणाला, "तुम्हाला त्यांनी मामा बनवलं. साहेब तर सगळ्या लोकांना फक्त बुधवारीच भेटतात." हे सांगतानाही हरी ओमला हसू आवरत नव्हतं. आपल्याला त्या कारकुनानं चांगलंच गंडवलं, हे लक्षात येऊन मी मनातल्या मनात रागानं धुमसत होतो.

मी ही सारी हकिगत मीनाला सांगितली. ती ऐकून मीनाही संतापली. थेट उपजिल्हाधिकाऱ्यांना जाऊन भेटणं, हाच यातून बाहेर पडायचा एकमेव मार्ग आहे, असं आमच्या लक्षात आलं. डहाणूतील काही मित्रांच्या मदतीनं, मीनानं उपजिल्हाधिकारी साहेबांचा फोन नंबर मिळवला व त्यांना लगेच फोनही केला. आम्ही एका जमीनप्रकरणाच्या संदर्भात आपल्याला भेटू इच्छितो, असं तिनं त्यांना सांगितलं. आश्चर्य म्हणजे पुढच्या बुधवारीच त्यांनी आम्हाला ऑफिसमध्ये बोलावलं.

ठरल्याप्रमाणे मी बुधवारी महसूल कार्यालयाजवळ वेळेच्या थोडा आधीच जाऊन पोहोचलो आणि हरी ओमच्या टपरीत चहा पीत बसलो. थोड्याच वेळात उपजिल्हाधिकारीसाहेब जीपमधून खाली उतरले. "ते पाहा, तुमचे साहेब आले." हरी ओम जीपकडे बोट दाखवत म्हणाला. मी लगेच मोबाइल फोनवरून त्यांच्याशी संपर्क साधला आणि भेटीची वेळ मागितली. ते क्षणभर थांबून म्हणाले, "अरे, तुम्ही डहाणूत आहात, तर ताबडतोब इथे येऊ शकता." त्यांनी असं सांगताच मी ऑफिसच्या दिशेनं अक्षरशः धावत सुटलो आणि जिना चढून पहिल्या मजल्यावरील त्यांच्या केबिनपाशी पोहोचलो. शिपायाच्या हातात माझं कार्ड दिलं आणि बाहेर वाट पाहत थांबलो. पाचच मिनिटांत साहेबांनी मला आत बोलावलं; पण ती पाच मिनिटंही मला युगायुगासारखी भासली.

वयाची तिशी ओलांडलेला प्रांत, हा एक उमदा तरुण होता. माझ्याकडे पाहून प्रसन्नपणे हसत त्यांनी मला समोर बसायला सांगितलं. हातातलं काम आटोपल्यावर त्यांनी मला भेटण्याचं कारण विचारलं. मी त्यांना माझी सर्व कथा ऐकवली. फक्त काम लवकर करून देण्यासाठी मला वरिष्ठ अधिकाऱ्यांना जाऊन भेटण्याची केलेली सूचना मात्र मी त्यातून वगळली. त्यांनी माझं बोलणं शांतपणे ऐकलं, माझी कागदपत्रं तपासली आणि त्या कारकुनाला बोलावून घेतलं.

मला साहेबांसमोर बसलेलं पाहून, त्या कारकुनाचं पित्त खवळलं; पण मोठ्या मुश्किलीनं त्यानं स्वतःवर नियंत्रण ठेवलं. मी आणलेली कागदपत्रं साहेबांनी त्याच्यासमोर जोरजोरात फडफडवली आणि आपल्याकडे हे कागद अजूनपर्यंत का पोहोचले नाहीत, याचा त्याला जाब विचारला. तो इतका गोंधळला की, काय

उत्तर द्यावे हे त्याला सुचेना. अखेर तो अडखळत म्हणाला की, ज्याच्यापाशी ती कागदपत्रं आहेत, तो बरेच दिवस रजेवर असल्यामुळे इतका उशीर झालाय. त्याच्या गुळमुळीत उत्तरानं साहेब अधिकच भडकले. हे काम ताबडतोब व्हायला हवं, असा सज्जड दम भरून साहेबांनी त्याला बाहेर जाण्यास सांगितलं. प्रांत साहेबांच्या टेबलावर 'आयबीएम' कंपनीचा संगणक होता. त्या डेस्कटॉपबद्दल आमचं बोलणं सुरू झालं. तो वापरताना त्यांना काही किरकोळ अडचणी जाणवत होत्या. मी त्याच्या सेटिंगमध्ये थोडे बदल केले. त्यांची अडचण इतक्या चट्कन सोडवल्यामुळे ते खूश झाले. चहा पिताना आम्ही आणखी काही वेळ गप्पा मारल्या. माझं काम लवकर होईल असं आश्वासन त्यांनी दिल्यावर मी त्यांचा निरोप घेतला.

मी विजयी मुद्रेनं जिना उतरत असताना तो कारकून समोर उभा होता. त्याचा चेहरा गोरामोरा झाला होता. तो माझीच वाट पाहत होता. तुम्ही साहेबांकडे का गेलात असं त्यानं तिरसटपणे मला विचारलं. मी शांतपणे म्हणालो की, मी दिलेली कागदपत्रं साहेबांकडे आहेत असं तुम्हीच मला सांगितलंत, म्हणून त्याबद्दल विचारायला मला साहेबांकडे जावं लागलं. मला ना-हरकत प्रमाणपत्र कधी मिळेल, असं मी विचारताच त्यानं मला पुढच्या आठवड्यात यायला सांगितलं. मी पुन्हा शांतपणे त्याला म्हटलं की, मला मोघम उत्तर नकोय. नक्की कोणत्या दिवशी येऊ ते मला सांगा. त्यावर मंगळवारी या असं पुटपुटत तो निघून गेला. पुढच्या मंगळवारी मी पुन्हा कचेरीत गेलो. दुर्मुखलेल्या चेहऱ्यानं त्या कारकुनानं माझ्या हातात प्रमाणपत्र ठेवलं.

तो इतका निर्लज्ज होता की, प्रमाणपत्र दिल्यावर आपल्याला काही बक्षीस देणार का असं त्यानं मला कोडगेपणानं विचारलं. मी अर्थातच नकार दिला आणि तुम्हाला पुरेसा पगार मिळतो असंही त्याला सुनावलं. त्यावर आपल्याला गेले तीन महिने पगार न मिळाल्याचं त्यानं मला सांगितलं. मी खूप गरीब माणूस आहे हो, असं म्हणत तो अगदी दीनपणे माझ्याकडे पैशाची याचना करू लागला. मी त्याला म्हटलं की, वेळेवर पगार न मिळाल्यामुळे तुमचे कर्मचारी उपाशी पोटानं काम करताहेत असं मी आता तुमच्या साहेबांना जाऊन सांगतो. हे ऐकताच तो गप्प झाला. अखेर हातात प्रमाणपत्र घेऊन महसूल खात्याच्या त्या भ्रष्ट कार्यालयाला मी रामराम ठोकला.

ना-हरकत प्रमाणपत्र मिळवण्यासाठी मला चार महिने लागले होते आणि त्या दरम्यान मी डहाणूला किती खेपा मारल्या असतील त्याची गणती करणंही अवघड होतं; पण ते सारे प्रयत्न अखेर सार्थकी लागले होते. हे काम करून घेण्यासाठी आम्ही कुणाला एक छदामही दिला नव्हता. याचा अर्थ स्पष्ट होता जर संयम व

चिकाटी ठेवून प्रयत्न करायची तुमची तयारी असेल तर तुम्ही भ्रष्ट व्यवस्थेवर मात करू शकता. अर्थात, अनेकदा मनात असूनही प्रत्येकाला असं करणं शक्य होतंच असं नाही.

आम्ही लाच न देता प्रमाणपत्र मिळवलं यावर आमच्या वकिलाचा विश्वास बसत नव्हता. अखेर ३ जून २००४ रोजी स्टॅम्प ड्यूटी आणि फी भरून आम्ही रवीशेठबरोबर केलेल्या करारनाम्याची सरकारी नोंदणी करून घेतली. नोंदणी करून झाल्यावर मी तलाठी कार्यालयात गेलो आणि विकत घेतलेली जमीन माझ्या नावावर करण्यासाठी रीतसर अर्ज दाखल केला. बराच काळ प्रतीक्षा केल्यानंतर अखेर मी आता जमिनीचा मालक होणार होतो.

अर्थात तो माझा गोड गैरसमज होता. जमिनीची मालकी माझ्या नावावर हस्तांतरित करण्याचा अर्ज घेऊन मी स्थानिक अधिकाऱ्याकडे गेलो. तो एक लालभडक डोळ्यांचा, आडदांड इसम होता. मी मागेन ते द्यायची तुमची तयारी असेल तरच मी या कागदपत्रांवर सही करेन असं त्यानं मला निर्विकारपणे सांगितलं. मीही त्याला स्पष्टपणे सांगितलं की, या गोष्टीला मी कधीच तयार होणार नाही आणि कोणत्याही गैरमार्गाचा अवलंब न करता आत्तापर्यंत मी सरकारी खात्यातून प्रत्येक परवानगी व प्रमाणपत्र मिळवलं आहे. तो मात्र आपल्या मागणीवर लोचटपणे अडून होता. त्यानं मला पुढच्या आठवड्यात यायला सांगितलं. तुमची पत्नी पत्रकार असल्यामुळे आपण खूप कमी रक्कम घेऊन सही करायला तयार आहोत असंही तो मला म्हणाला. मी त्याला म्हटलं की, मी उद्या पुन्हा इथे येतो, तोपर्यंत तुम्ही शांतपणे विचार करा. मग आपण या विषयावर बोलू.

दुसऱ्या दिवशी मी जरा लवकरच त्याच्या कचेरीत पोहोचलो. मला दुरून बघताच त्याचे डोळे चमकले आणि तो जोरजोरात 'आला रे! आला रे!' असं ओरडू लागला. तो सही करेल या आशेवर मी पंधरा दिवस त्याच्याकडे जात राहिलो; पण काही उपयोग झाला नाही. अखेर मी हार मानली आणि त्याची मागणी मान्य केली. त्यानेही त्याचा शब्द पाळला आणि दहा मिनिटांच्या आत कागदपत्रं माझ्या हातात ठेवली.

मी त्याच्या मागण्यांना शरण गेलो, याची मला खूपच शरम वाटली. वर्षभरानंतर जेव्हा यकृताच्या आजारानं त्याला इस्पितळात दाखल केल्याचं समजलं, तेव्हा तर मला अधिकच अपराधी वाटू लागलं. त्याच्या या आजाराला मीही जबाबदार आहे असाही विचार माझ्या मनात आला. शहरामध्ये आपण स्वतःच्या कोषात इतके गुरफटलेलो असतो की, आपल्यापासून काही किलोमीटर अंतरावरची परिस्थिती इतकी वेगळी असू शकेल याची आपल्याला कल्पनाही नसते. त्या ठिकाणी लाच दिल्याशिवाय इकडची वस्तू तिकडे हलत नाही आणि अशा अडचणीच्या वेळी

तुम्हाला कोणाचा आधारही नसतो. गेल्या चार महिन्यांत मी नोकरशाहीचं जे रूप बघितलं व लालफितीचा जो कारभार पाहिला, तसा भयंकर प्रकार मी तीस वर्षांच्या माझ्या शहरातील वास्तव्यात कधीच अनुभवला नव्हता. आता यापुढे याच परिस्थितीशी आपल्याला जुळवून घ्यावं लागणार आहे आणि आपल्या जीवनाचं हे एक अविभाज्य अंग होणार आहे, हे मला कळून चुकलं होतं.

माझा नवा पत्ता

घर क्रमांक ७५२, पेठ गाव, तालुका डहाणू, जिल्हा पालघर, महाराष्ट्र हा आता माझा नवा पत्ता होता. डहाणू तालुक्याच्या अगदी शेवटच्या टोकाला आणि पालघर तालुक्याच्या सीमेनजीक माझं घर होतं. गावात एकूण ८० घरं होती. बहुतेकजण कुणबी समाजाचे होते आणि काही घरं वारली कुटुंबाची होती. तिथून जवळच असलेला अशेरीगडचा किल्ला छत्रपती शिवाजी महाराजांनी बांधला होता. कुणबी लोक हे त्या किल्ल्याचे राखणदार होते. त्यांनी केलेल्या सेवेबद्दल महाराजांनी त्यांना आजूबाजूच्या परिसरातील बरीच जमीन इनाम म्हणून दिली. यावरून हेच आदिवासी इथले मूळ रहिवासी असल्याचं म्हटलं जातं. गाव अतिशय छोटं असल्याने इथे स्वतंत्र ग्रामपंचायत नाही; आम्ही येथील सामूहिक पंचायतीचाच एक भाग बनलो होतो.

सूर्यानदी व तिची एक उपनदी या दोन नद्यांमध्ये आमचं गाव वसलेलं आहे. गावाच्या पश्चिम टोकाला दोन्ही नद्यांचा संगम होतो. पावसाळ्यात डोंगरावरून वेगानं कोसळणाऱ्या पाण्याचे अनेक छोटेमोठे धबधबे तयार होतात व त्यामुळे ते दृश्य अतिशय मनोरम दिसतं. लख्ख सूर्यप्रकाशात नदीपलीकडील डोंगरावरील महालक्ष्मी मंदिराचा कळस स्पष्टपणे दिसतो. डोंगरावर दोन देवळं आहेत. एक पायथ्याशी आणि दुसरं शिखरावर! वरचं देऊळ डोंगराच्या कपारीत आहे. आतल्या पवित्र मूर्तीचं दर्शन घेण्यासाठी अक्षरशः सरपटत जावं लागतं.

गावाच्या डावीकडे थोड्या अंतरावर अशेरीगड दिसतो. खूप वर्षांपूर्वी मी तिथे ट्रेक केला होता. गड चढून वर गेल्यावर एक सुंदर पठार आहे. गडाच्या तटबंदीचे आणि शिवकालीन तोफांचे भग्नावशेष तिथे अजूनही पाहायला मिळतात. गडापासून इतक्या जवळ मी राहायला येईन आणि हवं तेव्हा गडाचं दर्शन घेऊ शकेन अशी कधी कल्पनाही मी केली नव्हती. एकेकाळी गडावर वाघांचा वावर होता. आता तिथलं वन्यजीवन खूच कमी झालं आहे. आता गडावर फक्त रानडुकरं आढळतात.

माझं शेत गावाच्या उत्तरेला अगदी शेवटच्या टोकावर आहे. शेताच्या एका बाजूला सूर्यानदी वाहते. शेताकडील रस्ता, गावातील सर्व घरांच्या व दाट भातांच्या

शेतांपलीकडून येतो. गावातील शेवटचं घर लहूकाकाचं आहे. तिथे रस्ता डावीकडे वळण घेत एका खासगी मालकीच्या घनदाट जंगलात जातो. डावीकडील वळणापासून २०० मीटर्सवर तुम्हाला स्वच्छ, मोकळा रस्ता व एक लोखंडी फाटक दिसेल. तेच माझ्या घराचं प्रवेशद्वार. घरासमोरील रस्त्यावर पूर्वी खूपच चिखल असायचा आणि पावसाळ्यात तिथून मोटार आत आणणं शक्य व्हायचं नाही. मग दरवर्षी मी तिथे खडी आणि वाळू पसरत असे. आता पावसाळ्यातही मी मोटारीनं आत येऊ शकतो.

प्रवेशद्वार आणि घर यामध्ये एक मोठं जांभळाचं झाड आहे. मे महिन्यात झाडाला किंचित आंबट जांभळं लागतात. गावातील स्त्रिया त्या जांभळांपासून दारू गाळतात. लोखंडी फाटकापाशी उभं राहिलं की, चार तुकड्यांत विभागलेलं माझं शेत दिसतं. मध्यभागी घर आहे. चारही भागांत आधीच्या मालकानं लावलेली भरपूर चिकूची झाडं आहेत. शेताभोवती असलेल्या नारळ, ताग, बांबू आणि निलगिरीच्या वृक्षांमुळे आपोआपच एक कुंपण तयार झालं आहे. शेतात गुरं घुसू नयेत म्हणून झाडांच्या पलीकडे काटेरी तारांचं कुंपण घातलेलं आहे. सुरुवातीला कुंपणाची अवस्था फारशी चांगली नव्हती. अनेक ठिकाणी तारा तुटल्यामुळे कोणीही शेतात येऊ शकत होतं. मी ते दुरुस्त करून अधिक मजबूत बनवलं.

जमीन विकत घेतल्यानंतरच्या पहिल्या पावसाळ्यात मी घराजवळील रेती टाकलेल्या रस्त्याच्या बाजूला वेगवेगळी फळझाडं लावली. पाच वर्षांच्या आतच सगळ्या झाडांना फळं लागली. फक्त आवळे यायला मात्र आठ वर्षं लागली. मी आंब्याच्या चार वेगवेगळ्या जाती, आवळे, जांभूळ, जांभ, लिची आणि नारळाची (माड) झाडं लावली. तुम्ही घराच्या अगदी जवळ आलात की, देवडीवर चढलेली गडद गुलाबी बोगनवेल चट्‌कन तुमचं लक्ष वेधून घेते. माझ्या छोटेखानी घरावर दोन्ही बाजूंनी आंब्याच्या दोन मोठ्या झाडांनी सावली धरलीय. विटा आणि सिमेंटनं बांधलेल्या घरावर ॲसबेस्टॉसचं छप्पर आहे आणि बाहेरील गरम हवा आत येऊ नये म्हणून छपरावर वाळकं गवत पसरून ठेवलंय. बऱ्याच वर्षांनी म्हणजे २०१५ मध्ये आम्ही ॲसबेस्टॉसचे पत्रे काढून घरावर आरसीसीचं छप्पर चढवलं.

ओसरीच्या दोन्ही बाजूला दोन ओटे बांधलेले आहेत. त्यावर एक माणूस बसू शकतो अथवा पाय पसरून आरामही करू शकतो. तिथेच एका टोकाला टांगलेल्या लहानशा झोपाळ्यावर बसून झोके घेताना वेळ मजेत जातो. रात्रीच्या वेळी जांभळाच्या झाडाच्या पसरणाऱ्या सावल्या विचित्र मानवी आकार धारण करतात आणि जणू एखादा महाकाय रखवालदार आपल्यावर पहारा करतोय असा भास होतो. घराबाहेर एका बाजूला भाजीपाला लावलेला आहे. गाजर, बीट व हिवाळ्यात मुळ्यासारखे कंद आपल्या शेतात उगवावेत, यासाठी मी तिथे एक छोटं टेकाड बनवलंय.

त्यापुढे तुम्हाला वांगी, भेंडी व इतर फळभाज्यांच्या रांगा दिसतील. भाजीपाल्याला लागूनच लिंबाची झाडं लावलेली आहेत. त्यानंतर फळबाग सुरू होते. त्यात मी केळी आणि पपईची भरपूर लागवड केली आहे. इतक्या वर्षांत आता मी केळ्याच्या जवळपास पाच जाती मिळवल्या आहेत. त्यामध्ये स्वयंपाकात भाजी करण्यासाठी वापरतो ती हिरवी कच्ची केळी, पिवळ्या रंगाची आकारानं छोटी असलेली वेलची केळी, खास कोइमतूरहून मागवलेली लालसर केळी व आपली नेहमीची हिरवी आणि पिकल्यावर पिवळी होणारी केळी अशा वेगवेगळ्या जाती आहेत. फळबागेच्या पुढे वेलींचा विभाग सुरू होतो. प्रत्येक हंगामानुसार वेलींवर येणाऱ्या वाल पापडी, कारली, शिराळी यांसारख्या वेगवेगळ्या भाज्यांसाठी बांबूचा मंडप उभारलेला आहे.

घराच्या मागे ओसरीच्याच आकाराची पडवी आहे. संध्याकाळी शिळोप्याच्या गप्पा मारत बसण्यासाठी ती अगदी योग्य जागा आहे. पडवीसमोर एक छोटं फाटक व तिथून काही अंतर चालल्यावर शांतपणे वाहणारी नदी दिसू लागते. नदीकाठावरील एखाद्या मोठ्या खडकावर बसणं किंवा नदीत पोहणं हा संध्याकाळचा माझा आणखी एक आवडता छंद आहे. संध्याकाळचा जास्तीतजास्त वेळ नदीच्या सान्निध्यात घालवण्यासाठी आम्ही नदीजवळ एक शेड बांधली.

घर मुळातच फार छोटं, दोन खोल्याचं होतं. आम्ही सुरुवातीला घराची थोडी डागडुजी केली आणि आतमध्येच एक लहानसं शौचालय बांधलं. शहरी भाषेत ज्याला दिवाणखाना म्हणतात, त्या घरात शिरल्यानंतरच्या पहिल्या खोलीत त्या वेळी फक्त एक साधा दिवाण, लिहिण्यासाठी टेबल, दोन खुर्च्या आणि एक लाकडी पलंग होता. झोपण्याची खोली तर फारच अरुंद होती. मध्यभागी एक पलंग आणि महत्त्वाच्या चीजवस्तू ठेवण्यासाठी एक लोखंडी कपाट, एवढ्याच गोष्टींना तिथे जेमतेम जागा होती. स्वयंपाकघरात गॅसचा स्टोव्ह आणि थोडीफार भांडीकुंडी होती. २०१५ मध्ये आम्ही घराचं नूतनीकरण करून आणखी एक बेडरूम वाढवली आणि स्वयंपाकघरातही अधिक सोयी करून घेतल्या.

रेल्वे प्रवासाकरता बोइसर हे आमच्यासाठी सर्वांत जवळचं स्टेशन. स्टेशनवरून गावात येण्यासाठी दर तासा-दोन तासानं बस आहे. हेच बसचं वेळापत्रक! बसस्टॉप गावाबाहेर आहे. आमच्या घरून चालत तिथे पोहोचायला पंधरा मिनिटं लागतात. फार पूर्वी बस गावामधून जायची; पण नंतर खासगी जीप व रिक्षाचालकांनी आपला धंदा बुडू नये यासाठी बसगाड्यांना गावात येण्यापासून रोखण्यास सुरुवात केली. आजही डहाणूला जाण्यासाठी जीप किंवा रिक्षामधूनच प्रवास करावा लागतो. खरंतर रिक्षातून अधिकृतपणे तीनच प्रवासी घेऊन जाण्याची परवानगी असली तरी त्यात सहापेक्षा कमी प्रवासी बसलेले मी कधीही पाहिले नाहीत. बोइसर व

डहाणूला जाणाऱ्या रस्त्याचं वर्णन करणंच अशक्य आहे. रस्त्याला पडलेल्या खड्ड्यांच्या आत एखादी छोटी मोटार सहज जाऊ शकते. रस्त्यावरून प्रवास करताना आपण गाडीतून चाललोय की बोटीतून असा प्रश्न पडतो. रस्ते दुरुस्त करण्याचे अनेक प्रयत्न करण्यात आले; पण ती दुरुस्ती कधीच फार काळ टिकली नाही. दर पावसाळ्यानंतर पुन्हा खड्डे तयार झालेले असायचे. याचा अर्थ, संबंधित अधिकारी इतक्या मोठ्या रकमेची मागणी करत की, कंत्राटदारांना रस्ता दुरुस्तीसाठी कमी दर्जाचं साहित्य वापरण्यावाचून दुसरा पर्यायच नसायचा.

सूर्य कालवा प्रकल्पामुळे आमच्या गावात जलसिंचन पद्धतीचा वापर सुरू झाला. या प्रकल्पाला आता वीस वर्षं पुरी झाली आणि तेव्हापासून इथल्या शेतकऱ्यांनी वर्षातून दोन पिकं काढायला सुरुवात केली. आमची शेतजमीन गावाच्या अगदी सीमेलगत असल्यामुळे, कालव्याचं पाणी आमच्यापर्यंत पोहोचू शकत नाही. भात हेच पावसाळ्यातील मुख्य पीक आणि हिवाळ्यात पुन्हा भात किंवा भुईमूग पिकवला जातो. शेतीसाठी सर्व गावकरी युरिया व रासायनिक फवाऱ्यांचा सर्रास वापर करतात. रसायनांचा वापर सुरू होण्याआधी हानिकारक कीटकांचा फारसा उपद्रव होत नव्हता, असं जुन्या पिढीतील माणसं अजूनही आवर्जून सांगतात. वर्षातून दोन पिकं काढण्याची पद्धत आता बरीच वर्षं चालू असल्याने गावातील जमीन अक्षरशः भरडून निघाली आहे. जमिनीचा इतका अनिर्बंध वापर केल्यामुळे, तिला पूर्वस्थितीला यायला अवधीच मिळत नाही. कालव्याच्या पाण्याचा वापर थांबवायला हवा, अशी ओरड दरवर्षी गावातील एखादा गट करत असतो; पण ही गोष्ट फक्त २०१० मध्ये प्रत्यक्ष घडून आली. त्या वर्षी कोणीही त्याचा वापर केला नाही.

आम्हाला हवी होती तशीच जमीन आम्हाला लाभावी, हा एक योगायोगच म्हणायला हवा. शेताच्या चारही बाजूनं निसर्गाचं नयनरम्य दर्शन घडतं. फक्त पूर्वेला वर लोंबणाऱ्या अधिक विद्युतदाबाच्या तारा मात्र फारच ओंगळवाण्या दिसतात. तुम्हाला जर पहाटे लवकर जाग आली तर विविध पक्ष्यांचे मधुर आवाज कानावर पडतात आणि शेताच्या बांधावर बसलेल्या भारद्वाज पक्ष्यांच्या जोडीचंही मनोहारी दर्शन घडू शकतं. सभोवताली नानाविध रंगांची फुलपाखरं फुलांवरून भिरभिरत असतात. अनेक मोहक, मखमली फुलपाखरांची आणि चमकणाऱ्या हिरवट रंगांच्या सुरवंटांची निवडक छायाचित्रं मी घेतली आहेत. इतक्या वर्षांच्या वास्तव्यात अगदी क्वचित आढळणारे शेंदरी पतंग (ॲटलॉस मॉथ) व चंद्राकृती पतंगही (ल्यूना मॉथ) पाहण्याचं भाग्य आम्हाला लाभलंय. हिवाळ्यातील सकाळचं वातावरण तर मन प्रसन्न करणारं असतं. अंधूक धुक्यानं लपेटून गेलेली जमीन आणि पानांवर व गवतावर चमकणारे दवबिंदू हे अतिशय विलोभनीय दृश्य असतं! पावसाळा

सुरू होण्याआधी काजवे चमकताना दिसू लागतात आणि काही वेळा तर ते चक्क घरातही प्रवेश करतात.

नदीच्या काठावर जाऊन तासन्तास बसून राहणे हा फुरसतीच्या वेळेतील माझा अत्यंत आवडता छंद आहे. तिथली संध्याकाळ खूप आनंददायी असते. विशेषतः मावळतीच्या सूर्यप्रकाशात चमकणारं फिकट नारिंगी रंगाचं पाणी पाहताना भान हरपून जातं. नदीचा पलीकडील काठ उंचावर असल्यामुळे तिथे पाणी खाली उताराला आहे. मागच्या बाजूला छोटेमोठे डोंगर आहेत. संध्याकाळच्या वेळी गाईगुरं घरी परतत असतात. नदीकाठावर स्त्रिया कपडे धूत असतात आणि लहान मुलं पाण्यात उड्या मारत असतात. ते दृश्य इतकं रमणीय असतं की, हे सगळं प्रत्यक्ष आपल्या डोळ्यांसमोर घडतंय यावर विश्वास बसत नाही. मला पूर्वीपासूनच घराबाहेर पडून दूर एखाद्या रम्य स्थळी जायची आवड होती. लहानपणी मी एका उपनगरातील रेल्वे कॉलनीत राहायचो. अनुकूल नसलेल्या त्या वातावरणातही मी त्या वेळी अनेक वनस्पती आणि झाडं लावली होती. सूरपारंब्या, झाडावर उंच चढणे हे आमचे रोजचे खेळ असायचे. आजच्या २४/७ टेलिव्हिजन व संगणकावरील खेळाच्या जमान्यात कोणालाही ती गोष्ट असंभवनीय वाटू शकेल.

शेतीमधील सुरुवातीचे धडे

पहिलं पीक

२००४ सालचा तो एप्रिल महिना होता. आमच्या मुगाच्या हिरव्यागार शेतात मध्यभागी उभा राहून मी सभोवताली पाहत होतो. सूर्य उगवायला थोडासाच अवधी होता. आकाश गडद नारिंगी झालं होतं. जमीन ओलसर होती आणि दवात भिजलेली पानं छान चमकत होती. मी अनवाणी पायांनीच शेतात उतरलो होतो आणि चिखलात माखलेल्या पायांनी उगवलेल्या प्रत्येक वनस्पतीचं बारकाईनं निरीक्षण करत होतो.

माझ्याभोवती चिकूच्या झाडांच्या रांगा होत्या व त्याखाली डवरलेला मुगाचा पर्णसंभार दिसत होता. त्या क्षणी माझं मन तृप्त होतं. दोन फूट उंची असलेल्या मुगाच्या झाडांमधून हिरव्या लुसलुशीत शेंगा बाहेर लोंबत होत्या. शेंगा अजून पिकल्या नव्हत्या. त्यांच्याभोवती मऊ कापसाचं आवरण तयार झालं होतं. कापणीला (शेंगा तोडणीला) अजून थोडा वेळ होता. माझं मन आनंदानं नाचत होतं.

कुंपणापलीकडच्या उंच वृक्षांच्या वर माझी नजर गेली. सूर्य उगवत होता. सूर्योदयाचं सुखावणारं दृश्य पाहत थोडा वेळ मी तिथेच रेंगाळलो आणि मग माझी पावलं हळूहळू घराकडे वळली. हिरव्यागार शेताच्या मधोमध सफेद रंग दिलेलं माझं घर.

क्षणभर माझी पावलं थबकली. आपण या जमिनीचे मालक आहोत आणि आता एक शेतकरी होऊन आपल्या पहिल्यावहिल्या पिकाकडे अभिमानानं पाहत आहोत, यावर माझा विश्वासच बसेना.

जमीन विकत घेण्यासाठी आगाऊ रक्कम दिल्यानंतर शेतीशी नीट परिचित होण्यासाठी मला थोडा अवधी हवा होता; पण ज्या दलालामार्फत मी ती जमीन विकत घेतली होती, त्या मोरूदादानं मी काय करायचं ते स्वतःच ठरवून टाकलं होतं. आम्ही लवकरात लवकर मुगाची पेरणी करावी, असा त्याचा आग्रह होता. त्या वेळी मी शेतीविषयक पुस्तकं वाचत होतो आणि काय पेरावं व त्याची कशी तयारी करावी, याबद्दलचे विचार माझ्या मनात घोळत होते. मोरूदादा मात्र आपल्या मताशी ठाम होता. मुगाची पेरणी करण्यासाठी हा हंगाम योग्य आहे आणि त्यासाठी लागणारं बियाणं शेजारच्या गुजरात राज्यातील सुरतमध्ये मिळतं, असं त्यानं मला आग्रहानं सांगितलं.

ज्या क्षेत्रात उतरण्याच्या दृष्टीने नुकतीच कुठे तयारी सुरू केली होती, त्यामध्ये मी बेधडक उडीच ठोकायला निघालो. विकत घेतलेली जमीन अजून माझ्या नावावरही झाली नव्हती आणि 'आयबीएम'ची नोकरी सोडून फक्त दोन महिने झाले होते; पण त्या वेळी विचार केला की, आपण शेतकरी होण्याचा निर्णय तर घेतलेलाच आहे, एक ना एक दिवस त्याची सुरुवात करावीच लागणार होती. मी लगेच सुरतला जाऊन दहा किलो मूग खरेदी केले. शेतीच्या कामात मला मदत करण्यासाठी मोरूदादानं आमच्या शेजारीच राहणाऱ्या बबन देसाईला माझ्याकडे पाठवलं. तो मुक्कामासाठी शेतावर थांबत नसला तरी रोज मदतीला मात्र येत असे. मोरूदादानं जमीन नांगरणीसाठी त्याचा ट्रॅक्टर मला भाड्यानं दिला व शेतामध्ये मुगाची पेरणीही करून दिली. त्यामागची कल्पना अशी होती की, जरी पहिल्या वर्षी मुगाचं पीक निघू शकलं नाही, तरी मुगाच्या रोपट्यांनी जमीन आच्छादली गेल्यानं जमिनीचा कस वाढण्यास मदत होणार होती. त्याच सुमारास मी जैविक शेतीसंबंधी काही पुस्तकं वाचायला सुरुवात केली आणि इंटरनेटमधूनही त्याविषयी मी अधिक माहिती मिळवू लागलो.

पेरलेल्या ठिकाणी काही दिवसांतच हिरवी पानं उगवलेली पाहून आम्हाला खूपच आनंद झाला. त्यापूर्वी मुगाची रोपं उगवताना मी कधीच पाहिली नव्हती; त्यामुळे ती हिरवी पानं पाहून माझ्या अंगावर आनंदानं अक्षरशः रोमांच उभे राहिले. मला आठवतं, लहानपणी विलेपार्ल्यातील रेल्वे कॉलनीमधील आमच्या घराबाहेर मी लावलेल्या जास्वंदीला जेव्हा पहिलं फूल आलं होतं, तेव्हाही मी असाच हर्षभरित झालो होतो. मोरूदादानं दिलेल्या सल्ल्याबद्दल माझ्या मनात कृतज्ञता दाटून आली.

त्यानंतर मोरूदादानं आम्हाला त्या रोपांवर कीटकनाशकांचे फवारे मारायला सांगितले; त्यामुळे मुगाचं अधिक उत्पादन मिळेल असा त्याचा दावा होता. आम्हाला मात्र ती गोष्ट मुळीच करायची नव्हती. कोणत्याही परिस्थितीत रसायनांचा वापर करायचा नाही, हे आम्ही पक्कं ठरवलं होतं आणि आम्ही ते त्याला समजावून सांगण्याचा प्रयत्न केला. आमचं म्हणणं त्याला पटलं नाही उलट आम्ही हाराकिरी करतोय, असं त्याला वाटलं. आम्ही आमच्या म्हणण्यावर ठाम राहिलो आणि तो किंवा त्याची मित्रमंडळी आमच्या शेतात रसायनं वापरणार नाहीत, ही गोष्ट आम्ही त्याच्याकडून कबूल करून घेतली. तो मात्र फवाऱ्याशिवाय पीक फोफावू शकेल हे मानायला शेवटपर्यंत तयार झाला नाही.

विषारी रसायनं न वापरताही निसर्ग आपलं काम चोख करेल हे आम्ही त्याला पुनःपुन्हा पटवून देत होतो; पण त्याच्याशी वाद घालताना एका क्षणी आमचाच आत्मविश्वास डळमळीत झाला. त्याचं म्हणणं कदाचित बरोबर असेल असा विचार आमच्या मनात आला, कारण या बाबतीत आमच्यापाशी काहीच अनुभव नव्हता. आम्ही पुस्तकात जे वाचलं होतं किंवा जैविक कापूस शेतीवर पुस्तक लिहिताना मीनानं त्यासंदर्भात जे संशोधन केलं होतं, त्यावरच आमची पूर्ण भिस्त होती.

अनेकांनी आम्हाला उलटसुलट सल्ला दिला; पण शेवटी आमचंच म्हणणं खरं ठरलं. कोणतीही लाच न घेता, निसर्गानं आपलं काम उत्तम प्रकारे बजावलं. लवकरच सुगीचे दिवस आले आणि आमच्या शेतात ३०० किलो मुगाचं पीक निघालं. हा आकडा खरोखरच अचंबित करणारा होता; त्यामुळे आमचा आत्मविश्वासही त्याच पटीत वाढला. आपली जमीन सुपीक आहे व तिच्यात रसायनांशिवायही पीक काढणं शक्य आहे, याची आम्हाला पक्की खात्री पटली. आमचं मनोधैर्य उंचावणारी ती घटना होती.

जमीन खरेदीचे पूर्ण पैसे देण्याआधीच आपल्या शेतात आलेलं घवघवीत पीक पाहून मी अक्षरशः थरारून गेलो. 'आयबीएम'ची नोकरी सोडून जेमतेम पाच महिनेही उलटले नव्हते आणि माझ्या हातात पहिलं पीक आलं होतं. माझ्या आयुष्यातील 'मायक्रोचिप्स ते मूग', हे संक्रमण यशस्वी ठरण्याची चिन्हं दिसत होती. घरातील बरेचसे मूग आम्ही आमच्या मित्रांना, नातलगांना, शेजाऱ्यांना व हितचिंतकांना भेट म्हणून दिले. तरीही आमच्यापाशी २०० किलो मूग शिल्लक राहिले. ते बाजारात विकण्याखेरीज आमच्यापाशी पर्याय नव्हता.

मूगविक्री

मुगाचं पहिलं पीक काढल्यानंतर आम्ही लवकरच शेतीमधला एक महत्त्वाचा धडा शिकलो. मी गोरेगावमधील एका किराणा दुकानदाराकडे गेलो व आम्ही आमच्या शेतात पिकवलेले मूग विकत घेणार का, असं त्याला विचारलं. त्यानं मूग नीट पारखून घेतले. त्यातील थोडे आपल्या घरी नेले आणि त्यानंतर काही दिवसांनी १२ रुपये किलो दरानं मूग विकत घ्यायची तयारी दर्शवली. त्यानं सांगितलेला भाव ऐकून मला धक्काच बसला, कारण तो आपल्या दुकानात ३० रुपये किलो दरानं मूग विकत होता. खरेदी-विक्रीमध्ये एवढा फरक कसा असू शकतो असं विचारल्यावर, मुगाची विक्री चट्कन होत नाही व बरेच दिवस माल दुकानात पडून असतो असं गुळमुळीत उत्तर त्यानं दिलं. घाऊक व्यापाऱ्यांकडून आपण याच भावानं मूग विकत घेतो, असंही त्यानं आम्हाला सांगितलं. त्या क्षणी शेतीधंद्यातील एक कठोर सत्य आम्हाला उमगलं. स्थानिक किराणा व्यापाऱ्याकडून ज्या किमतीनं आपण धान्य विकत घेतो, त्यावर ते धान्य पिकवणाऱ्या शेतकऱ्याला त्याची किती किंमत मिळाली हे कुठेही नमूद केलेलं नसतं.

आम्हाला जास्त किंमत हवी आहे, कारण आम्ही कोणत्याही कीटकनाशकांचा किंवा रसायनांचा उपयोग न करता हे मूग पिकवले आहेत, असं मी सांगताच त्यानं माझ्याकडे निर्विकारपणे पाहिलं आणि तो म्हणाला, "म्हणून काय झालं? त्यामुळे तुमचे मूग काही जगावेगळे ठरत नाहीत." अखेर आम्ही त्याचा नाद सोडला. आपल्या जैविक उत्पादनाला जास्त भाव हवा असेल तर आपण योग्य बाजारात आपला माल विकायला हवा, असं आम्ही ठरवलं. नंतर आम्ही जैविक धान्याची विक्री करणाऱ्या संघटनेतील एका व्यापाऱ्याशी संपर्क साधला. तो आम्हाला खूपच उदार व समजूतदार वाटला. तो १७ रुपये किलो दराने मूग खरेदी करायला तयार झाला. फक्त आम्हाला आमचा माल त्याच्या गोदामात नेऊन पोहोचवावा लागणार होता.

आमच्यापाशी दुसरा मार्ग नव्हता आणि एवढे मूग आम्ही घरात ठेवू शकत नव्हतो; त्यामुळे आम्ही त्यानं सांगितलेली किंमत मान्य केली. शिवाय मूग खराब होण्याची चिंता असल्यामुळे आम्ही तेही त्याच्या गोदामात नेऊन पोहोचवले. मुगाचे पैसे मात्र अनेकदा फोन केल्यावर महिनाभरानं मिळाले. आम्ही पैशांचा हिशेब केला. त्यानं १६ रुपये दरानं पैसे पाठवले होते. मी पुन्हा त्याला फोन केला. तुम्ही दिलेले मूग आणखी एकदा साफ करावे लागल्यामुळे ठरलेल्या भावात एक रुपया घट करावी लागली, असं उत्तर आम्हाला मिळालं. पुढच्या महिन्यात जेव्हा जैविक धान्य विक्रेता संघाचं दरपत्रक आमच्या हाती पडलं, तेव्हा

आम्हाला धक्काच बसला. मुगाचा दर त्यांनी ३८ रुपये प्रतिकिलो लावला होता.

हेच होतं ते कटू सत्य! पेरणी, रोपांना पाणी घालणं, खुरपणी, कापणी व धान्य साफ करणं यासाठी शेतकऱ्यानं ढोर मेहनत घ्यायची. बियाणं, वीज, पाणी, कामगारांची मजुरी याचा खर्चही त्यानेच सोसायचा; पण त्यानं पिकवलेल्या धान्याचा सर्वांत जास्त नफा मात्र व्यापाऱ्याने मिळवायचा. व्यापारी काय करतो? त्या धान्याला आकर्षक पॅकिंग करतो आणि शहरी माणसाच्या अज्ञानाचा फायदा उठवून त्याला ते अव्वाच्या सव्वा भावानं विकतो. त्याच वेळी आम्ही ठरवलं की, आपला माल व्यापाऱ्यांना विकायची ही पहिली व शेवटची वेळ. यापुढे कितीही त्रास झाला तरी चालेल; पण आपलं धान्य आपण थेट ग्राहकांनाच विकायचं.

मुगाचं पीक काढल्यानंतर वर्षा ऋतूला प्रारंभ झाला. तोपर्यंत सर्व सरकारी कागदपत्रांचं काम पूर्ण होऊन आम्ही जमिनीचे अधिकृत मालक बनलो होतो. इथले गावकरी पारंपरिक पद्धतीनं भाताची पेरणी करत. वनस्पतींच्या निरोगी उपजतीसाठी एक विशिष्ट जागा (Mother bed) निवडली जाते. प्रथम तिथे पेरणी करून त्या जागी भाताची रोपं उगवली जातात. त्यानंतर शेतामध्ये त्यांचं प्रत्यारोपण केलं जातं. आमच्याकडे शेतात काम करायला एवढी माणसंही नव्हती आणि इतर साधनंही नव्हती. त्या वेळी मी शेतीविषयक बरंच वाचन करत होतो. 'काही करू नका, फक्त निसर्गावर अवलंबून राहा.' (Do nothing) या मासनोबू फुकुओका यांनी शोधलेल्या शेतीच्या पद्धतीनं मी प्रभावित झालो होतो. भात लागवडीची आजची पद्धत ही शेतमजूर व बाह्य प्रक्रियेवर अधिक केंद्रित असल्याचं मला ठामपणे वाटत होतं. माझ्या जमिनीचा कस टिकवायचा असेल आणि माझ्यापाशी असलेल्या साधनांनिशी जर मला शेतीवर उपजीविका करायची असेल, तर बाह्य साधनांचा वा बाह्य प्रक्रियेचा मी कमीतकमी वापर करायला हवा किंवा तो वापर पूर्णपणे टाळायला हवा.

आम्हाला वेगळ्या पद्धतीनं शेती करायची आहे व त्यासाठी काही नवे प्रयोग करायचे आहेत, ही गोष्ट गावकऱ्यांना आणि विशेषतः बबनला समजावून सांगणं फारच अवघड होतं. शिवाय आम्ही शेतात रसायनांचा मुळीच वापर करणार नाही, हेसुद्धा आम्ही त्यांना वारंवार सांगत राहायचो. गावकरी मात्र आमचं बोलणं चेष्टेवारी न्यायचे. एखादा अनोळखी माणूस मला रस्त्यात अडवून कुतूहलानं विचारे, 'का हो, तुम्ही खरंच अशी शेती करताय?'

शेतीचा श्रीगणेशा करून मला अवघे सहा महिने झाले होते. भात नेमका कधी पेरायचा असतो, याचं मला काहीच ज्ञान नव्हतं. शिवाय गावातून मजूर आणि बैलांची जोडी मिळवणंही मला जमत नव्हतं. परिणामी, भात पेरण्याची योग्य संधी मी जवळजवळ गमावून बसलो होतो. नजीकच्या कोसबाडमधील एका

शेतकी संस्थेत सल्ला मिळवण्यासाठी मी धाव घेतली. दुर्दैवानं ती संस्थाही रासायनिक शेतीचा पुरस्कार करणारी होती. जैविक शेतीतून चांगलं पीक येऊ शकेल याची आम्ही खात्री देऊ शकत नाही, जर तुमचा प्रयत्न फसला तर त्याची जबाबदारी तुमच्यावर असेल, असं त्यांनी मला स्पष्टपणे सांगितलं. त्यांनी मला एका विशिष्ट जातीच्या भाताचं बियाणं वापरण्यास सुचवलं. इतर सर्वसामान्य जातींपेक्षा त्यांनी सुचवलेल्या भाताचं पीक केवळ ९० दिवसांत म्हणजे फारच लवकर येत असे. माझ्याकडून झालेल्या दिरंगाईवर मात करण्याची ती एकच संधी माझ्यापाशी होती.

त्यांनी सांगितलेल्या GR4 जातीच्या भाताचं बियाणं मी डहाणूतील एका दुकानामधून मिळवलं आणि हातानेच शेतात पसरवून टाकलं. ट्रॅक्टर किंवा जमिनीची मशागत करणाऱ्या इतर यंत्राचं भाडं फारच जास्त असल्यामुळे आम्ही पारंपरिक पद्धतीनं जमिनीची नांगरणी केली होती. शेतामध्ये युरिया टाकण्याचा किंवा रासायनिक फवारे मारण्याचा प्रश्नच उद्‌भवत नव्हता. कोणत्याही बाह्य प्रक्रियेशिवाय भात कसं उगवू शकतं व उगवणारी भाताची रोपं कशी दिसतात हे पाहण्यासाठी गावकरी आमच्या शेतावर गर्दी करत. शिवाय हातांनी शेतामध्ये बियाणं पसरवण्याचा प्रकारही त्यांनी यापूर्वी कधीच ऐकला वा पाहिला नव्हता.

आम्ही फक्त १०० किलो भात पिकवू शकलो. सरासरीच्या मानानं हे उत्पन्न फारच कमी होतं. पुढच्या खेपेस आमच्या पद्धतीमध्ये काही सुधारणा करून सर्व प्रक्रिया अधिक सफाईनं करायला हवी, ही गोष्ट आमच्या लक्षात आली. आमची नक्कीच काहीतरी चूक झाली होती. पुस्तकं वाचणं आणि अनुभवी लोकांचा सल्ला घेणं योग्य असलं तरी पुस्तकातील गोष्ट प्रत्यक्षात आणणं अधिक महत्त्वाचं होतं. संगणकावर काम करताना 'F1' किंवा 'मदतीसाठीचं बटण' उपलब्ध असतं; पण एखाद्यानं शेतीवर कितीही उत्कृष्ट पुस्तक लिहिलं असलं तरी ते वाचून तुम्ही शेती करू शकत नाही. त्यासाठी अनेक वर्षं शेतात राबून ते ज्ञान प्रत्यक्ष निसर्गाकडूनच शिकावं लागतं. एका शेतकऱ्यासाठी जी पद्धत अनुकूल ठरली असेल, ती दुसऱ्यासाठी प्रतिकूल ठरू शकते. प्रत्येक शेतजमिनीची व ठिकाणाची परिमाणं भिन्न असतात.

त्यामुळेच शास्त्रज्ञांनी कृषी संस्थेत केलेली संशोधने किंवा केलेले वेगवेगळे प्रयोग, शेतामध्ये प्रत्यक्ष कार्यान्वित करताना अयशस्वी ठरतात, कारण एखाद्या छोट्या जागेत, नियंत्रित वातावरणामध्ये हवा तसा परिणाम घडवून आणणं सहज शक्य असतं; पण अनेक एकरांच्या शेतजमिनीवर, लहरी हवामानामध्ये पिकांवर होणारा परिणाम पूर्णपणे वेगळा असू शकतो.

शेतामध्ये हातानं बियाणं पसरवून चांगल्या पिकाची अपेक्षा करणं चुकीचं

असतं, ही गोष्ट प्रत्यक्ष अनुभवातून आम्ही शिकलो. जमिनीला व हवामानाला पोषक ठरेल अशी शेतीची पद्धत शोधण्यासाठी आम्हाला सातत्यानं नवे बदल आणि नवे प्रयोग करणं आवश्यक होतं. कार्यक्षमतेची उत्तम पातळी गाठण्यासाठी आम्हाला वर्षानुवर्षं प्रयत्न करावे लागणार होते. आम्हाला फक्त एकाच गोष्टीची खात्री होती, ती म्हणजे चांगल्या पिकासाठी रसायनं व कीटकनाशकांची मुळीच गरज नसते. आता आमच्यापाशी असलेल्या साधनसंपत्तीतील संभाव्य क्षमतेचा आमच्या फायद्यासाठी जास्तीतजास्त उपयोग कसा करायचा, हे आम्हाला शिकावं लागणार होतं. अर्थात ही गोष्ट काही एका रात्रीत साध्य होणार नव्हती; त्यासाठी बरीच साधना करावी लागणार होती.

आम्ही शेतात पिकवलेले तांदूळ थेट ग्राहकांना विकण्याचा निर्णय घेतला. मागच्या अनुभवातून आम्ही मोठा धडा शिकलो होतो. याखेपेस आम्हाला किराणा व्यापारी किंवा जैविक धान्य विक्रेत्यांपाशी जायचं नव्हतं. मी व मीनानं आमच्या सर्व मित्रांना फोनवरून आमचा मनोदय कळवला. आश्चर्य म्हणजे त्यानंतर अवघ्या तीन दिवसांत आमच्याकडील तांदळाचा सर्व साठा विकला गेला. बऱ्याच लोकांना जैविक धान्य वापरण्यात रस आहे आणि ते आमच्याकडून विकत घेण्याची त्यांची तयारी आहे, हे आमच्या लक्षात आलं. या धंद्यातील अडत्यांना टाळण्यात आम्ही यशस्वी ठरलो होतो; पण तांदूळ पॅक करून ते ग्राहकांपर्यंत पोहोचवण्याचं नवीन काम मात्र आम्हाला करावं लागलं.

आम्ही २० रुपये किलोनं तांदूळ विकले. काही दिवसांनी लोकांचे पुन्हा फोन येऊ लागले. ते किलोला ३० रुपये द्यायलाही तयार होते. आम्ही तांदूळ पॉलिश केले नव्हते. फक्त फोलपट काढून ते स्वच्छ केले होते. त्यांचा आकार समान नव्हता आणि रंग किंचित तपकिरी होता; पण चव मात्र फारच रुचकर होती. तांदूळ विकून जे पैसे आले, त्यात भातशेतीवर केलेला खर्चही भरून निघाला नव्हता. झालेला तोटा पाहून मला खूपच चिंता वाटू लागली. मीना 'दि हिंदू' वृत्तपत्रासाठी काम करत होती. तिला मिळणाऱ्या पगाराखेरीज आम्हाला दुसरी काहीच मिळकत नव्हती.

भाताच्या हंगामानंतर मी मनातून धास्तावलो होतो. मुंबईला जाऊन पुन्हा एखाद्या कंपनीत नोकरी करावी असा विचार डोक्यात घोळू लागला होता. बऱ्याचदा मनात नैराश्य दाटून यायचं. आपण असा मूर्खासारखा निर्णय कसा घेतला, याची खंत वाटायची. बरेच दिवस मी त्या हताश मनःस्थितीतून बाहेर पडू शकलो नाही. इतकी वर्षं कष्टानं मिळवलेली पुंजी आपण शेतीत गुंतवली आणि आता त्यातून काहीच उत्पन्न येत नाही, या विचारानं मी त्रस्त होऊन जायचो. हेच पैसे फक्त बँकेत किंवा मुदत ठेवींमध्ये गुंतवले असते तरी अधिक पैसा मिळाला असता.

याबद्दल मीनाजवळ मी माझं मन मोकळं केलं. तिच्याबरोबर झालेल्या अनेक अर्थपूर्ण चर्चांमधून आणि बऱ्याच पुस्तकांच्या वाचनांमधून एक गोष्ट माझ्या लक्षात आली की, आपल्याला वाटते तेवढी काही परिस्थिती भीषण नाही. मनासारख्या गोष्टी घडण्यासाठी अजून काही काळ जावा लागेल.

आम्हाला आणखी एक गोष्ट जाणवली की, जरी आम्ही भाताच्या पिकातून नफा कमवू शकलो नसलो तरी अजूनपर्यंत आम्हाला आमच्या मुद्दलाला हात लावावा लागला नव्हता. मासिक खर्च अजूनही आमच्या आवाक्यात होता. शेतीला सुरुवात करून वर्षही लोटलं नव्हतं. संगणकावर काम करणं व शेती करणं यात प्रचंड फरक होता. शेतीमधले बारकावे शिकण्यासाठी अजून काही काळ तरी जावा लागणार होता. या नव्या क्षेत्राला पुरेसा वेळ देण्याआधीच आपण त्यात अयशस्वी ठरलो असा निष्कर्ष काढणं मूर्खपणाचं ठरलं असतं.

मी पुन्हा नव्या उत्साहानं शेतीला सुरुवात केली. शेताभोवती मी वेगवेगळ्या फळभाज्यांची लागवड करू लागलो. माझं काम छोट्या प्रमाणावर चालू होतं. संपूर्ण शेतात तुम्ही एकच भाजी पिकवा, त्यातून जो काही नफा होईल तो आपण सारख्या प्रमाणात वाटून घेऊ, असे प्रस्ताव अनेकांनी माझ्यासमोर ठेवले; पण आम्ही शेतात एकच पीक घेण्याच्या पूर्ण विरोधात होतो, कारण एकतर त्यात खूप मोठा धोका होता आणि जमिनीसाठीही ती गोष्ट चांगली नव्हती. मुंबईहून एक निर्यातदार माझ्याकडे आला. शेतात येणारं सर्व पीक आपण खरेदी करू आणि बाजारभावापेक्षा ३० टक्के रक्कम अधिक देऊ असा प्रस्ताव त्यानं मांडला. तो न्यूझीलंड व कॅनडाला फळे व भाज्यांची निर्यात करायचा. जैविक पिकांना तिथे खूपच मागणी होती. त्याचा प्रस्ताव नक्कीच फायदेशीर होता; पण आम्हाला तो पटला नाही. आपण पिकवलेला माल स्थानिक लोकांनाच विकणं मला अधिक योग्य वाटलं.

मोठ्या प्रमाणात विक्री करता येण्याएवढं धान्य, भाज्या, फळं आमच्या शेतात पिकत नव्हती. जे आमच्या शेतात पिकायचं ते मी गावकऱ्यांना द्यायचो आणि त्याच्या बदल्यात आमच्याकडे तयार न होणाऱ्या भाज्या ते मला द्यायचे. या देवाणघेवाणीतच मी खूश असायचो, कारण त्यामुळे आम्हाला सर्व प्रकारच्या भाज्या खायला मिळायच्या. अजून काही वर्षांनी आपल्याला बाजारातून काही विकत आणण्याची गरजच पडणार नाही, आपल्याला लागणारे सर्व अन्नपदार्थ आपण आपल्या शेतात पिकवू असं मला वाटायचं; पण तसं कधीच घडू शकलं नाही. इतक्या वर्षांच्या अनुभवानंतर आता आमच्या लक्षात आलं की, आमच्या शेतात सर्व प्रकारच्या भाज्या उगवू शकत नाहीत. फक्त स्थानिक व हंगामी भाज्याच आपण पिकवू शकतो.

आमच्या लक्षात आलेली आणखी एक गोष्ट म्हणजे शेतातल्या भाज्या खायची सवय झाल्यानंतर शहरातील भाज्या बेचव वाटू लागल्या. आपण मुंबईत ज्या भाज्या विकत घेतो, त्या कमीतकमी तीन दिवसांच्या शिळ्या असतात. शेतात जाऊन आपल्याला हव्या असलेल्या भाज्या खुडण्यात काही वेगळाच आनंद असतो.

जैविक शेती आणि तिचे फायदे या विषयावर मी खूप वाचन केलं होतं. माझ्यापाशी पुस्तकी ज्ञान भरपूर होतं; पण जिथे प्रत्यक्षात जैविक पद्धत अमलात आणली जाते अशी शेतं पाहण्याची माझी तीव्र इच्छा होती. जवळच्या मध्य प्रदेश राज्यातील काही शेतकऱ्यांना मी भेटलो. रसायनांचा वापर न करणाऱ्या आमच्याच भागातील शेतकऱ्यांच्या शेतातही मी जाऊन आलो. तामिळनाडूमधील काही जुन्याजाणत्या जैविक शेतकऱ्यांनी खास आयोजित केलेल्या प्रशिक्षण वर्गाचाही मी लाभ घेतला. रासायनिक शेती सोडून जैविक शेती करू लागलेल्या समविचारी लोकांना भेटून मला खूपच आनंद झाला. जैविक शेती करण्याचा आपला निर्णयही योग्य होता आणि लवकरच आपल्याला त्यापासून भरपूर लाभ होणार आहे, असा आत्मविश्वास मला त्या प्रशिक्षण वर्गानं मिळवून दिला.

त्याच काळात मी भास्कर सावेंनाही (२०१५ मध्ये त्यांचं निधन झालं.) भेटलो. उंबरगावला त्यांची शेतजमीन होती व तिथे ते नैसर्गिक पद्धतीनं शेती करत. रासायनिक शेतीचे दुष्परिणाम आणि नैसर्गिक पद्धतीनं शेती करण्यामुळे मिळणारे लाभ याबद्दलची त्यांची मतं ऐकणं हा माझ्यासाठी एक आनंददायी अनुभव होता. १९६० मध्येच त्यांनी नैसर्गिक पद्धतीनं शेती करण्यास सुरुवात केली होती. महान शेतीतज्ज्ञ मासनोबू फुकुओका यांनीही १९८८ मध्ये त्यांच्या शेताला भेट दिली होती. भास्कररावांच्या कामानं मी खूप प्रभावित झालो. त्यांनी सांगितलेली एक गोष्ट आजही माझ्या स्मरणात आहे. ते म्हणाले, "निसर्ग नेहमीच तुमच्या गरजा पुरवतो; पण तुमच्या हावरेपणाला तो कधीच साथ देत नाही. शेती म्हणजे उत्पादन करणारा कारखाना नव्हे, तो जीवनाचा मार्ग आहे."

तुम्ही म्हणता त्या लालसेला मीही एकदा बळी पडलो होतो, असं ओशाळत मी त्यांना म्हणालो. जमीन घेतल्यानंतर पहिल्याच वर्षी मी एक लिंबाचं झाड लावलं होतं. झाडाची वाढ चांगली झाली होती; पण त्याला लिंब येत नव्हती. लिंब येण्यासाठी मी अनेकदा प्रयत्न करून पाहिले. या क्षेत्रातील संशोधक, गावातील अनुभवी ज्येष्ठ व्यक्ती आणि रोपवाटिकेचे (नर्सरी) मालक या सर्वांचे मी सल्ले घेतले. प्रत्येकाने वेगवेगळे मार्ग सुचवले आणि मी त्यांनी सांगितलेल्या गोष्टी चार वर्षं अगदी चिकाटीनं व मेहनतीनं केल्या.

त्यांनी मला दिलेला सल्ला :

- पावसाळा संपल्यावर झाडाला पाणी घालू नये. मी दोन वर्षं त्यांची सूचना पाळली; पण काही उपयोग झाला नाही.
- झाडाच्या मुख्य खोडाचा एक इंच तुकडा कापावा. तसं केल्यावर झाड पिवळं पडलं आणि मरणप्राय अवस्थेला पोहोचलं. त्याबद्दल मीनानं माझी जी उलटसुलट हजेरी घेतली, त्याचं वर्णन मी इथे करू शकत नाही.
- झाडाभोवती एक खड्डा खणा आणि त्यात राख आणि कम्पोस्ट खत टाका. याचा परिणाम असा झाला की, झाडाची उंची बारा फुटांपर्यंत भराभर वाढत गेली.
- बकरीची आतडी झाडाच्या मुळाशी पुरावी. गावातून आणून ती मी सांगितल्याप्रमाणे पुरली; पण त्याचा झाडावर काहीच परिणाम झाला नाही.
- झाडाला चप्पल टांगावी, त्याप्रमाणे मी चपलेचा जोड झाडाला बांधला, पण काही दिवसांतच तो चोरांनी पळवला.

मी केलेल्या प्रयोगाचं वर्णन ऐकून भास्करराव हसले आणि मला म्हणाले, "घरी जा आणि झाडाची मनापासून माफी माग. जेव्हा खुद्द झाड फळ द्यायला तयार होईल, तेव्हाच त्याला लिंबं लागतील." मी शेतात परतलो आणि इतकी वर्षे खूप त्रास दिल्याबद्दल लिंबाच्या झाडासमोर उभा राहून त्याची अंतःकरणपूर्वक क्षमा मागितली. अखेर झाड लावल्यापासून सात वर्षांनी त्याला लिंबं येऊ लागली. आश्चर्य म्हणजे एकेक लिंबू क्रिकेटच्या चेंडूच्या आकाराचं होतं. माझी माफी स्वीकारली असं सूचित करण्याची, ती निसर्गाची अनोखी पद्धत होती.

त्यांनतर भास्करराव सावेंना मी अनेकदा भेटलो. प्रत्येक भेटीत त्यांच्याकडून मिळालेल्या अनमोल माहितीची अनेक टिपणं मी डायरीत नीट लिहून ठेवली. एकदा आमच्या पिकांवर एका विशिष्ट जातीच्या कीटकांनी हल्ला केला. त्यासाठी आम्ही जेव्हा बिनविषारी उपाय शोधत होतो, तेव्हा त्या डायरीतील महितीचा मला खूप उपयोग झाला. माझ्या असं लक्षात आलं की, माडाच्या झाडाखाली जर रुईची पानं पुरून ठेवली तर झाडाला नारळ जास्त लागतात. नारळाच्या आकार मोठा होतो व चवीलाही ते अधिक गोड असतात. आम्ही शेत विकत घेतलं, तेव्हा झाडांना फक्त तीन नारळ लागले होते. वर्षभरानंतर त्याच झाडांना दोन डझनांहून अधिक नारळ आले होते.

माझ्याकडे 'हनीबी' मासिकाचे बरेच जुने अंक होते. तो एक मोठा खजिनाच होता! शेतीमधील अनेक समस्यांवर त्यात निरनिराळे उपाय सुचवलेले असायचे. सृष्टी (सोसायटी फॉर रिसर्च ॲन्ड इनिशिएटिव्ह्ज फॉर सस्टेनेबल टेक्नॉलॉजिज

अँड इन्स्टिट्यूशन्स) या गैरसरकारी संस्थेतर्फे हनीबी प्रसिद्ध केले जाते. तळागाळातील लोकांमधून खास संशोधन व नवे उपक्रम करणाऱ्या शेतकऱ्यांच्या क्षमतेला विशेष बळ मिळावे या हेतूनं सृष्टीची स्थापना झाली.

एव्हाना शेतीच्या कामातून मला खूप आनंद मिळू लागला होता. मात्र, त्यातून अजूनही मला काही आर्थिक प्राप्ती होत नव्हती. खायला मात्र भरपूर अन्न मिळत होतं. हे अन्नपदार्थ जैविक पद्धतीनं तयार झाल्यानं चवीला फारच रुचकर असायचे. लहानपणी शेजारचे पटेलकाका त्यांच्या बागेतील फळं आम्हाला द्यायचे. मला त्याची आठवण व्हायची. आमच्या शेतातील फळांची चवही बाजारात मिळणाऱ्या फळांपेक्षा खूपच वेगळी होती.

शेतीमधून फारसा पैसा मिळत नाही, ही गोष्ट आता स्पष्ट झाली होती. शेतीतून भरपूर कमाई करायची आमची इच्छा असती, तर आम्हाला शेतात मोठ्या प्रमाणावर पीक काढावं लागलं असतं. तरच माल वाहतुकीचा खर्च करून ते मुंबईला पाठवणं फायद्याचं होतं. आम्ही ज्या प्रमाणात धान्य व भाज्या पिकवायचो, त्या फक्त घरातील अन्नाची गरज भागवू शकायच्या. काही वेळा आमच्याकडील धान्य गावकऱ्यांना देऊन, त्या बदल्यात आमच्याकडे नसलेले अन्नपदार्थ त्यांच्याकडून घेऊन यायचो. एक गोष्ट मला कळून चुकली होती की, खेड्यात राहून शेती करायची असेल तर पैशाला अवाजवी महत्त्व देण्यात अर्थ नाही. रोख पैसे कमावण्याच्या हव्यासापोटी शेतात फक्त एकच भरघोस पीक काढण्याऐवजी आमच्या दृष्टीनं शेतात सर्व प्रकारचं धान्य व भाजीपाला पिकवणं जास्त महत्त्वाचं होतं.

काही महिन्यांनी आम्ही भुईमुगाचं पीक काढलं; त्यातून अनेक डबे भरतील इतकं तेल आम्हाला मिळालं. खेड्यामध्ये आम्हाला स्वस्थ व निरोगी आयुष्य जगता येईल याची मला आता खात्री पटली होती.

शेती करू लागल्यापासून माझी जीवनशैली पूर्णपणे बदलली. मी सगळीकडे एसटीनं फिरू लागलो. स्वतःच्या मोटारीनं क्वचितच प्रवास करायचो. ब्रँण्डेड कपडे वापरणं मी बंद केलं आणि त्यानंतर अनेक वर्षं नवीन कपडे खरेदी करायची मला गरजच भासली नाही. अर्थात शेतात काम करताना चांगलेचुंगले कपडे घालण्याची कोणाचीही अपेक्षाच नसायची. आम्ही ज्या पद्धतीचं काम करायचो, त्यासाठी टी-शर्ट आणि अर्धी विजार पुरेशी होती. आमचं पैशावरचं अवलंबित्व हळूहळू कमी होत होतं, हाच याचा अर्थ होता.

जलज्योतिषी

जमीन विकत घेतल्यावर प्यायचं पाणी शोधणं हा आमच्या समोरील सर्वांत महत्त्वाचा प्रश्न होता. नदीचं पाणी पिण्यासाठी योग्य नव्हतं आणि सगळे गावकरी त्यासाठी विहिरीवर अवलंबून असायचे. सर्वांत जवळ असलेली विहीर आमच्यापासून अर्धा किलोमीटर अंतरावर होती. बोअरवेल खोदण्यासाठी आमच्या जमिनीत कुठे पाणी लागू शकेल याचा आम्ही शोध घेऊ लागलो. आमच्या गावात एक वृद्ध माणूस होता. तो हातात नारळ घेऊन, कुठल्या ठिकाणी पाणी लागू शकेल हे सांगत असे. गावकऱ्यांचा त्याच्यावर विश्वास होता. हाताच्या तळव्यावर नारळ ठेवून तो शेतात हिंडायचा आणि ज्या ठिकाणी त्याच्या हातातील नारळ उलटा फिरायचा तिथे पाणी लागेल असा त्याचा होरा असायचा. त्याचा अंदाज फारच कमी वेळा चुकतो असं गावकऱ्यांचं म्हणणं होतं. त्यानं सांगितलेल्या जागी बहुधा ३० ते ५० फुटांवर पाणी लागायचं.

पाणी शोधण्यासाठी नारळाच्या पद्धतीची आम्हाला फारशी खात्री वाटत नव्हती. आम्ही त्यासंबंधी इंटरनेटवर दुसरा पर्याय शोधू लागलो. तिथेच आम्हाला मायकेल डेव्हिस हा जलज्योतिषी सापडला. जमिनीत पाणी कितीही खोल असलं तरी त्याचा अचूक शोध घेण्याची विशेष शक्ती या लोकांना लाभलेली असते. नारळाप्रमाणेच ही पद्धत असली तरी ते आपल्या शोधकामासाठी खास साधनं वापरतात आणि त्यांची पद्धत अधिक विश्वसनीय समजली जाते.

मी डेव्हिसला भेटलो आणि त्याच्या कामाने प्रभावित झालो. गावात चालणाऱ्या 'नारळा'च्या आणि स्वतःच्या पद्धतीमधील फरक त्यानं मला समजावून सांगितला. भूऔष्णिक (जिओथर्मल) पाणी शोधण्याचं तंत्र त्याला अवगत होतं. हे पाणी जमिनीच्या गर्भातून झऱ्यांच्या रूपात वर येत राहतं. वर येत असताना जमिनीतील जलधारी खडकापाशी (ॲक्वायफर रॉक) पोहोचल्यावर ते थंड होतं व खडकाच्या खाली छोट्या प्रवाहासारखं वाहू लागतं. नारळाच्या पद्धतीनं फक्त जमिनीमध्ये पावसाचं जिरलेलं पाणी शोधण्यास मदत होते; पण जिथे पाऊस कमी पडतो किंवा मुळीच पडत नाही, अशा ठिकाणी ती पद्धत उपयोगी ठरत नाही.

आपल्या पद्धतीची अधिक माहिती व अचूकता समजून घेण्यासाठी, ज्यांनी ही पद्धत वापरली अशा काही व्यक्तींची नावं-पत्ते डेव्हिसनं आम्हाला दिले. आम्ही त्या माणसांना भेटलो. सर्वांनीच अनुकूल प्रतिक्रिया दिली. डेव्हिसचे अंदाज ९८ टक्के बरोबर ठरल्यानं आम्ही डेव्हिसची निवड केली. शिवाय पावसात मुरलेल्या पाण्यापेक्षा भूऔष्णिक पाण्याचे झरे शोधणे दीर्घ काळासाठी फायद्याचे ठरणार होते.

मे २००४ मधील एका रविवारी सकाळच्या प्रसन्न वातावरणात मी डेव्हिसला आमच्या शेतात घेऊन आलो. त्याच्या विनंतीनुसार आम्ही सँडविचेस व बर्फाच्या पाण्यानं भरलेले दोन कॅन बरोबर घेतले. शेतात पोहोचताच त्याने चट्कन सिगारेट शिलगावली. धूम्रपान केल्यावर त्यानं एक फेरी मारून शेताचं सूक्ष्म अवलोकन केलं. समोर दिसणारी प्रत्येक वनस्पती व झाडाचं महत्त्व त्यानं मला समजावून सांगितलं. उंबराच्या झाडाजवळून जाताना तो म्हणाला की, उंबराचं झाड हे जवळपास पाणी असल्याचं निर्देशक असतं.

केळी व बांबूच्या झाडांकडे बोट दाखवत तो म्हणाला की, या दोन्ही झाडांच्या फांद्या नेहमी पाण्याच्या स्रोताच्या दिशेनं झुकलेल्या असतात. फेरी मारता मारता डेव्हिस आमचं शेत नीट पारखत होता व निरनिराळ्या झाडांच्या आधारे पाण्याचा शोध घेत होता. नदीजवळील शेताच्या कडेला बांबूचं छोटं बन तयार झालं होतं. त्या झाडांच्या फांद्या जमिनीवर झुकल्या होत्या. पाणी जवळ असल्याची ती खूण होती. दुसऱ्या टोकाला असलेली निलगिरीची झाडं मात्र पाण्याच्या दृष्टीनं योग्य नव्हती; कारण निलगिरीची मुळं जवळपासचं सगळं पाणी शोषून घेतात. मधमाशासुद्धा पाण्याचा साठा आसपास असल्याचं सूचित करतात, असं मधाच्या पोळ्याकडे पाहत तो म्हणाला.

आम्ही घरी परतलो. त्यानं सँडविचेस खाल्ली व भरपूर पाणी प्यायला. त्यानंतर मायकेलनं दुसऱ्या फेरीला सुरुवात केली. या वेळी त्यानं आपल्या खिशात चांदीचं जुनं घड्याळ ठेवलं. जमिनीखालील पाण्याचा शोध घेण्यासाठी तो त्याचा लंबकासारखा उपयोग करणार होता. पहिल्या फेरीच्या वेळी त्यानं आमच्याशी खूप गप्पा मारल्या होत्या; पण याखेपेस मात्र तो स्वतःशीच काहीतरी अर्धवट पुटपुटत होता. काही ठिकाणी लंबक या टोकापासून त्या टोकापर्यंत बेफाम वेगानं हलत राहायचा. ते पाहून मला टिनटिन चित्रकथेतील प्राध्यापक कॅलक्युलसची आठवण झाली.

उंबराच्या झाडाजवळ लंबक जोरात हलू लागला; पण नदीजवळील बांबूच्या वनापाशी मात्र तो कमालीच्या वेगानं हेलकावे घेऊ लागला. दुसऱ्या फेरीअखेर पुन्हा घरी परतून तो कित्येक लिटर पाणी घटाघटा प्यायला. त्यानंतरच्या तिसऱ्या फेरीत, जिथे लंबक जोरजोरात हलत होता अशा पाच ठिकाणीच त्यानं आपलं लक्ष पूर्णपणे केंद्रित केलं. त्या विशिष्ट जागी जेव्हा लंबक पुन्हा हेलकावे घेऊ लागला, तेव्हा तो स्वतःशीच अगदी हळू आवाजात काहीतरी मंत्रोच्चार करतोय असं मला वाटलं. तो अतिशय थकल्यासारखा दिसत होता. घरी येऊन त्यानं तासभर विश्रांती घेतली. त्या काळात तो आमच्याशी फारसं बोलला नाही; फक्त स्वतःशीच काहीतरी गुणगुणत होता. आम्ही त्याच्यासाठी वडा आणि सँडविचेस

तयार ठेवली होती. ती खाऊन तो परत बाहेर पडला. या वेळेस त्यानं फक्त दोनच ठिकाणं निवडली. एक बांबूच्या वनाजवळचं आणि दुसरं आमच्या मुख्य फाटकानजीकचं.

या खेपेस त्यानं आपल्या सोबत एका हातात काटकोनात वळवलेले दोन लोखंडी कांब घेतले होते. दोन्ही सळ्यांचे कोन एकमेकांच्या विरुद्ध बाजूला होते. त्या दोन्ही ठिकाणी पोहोचताच, त्याच्या हातातील लोखंडी कांब अचानक एकमेकांच्या दिशेनं वळून जोरजोरात कंप पावू लागले. त्याच्या दुसऱ्या हातात त्रिशूळाच्या आकाराची एक काठी होती. काठीच्या एका टोकाला त्यानं पाण्यानं भरलेली पिवळ्या रंगाची प्लॅस्टिकची पिशवी बांधली होती. लंबक आता त्याच्या खिशात होता. बांबूच्या वनापाशी येताच त्यानं त्रिशूळ त्या दिशेनं पुढे सरकवलं. तत्क्षणी त्या जड पिशवीतील पाणी भोवऱ्यासारखं जोरजोरात फिरू लागलं. त्याचा वेग एवढा होता की, त्याच्या हातून काठी व पिशवी उडून दूर फेकली गेली. आता आपलं त्या पिशवीवरचं नियंत्रण सुटलं असल्याचं सांगून, त्यानं मला दूर उभं राहण्याची सूचना केली. काठी व पिशवी ताब्यात घेण्यासाठी मायकेलला बरंच अंतर चालून जावं लागलं.

ती वेगवान हालचाल तशीच काही काळ चालू होती. गरगरत फिरणाऱ्या पिशवीचा 'व्हिऽऽश' असा आवाज मी ऐकत होतो. पिसाटासारखी गोल गोल फिरणारी पिशवी पाहताना माझी अवस्था भारल्यासारखी झाली होती. स्वतःची खात्री करून घेण्यासाठी मीही एकदा प्रयत्न करून पाहायचं ठरवलं; पण आश्चर्याची गोष्ट म्हणजे पिशवी एकदाही गोल फिरली नाही. याचा अर्थ पिशवी इतकी भन्नाट वेगात भोवऱ्यासारखी फिरण्यामागे काहीतरी अचाट शक्ती होती. माझ्या अंगावर रोमांच उभे राहिले. पाणी शोधण्यासाठी विशेष कौशल्य असणारी व्यक्ती आपल्या सोबत आहे, याचं मला समाधान वाटत होतं.

मायकेलनं खिशातून लंबक बाहेर काढला आणि पाण्याची अचूक जागा शोधण्यासाठी तो काही वेळ जमिनीवर उकिडवा बसला. त्यानंतर नेमक्या कोणत्या जागी खोदायला सुरुवात करायला हवी हे समजून घेण्यासाठी हातात लंबक घेऊन तो त्या ठिकाणी गोल गोल फिरत राहिला. अखेर पंचेचाळीस मिनिटांनंतर त्यानं हातातील लोखंडी कांब एका विशिष्ट बिंदूवर ठेवून दिला.

पाणी मिळवण्यासाठी आपण या ठिकाणी खोदायला सुरुवात करायला हवी, हे मी गृहीत धरलं. तोपर्यंत संध्याकाळ झाली होती. लोखंडी सळी आणि पिशवीच्या मदतीनं त्यानं आमच्या मुख्य फाटकापाशी आणखी एक पर्यायी जागा शोधली. तिथेही लोखंडी सळीनं खूण करून ठेवली. काम पूर्ण झाल्यावर त्यानं आपलं मौन सोडलं. तो म्हणाला की, त्यानं निवडलेली पहिली जागा पाणी मिळवण्यासाठी

सर्वोत्तम आहे; पण काही कारणांमुळे तिथे काम होऊ शकलं नाही तर फाटकाजवळची जागाही तितकीच योग्य आहे.

बोअरवेल खोदताना कोणकोणत्या गोष्टी घडतील, याचं तपशीलवार वर्णनही त्यानं आमच्यापाशी केलं. महिनाभरानं आम्ही जेव्हा बोअरवेल खणायला सुरुवात केली, तेव्हा मायकेलनं केलेले अंदाज तंतोतंत खरे ठरल्याची आम्हाला प्रचिती आली. जमीन खोदताना आम्ही जी माती उपसत होतो, तिचा रंगही हुबेहूब त्यानं वर्णन केल्यासारखा होता. आम्हाला तीस फुटांवरच पाणी लागलं; पण डेव्हिसनं केलेल्या सूचनेप्रमाणे आम्ही आणखी २५० फूट खाली खोदलं. कोरड्या महिन्यांतही बोअरवेलचं पाणी आटू नये यासाठी ती खबरदारी घेतली होती.

आमच्या बोअरवेलला लागलेलं पाणी पिण्यासाठी योग्य आहे की नाही, हे तपासण्यासाठी आम्ही ते मुंबईच्या प्रयोगशाळेत पाठवलं. सुदैवानं त्याचं उत्तर होकारार्थी मिळालं. सुरुवातीपासून आम्हाला याचीच साशंकता वाटत होती. पिण्याच्या पाण्याचा साठा सापडला नसता, तर तिथे राहणं मुश्कील झालं असतं.

शेतातील पहिलं वर्ष

भुईमुगाचा हंगाम

जसजसे दिवस जाऊ लागले, तसतसा मी शेतीसाठी अधिक वेळ देऊ लागलो. वेगवेगळ्या पिकांची होणारी वाढ, त्यांच्या कापणीची व निगा राखण्याची पद्धत, यातले बारकावे मी शिकून घेतले. माझ्या लक्षात आलं की, प्रत्येक पिकाच्या पेरणीची व कापणीची पद्धत पूर्णतः भिन्न असते. एवढंच नव्हे, तर प्रत्येक पिकाला होणारे रोग व त्याची नासधूस करण्याकरता येणारे कीटकही निरनिराळे असतात. या सर्व अडचणींवर उपाय शोधणं हे मोठं आव्हान असतं. त्यातून मला भेडसावणाऱ्या समस्या तर अधिकच बिकट असायच्या, कारण जैविक शेतीपद्धतीमध्ये त्यावर ठोस उपाय सांगितलेले नव्हते. वेगवेगळे प्रयोग व असंख्य चुका करत, मला त्यातून मार्ग शोधावा लागे.

नोव्हेंबर २००४ मध्ये पावसाळ्यानंतर आम्ही भुईमूग पेरायचं ठरवलं. दुर्दैवानं ज्या दिवशी भुईमुगाच्या बियाण्यांचं वाटप करण्यात आलं, त्या दिवशी माझ्यापाशी पुरेसे पैसे नव्हते; त्यामुळे मी फक्त दोन पिशव्या म्हणजे ६० किलो बियाणंच विकत घेऊ शकलो. त्यानंतर गावकऱ्यांकडून मला समजलं की, बियांची टरफलं काढल्याशिवाय भुईमूग पेरता येत नाही. गावकऱ्यांनी

पुरवलेली माहिती हा आमच्यासाठी धक्काच होता. तिथूनच आमच्या भुईमुगाच्या पहिल्या पेरणीची सुरस व धाडसी कथा सुरू झाली. आम्ही प्रामाणिकपणे बिया सोलायला सुरुवात केली; पण आठवडाअखेरीस आम्ही दोघं मिळून एका पिशवीचा एकचतुर्थांश भागही संपवू शकलो नाही. गावातील प्रत्येक घराप्रमाणे आपल्याकडेही आजी-आजोबा, काका-काकू, आत्या व भरपूर मूलबाळं नांदणारं मोठं कुटुंब असायला हवं होतं, असा विचार त्या वेळी प्रथमच आमच्या मनात आला.

प्रत्येक घरात एकच दृश्य पाहायला मिळायचं. घरातील प्रत्येकजण दिवसभर भुईमूग सोलत बसलेला दिसायचा. घरी पाहुणे आले तरी तेही गप्पा मारत त्याच कामात सामील व्हायचे. आमच्याही घरी गावातील लोक यायचे; पण या कामासाठी ती संख्या पुरेशी नसायची.

गरज ही शोधाची जननी असते, असं म्हटलं जातं. आमच्या बाबतीत मात्र आमचा आळस किंवा कंटाळा ही एका नव्या शोधाची जननी ठरली. पहिल्या आठवड्यातच आम्हा दोघांच्याही लक्षात आलं की, कोणत्याही परिस्थितीत आपण बिया सोलण्याचं काम पुरं करू शकणार नाही. त्यापेक्षा आपण आहे त्या स्थितीत भुईमूग शेतात पेरू या. आमचं म्हणणं असं होतं की, जर पेरणीसाठी बिया सोलणं आवश्यक होतं, तर निसर्गानेच तशी व्यवस्था केली असती. अर्थात, आम्ही पारंपरिक पद्धत सोडून विचित्र गोष्ट करतोय, हे आम्हाला समजत होतं.

आम्ही अख्खा भुईमूग पेरतोय, ही बातमी वाऱ्यासारखी गावात पसरली आणि आम्ही फार मोठा मूर्खपणा करतोय हे प्रत्येकजण येऊन आम्हाला सांगू लागला. फक्त गावातील मोहन व बबनचे वडील अशा मोजक्याच ज्येष्ठ व्यक्तींनी आम्हीही फार वर्षांपूर्वी याच पद्धतीनं भुईमूग लावल्याचं आम्हाला सांगितलं.

त्याच वेळी काही शेतकऱ्यांनी अशा प्रकारे भुईमुगाची पेरणी केल्यासंबंधीचा हनीबीच्या अंकातील एक लेख माझ्या वाचनात आला. त्या सर्वांच्या भरवशावर आम्ही भुईमुगाचे अख्खे दाणे शेतात पेरले. बियांचं साल थोडं नरम व्हावं म्हणून पेरणीच्या आदल्या दिवशी आम्ही त्या पाण्यात भिजवून ठेवल्या. भुईमुगाची शेवटची बी ३१ डिसेंबरला पेरली गेली आणि नववर्ष साजरं करण्यासाठी आम्ही मुंबईला रवाना झालो. पिकाच्या बाबतीत काही अनर्थ न घडो, एवढीच आम्ही मनातल्या मनात प्रार्थना करत होतो.

त्यानंतर आठवडाभर शेतात काहीच काम नव्हतं. आठव्या दिवशी मात्र जमिनीतून काही रोपांनी डोकं वर काढलं. लवकरच कोवळ्या भुईमुगानं सारं शेत व्यापून गेलं. आमच्या आनंदाला पारावार राहिला नाही. 'थोडेसे कोंब उगवले म्हणजे काही चांगलं पीक येईल असं सांगता येणार नाही.' गावकऱ्यांच्या अशा बोलण्यानं मात्र आमच्या आनंदावर पाणी पडलं. प्रोत्साहन द्यायची ही कोणती

तऱ्हा? तरीही आम्ही शांतपणे रांगेत आलेल्या रोपांना पाणी घातलं, तण काढून स्वच्छ केलं व अतिशय प्रेमानं रोपांची निगा राखली.

चार महिन्यांनी एप्रिलमध्ये आम्ही भुईमुगाची काही झाडं उपटून पाहिली. झाडाच्या मुळांशी नाजूक शेंगा लटकत होत्या. मे महिन्यात पीक तयार झालं. ९ मे रोजी आम्ही एकेक झाड उपटून ते नीट वाळवण्यासाठी दिवसभर उन्हात ठेवू लागलो. गावातील लोकांची फारशी मदत मिळणं शक्य नसल्यानं, या कामासाठी मीना एक आठवडा रजा घेऊन माझ्याबरोबर राहिली. भुईमुगाच्या उपटलेल्या झाडांपासून त्यांना चिकटलेल्या शेंगा अलग करण्याची खास पद्धत असते. त्यासाठी दोन खांबांच्या मध्ये एक जाड लोखंडी कांब बांधलेली असते. शेंगा खाली गळून पडेपर्यंत ती उपटलेली झाडं त्या लोखंडी कांबेवर झोडपावी लागतात. ही गोष्ट ऐकायला अगदी सहजसोपी वाटते; पण हेच काम जेव्हा आम्हाला रोज सकाळी ७ पासून संध्याकाळी ६ वाजेपर्यंत न थकता करावं लागलं, तेव्हा भरघोस पीक आल्याचा आनंद विरून गेला.

सुरुवातीला ही झोडपणी आम्हाला खूपच कष्टदायक वाटली; पण डोक्यात साठलेला राग शमवण्यासाठी हा उत्तम उपाय आहे हे लक्षात येताच मनावरचा ताण आपोआप हलका झाला. एक जुडगा उचलायचा आणि ज्याचा तुम्हाला खूप संताप येतो, अशी व्यक्ती डोळ्यांसमोर आणून तिला सपासप फटके मारायचे. अशा प्रकारे काही जुडगे मारून झाल्यावर तुमच्या चेहऱ्यावर हलकेच हास्य झळकू लागतं आणि आजूबाजूचं जग सुंदर भासू लागतं. आठवड्यानंतर आम्ही पिकाचा फक्त निम्मा भाग झोडपणी करून संपवू शकलो होतो. मीनाला आणखी एक आठवडा रजा वाढवावी लागली. काम पूर्ण झालं, तेव्हा आम्ही पार थकून गेलो होतो, उन्हानं रापलो होतो आणि अंगावर उष्णतेनं फोड आले होते. बियाण्याच्या दोनच गोण्या विकत घेतल्या याचंच आता आम्हाला हायसं वाटत होतं. आणखी एक गोणी खरेदी केली असती तर आमची काय अवस्था झाली असती, याची आम्ही कल्पनाही करू शकत नव्हतो.

झोडपणी, वाळवणी व सफाईच्या अथक परिश्रमांनंतर दोन आठवड्यांनी आमच्यापाशी अठरा पोती भरून भुईमुगाच्या शेंगा जमा झाल्या होत्या. गावकऱ्यांच्या प्रमाणापेक्षा आमचं उत्पादन खूपच जास्त होतं. त्यांच्या मते दोन गोणी बिया पेरल्यावर जास्तीतजास्त १०-१२ पोती भरून भुईमुगाच्या शेंगा निघू शकतात. आमच्या शेतात भरपूर पीक आल्याची खबर गावात वणव्यासारखी पसरली आणि त्याची खात्री करून घेण्यासाठी आमच्याकडे गावकऱ्यांची रीघ लागली. लहूकाका व श्रीधरकाकांनी आमच्या पाठीवर कौतुकाची थाप मारली. पुढच्या वर्षी आपणही याच पद्धतीनं पेरणी करणार असं त्यांनी जाहीरपणे सांगितलं. बाबूराव व काटे

यांसारख्या संशयात्म्यांना हा नशिबाचा खेळ वाटला; पण बहुतेक लोकांनी मात्र आमची पद्धत यशस्वी ठरल्याचं कबूल केलं.

आता पुढचं काम म्हणजे ती सर्व पोती नदीवर घेऊन जाणे आणि शेंगांना लागलेला चिखल नदीच्या पाण्यात धुवून त्या शेंगा पुन्हा वाळवणे. या सर्व कष्टप्रद कामगिरीनंतर आमच्या लक्षात आलं की, पहिल्याच हंगामात आम्ही तब्बल ७०७ किलो भुईमूग पिकवला होता. आता फक्त भुईमुगातून तेल गाळणं बाकी होतं. पहिल्याच वर्षी मिळालेल्या घवघवीत यशानं आम्ही मनातून सुखावलो होतो.

स्थानिक घाण्यावरून आम्ही तेल काढून घेतलं. हे तेल पुन्हा दोन वेळा फिल्टर केल्यावर १५ किलोच्या डब्यात भरण्यात आलं. एकूण तेरा डबे तेल निघालं. हे तेल घेऊन किरकोळ विक्रेत्यांकडे जाण्यात मुळीच अर्थ नव्हता, कारण नेहमीप्रमाणे त्यांनी लबाडी करून ते आमच्याकडून कमी भावात विकत घेतलं असतं. आम्ही मित्रांना निरोप पाठवले आणि तेल विकण्याची इच्छा प्रदर्शित केली. आमचं तेल शुद्ध, अपरिष्कृत व निर्भेळ होतं.

तेलाची विक्री करायचं ठरवल्यावर मी जवळच्या एका तेल व्यापाऱ्याला भेटलो. तेलाचं परिष्करण (रिफाइनमेंट) कसं केलं जातं, हे मला जाणून घ्यायचं होतं. मला तेलविक्रीसाठी त्या माहितीचा उपयोग होईल असं वाटलं, कारण आमचं तेल फक्त दोन वेळा फिल्टर करून घेतलेलं होतं. ही व्यापारी मंडळी इतक्या कमी भावात तेल कसं विकू शकतात, हे माहीत करून घ्यायचीही मला उत्सुकता होती. त्या भेटीत मिळालेल्या माहितीनं मात्र मी खूपच अस्वस्थ झालो. तेलाच्या परिष्करणाची प्रक्रिया एका स्वयंचलित तंत्रानं केली जाते, ज्यात तेलामध्ये हायड्रोजन वायू सोडला जातो; त्यामुळे तेलाचा गंध नाहीसा होऊन, तेलाचा टिकाऊपणा अधिक वाढवण्यात येतो. उत्पादकासाठी ही गोष्ट फायदेशीर ठरत असली तरी सामान्य ग्राहकाला त्यापासून काहीच लाभ होत नाही. उलट संशोधनातून असं सिद्ध झालंय की, परिष्करणाच्या प्रक्रियेमध्ये तेलातून हायड्रोजनचे परमाणू गेल्यानं आपल्या रक्तातील चरबी वाढून हृदयविकाराचा धोका निर्माण होतो.

मला भेटलेल्या व्यापाऱ्यानं ही गोष्ट कबूल केली नाही; पण काही तेलांमध्ये कापूस बियाण्यांसारख्या गंधरहित तेलाची भेसळ केली जाते हे आपल्या बोलण्यातून त्यानं सूचित केलं. पाम तेल हेही भेसळीसाठी वापरलं जाणारं आणखी एक हलक्या प्रतीचं तेल आहे. अशा प्रकारचं तेल सार्वजनिक वितरण व्यवस्थेतून अनधिकृत बाजारपेठेत आणलं जातं. या व्यवस्थेमुळे तेलाची किंमत घटवून ते ग्राहकाला स्वस्तात विकलं जातं.

अर्थात, मी काही एखादा डॉक्टर किंवा संशोधक नव्हतो; त्यामुळे मिळालेल्या

माहितीच्या अचूकतेविषयी मी भाष्य करणं योग्य ठरलं नसतं. शिवाय माझ्यापाशी असलेलं तेल विकण्यासाठी मला याहून अधिक माहितीची गरजही नव्हती. एकदा लोकांनी आमच्या तेलाची चव घेतल्यावर आणि त्यातील सातत्य अनुभवल्यावर तेच आमच्याकडे तेलाची पुनःपुन्हा मागणी करू लागले. अगदी थोड्याच कालावधीत आमच्याकडील तेलाचा सर्व साठा विकला गेला. शेती करू लागल्यापासून प्रथमच लागवडीचा सगळा खर्च वसूल होऊन, आम्ही त्यावर थोडा नफाही कमावला होता.

वर्षपूर्तीचा आनंद

३१ डिसेंबर २००४ रोजी 'आयबीएम'ला रामराम ठोकून आणि माझा नवा धाडसी उपक्रम हाती घेऊन बरोबर एक वर्ष पूर्ण झालं. त्या दिवसाचं औचित्य साधून मी वर्षभरातील माझ्या कामगिरीचं मूल्यमापन केलं. ३६५ दिवस मी ऑफिसात गेलो नव्हतो, एकही 'पॉवरपॉइंट प्रेझेंटेशन' केलं नव्हतं. औपचारिक पोशाख किंवा बूट घातले नव्हते. (काही लग्नसमारंभांचा अपवाद वगळता) मागचं संपूर्ण वर्ष बियाणं शोधण्यात, न आलेल्या पावसावर चिडण्यात, भ्रष्ट सरकारी अधिकारी आणि इतर ढोंगी व नीच वृत्तीच्या माणसांबरोबर झगडण्यात संपून गेलं होतं.

पण त्यांच्याच जोडीला त्या वर्षात काही प्रसन्न व सुखदायी घटनाही अनुभवल्या होत्या. (जेव्हा मुगाचं पहिलं पीक आम्ही काढलं आणि आमच्या जमिनीत पाण्याचे झरे सापडले.) काही तणावपूर्ण प्रसंगांतून जावं लागलं. (जेव्हा सरकारी कागदपत्रं अडकून पडली होती.) आणि काही क्लेशकारक अनुभवांना सामोरं गेलो. (जेव्हा तुरीच्या संपूर्ण पिकाचं नुकसान झालं.) शेतीधंद्यातील माझा नवखेपणा लक्षात घेता, मला सुरुवातीला काही समस्यांना तोंड द्यावं लागलं असलं तरी एकूण वर्ष नक्कीच समाधानकारक गेलं होतं.

वर्षअखेरीस आपण केलेल्या कामाचं विश्लेषण व मूल्यमापन करण्याची 'आयबीएम'मधील परंपरा मी इथेही सुरू ठेवली. दुर्दैवानं माझं मूल्यांकन करणारा किंवा मी केलेल्या मूल्यांकनावर वाद घालणारा इथे कोणीही वरिष्ठ अधिकारी नव्हता; त्यामुळे जराही पक्षपात न करता, अत्यंत वस्तुनिष्ठपणे व पूर्णपणे सचोटीनं केलेलं ते स्व-मूल्यमापन होतं.

मुगाच्या उत्तम पिकानंतर तूर व उडिदाच्या लागवडीचा आमचा प्रयत्न साफ फसला होता. भाताचं पीकही फारच कमी निघालं; पण शेतातील पालेभाज्यांचे वाफे मात्र तरारून फोफावले होते. मुंबईहून येताना भाजीपाला घेऊन यायची

आम्हाला कधीच गरज भासली नव्हती. आमच्या शेतातच वांगी, गाजर, मुळा, मेथी, भेंडीपासून ते चवळी, वालापर्यंत सर्व भाज्या पिकत होत्या.

घरामध्येही आवश्यक सुखसोयी होत्या. आमच्या घरात उत्तम शौचालय व नळाच्या पाण्याची सोय होती. स्वयंपाकघर साधं असलं तरी स्वयंपाकासाठी लागणारी सर्व साधनसामग्री तिथे उपलब्ध होती. शेतात आलेल्या पाहुण्याला पोटभर अन्न मिळायचं. शेतातलं आमचं घर अगदी सुसज्ज होतं.

शहरापेक्षा गावात मी अधिक रमायचो. गावात साजऱ्या होणाऱ्या जन्माष्टमी व नवरात्रीसारख्या सणसमारंभांत मी प्रत्यक्ष सहभागी व्हायचो. स्थानिक क्रिकेट स्पर्धेतील विजेत्या संघाला मी प्रथम क्रमांकाचे पारितोषिक द्यायचो. गावात होणाऱ्या विविध बैठकांना शक्य असेल, तेव्हा मी आवर्जून उपस्थित राहायचो.

मागच्या वर्षात एक गोष्ट माझ्या लक्षात आली की, गावात कायमचं राहायला फारच थोडे लोक तयार होते. बहुतेकांना मोठ्या शहरात स्थलांतर करून भरपूर पैसे कमवायची इच्छा होती. शहरात जाऊन कोणतं काम करायचं, याला त्यांच्या लेखी फारसं महत्त्व नव्हतं. त्यांना फक्त शेतीपासून दूर पळायचं होतं. एकीकडे शेतीवर गुजराण करत, मी गावात स्वतःचं बस्तान बांधत होतो तर दुसरीकडे गावकरी मात्र गाव सोडायला निघाले होते. नदी, वृक्ष, पीक आणि तिथल्या हवामानानं मी कमालीचा भारावून गेलो होतो; पण गावातील लोकांना त्याचं काहीच महत्त्व वाटत नव्हतं. काही लोकांना वाटत होतं की, मी केवळ आराम व मजेखातर काही काळापुरता गावात राहायला आलोय. जवळचे पैसे संपले की, मी पुन्हा एक-दोन वर्षांत मुंबईला धाव घेणार, असा अंदाज त्यांनी बांधला होता.

पहिल्या वर्षाअखेर आम्ही फारच थोडे पैसे कमावले असले तरी आपण स्वतःच्या शेतात पिकवलेला भात व भाज्या खातोय ही वस्तुस्थिती मनाला फार मोठं समाधान देणारी होती. शिवाय गावकरीही आता आम्हाला त्यांच्यापैकीच एक समजून सन्मानानं वागवत होते. आमच्यासाठी ही फार मोलाची गोष्ट होती.

अशा या रोमांचक आणि विलक्षण ठिकाणी एका गोष्टीची मात्र उणीव जाणवत होती, जी आमच्या मूळ योजनेत आम्ही ती गृहीत धरली होती. मीना माझ्यासोबत नव्हती. ज्या दिवशी मी राजीनामा दिला, त्याच दिवशी मीनाला नोकरीचं निमंत्रण मिळालं होतं व एप्रिल २००४ मध्ये ती मुंबईच्या 'दि हिंदू' वृत्तपत्राच्या कचेरीत नियमितपणे काम करू लागली होती.

गावात मी एकटाच राहायचो व प्रत्येक आठवडाअखेरीस मुंबईला जाणंही मला शक्य नसायचं. फोनची सुविधा उपलब्ध नव्हती व मोबाइलनं संपर्क साधणं, बेभरवशाचं असायचं. शिवाय गावाहून शहरात सतत ये-जा करणं मला अवघड जात होतं. मुंबईला गेलो की, मला हमखास सर्दी व खोकल्याचा त्रास सुरू

व्हायचा आणि गावात परत आलं की, तो जादूसारखा गायब व्हायचा.

यामुळे एक गोष्ट स्पष्ट झाली होती की, मुंबईतील प्रदूषण आता माझ्या शरीराला झेपेनासं झालं होतं. शेतावर येण्याचा मीना जास्तीतजास्त प्रयत्न करायची; पण तिच्या कामाच्या अनियमित वेळांमुळे तिलाही ते अवघड जायचं. एकीकडे नव्या वातावरणाशी जुळवून घेण्यासाठी मला झगडावं लागत होतं, तर तिकडे मीनाची परिस्थितीही काही वेगळी नव्हती. तिला शहरात एकटं राहणं त्रासदायक ठरत होतं. रोज मित्र-मैत्रिणींबरोबर बाहेर पडणं तिला जमत नव्हतं. आम्हाला या प्रश्नावर लवकरात लवकर तोडगा काढणं आवश्यक होतं. मीना आपलं काम उत्तमप्रकारे करत होती आणि इतक्या लवकर नोकरी सोडून शेतीमध्ये झोकून देणं तिला योग्य वाटत नव्हतं. शिवाय तिला दरमहा मिळणाऱ्या पगारालाही आमच्या लेखी मोठं महत्त्व होतं; त्यामुळे आमचा आर्थिक भार हलका व्हायचा व शेतीमध्ये मी नवनवे प्रयोग करू शकायचो. मीनानं फक्त तीन वर्षं नोकरी करायची असं आम्ही आधी ठरवलं होतं. तो बेत आम्हाला बदलावा लागला. अजून काही वर्षं तरी दोघांनी अशाच पद्धतीनं आपापली जबाबदारी उचलायची आणि योग्य क्षण येताच, तिनं नोकरीचा राजीनामा द्यायचा, असा आम्ही त्यात फेरबदल केला.

मीनाच्या मिळकतीतील एकही पैसा शेतीच्या कामासाठी वापरायचा नाही, हे मी पक्कं ठरवलं होतं. मुंबईत होणारा खर्च ती करायची. एकूण मुंबईतील घर तिच्या पगारावर चालत होतं. तिचे पैसे जर मी शेतीसाठी वापरू लागलो असतो, तर शहर सोडून गावात स्थायिक होण्याचा उद्देशच असफल ठरला असता. शेतीच्या खर्चासाठी मी एक नवीन बँक खातं उघडलं होतं आणि शेतीसंबंधातील सारे व्यवहार मी त्या खात्यातून करत असे. जर माझ्याकडचे पैसे संपले तर मी हातातील कामं काही काळासाठी पुढे ढकलायचो आणि शेतीमधून पुन्हा पैसे मिळेपर्यंत मी स्वतःला इतर कामांत गुंतवून ठेवायचो. भुईमुगाचं तेल हा आमच्या शेतीच्या उत्पन्नाचा मुख्य स्रोत होता. त्यातून मिळणाऱ्या पैशात शेतीचा सर्व खर्च भागत असे. थोडक्यात, शेतीमधून आम्ही खूप पैसे मुळीच मिळवत नव्हतो; पण एव्हाना माझी खात्री पटली होती की, शेतीच्या मिळकतीतून घरखर्च तर नक्कीच भागू शकेल. शिवाय काही रक्कम आम्हाला बँकेत शिल्लक ठेवणंही शक्य होईल आणि अचानक एखादा मोठा खर्च उभा ठाकला तर त्यासाठी ती बचत उपयोगी पडेल.

जातिवंत भाताचा शोध

सुवासिक भात

पहिल्या वर्षी मी भातपेरणीसाठी खूपच उशीर केला होता; त्यामुळे कोसबाडच्या कृषी अधिकाऱ्यांनी सुचवलेल्या व कमी वेळात तयार होणाऱ्या GR4 जातीच्या भाताची लागवड मला करावी लागली. पुढच्या वर्षी मात्र भातपेरणीची तयारी लवकर सुरू करायची आणि त्यासाठी पारंपरिक व उत्तम जातीचा भात शोधायचा असं आम्ही ठरवलं. पारंपरिक भाताच्या जातींबद्दल मी बरंच वाचलं होतं. अशा भाताला रासायनिक खतांची गरज नसते, हेही आम्हाला ठाऊक होतं. या प्रकारच्या जाती मुळातच दणकट असतात आणि विनाशकारी कीटकांचा समर्थपणे प्रतिकार करू शकतात. आम्ही रसायनांचा मुळीच वापर करत नसल्याने आमच्या शेतात अशा भाताचं उत्तम पीक येईल, याची आम्हाला खात्री होती. गेल्या वर्षीचा अनुभव व कमी आलेलं पीक यातून आम्ही न विसरणारा धडा शिकलो होतो. म्हणून या वर्षी आम्ही पेरणीसाठी संकरित जातीच्या भाताचा वापर न करण्याचा निर्णय घेतला.

२००५ च्या एप्रिल महिन्यात आम्ही पारंपरिक भाताचा शोध घ्यायला सुरुवात केली. मुंबईत स्वतःचा व्यवसाय करणाऱ्या एका गृहस्थाने

आमच्या शेजारचीच जमीन विकत घेतली होती. त्याने आम्हाला पूर्वीपासून गावात पिकवल्या जाणाऱ्या एका सुवासिक भाताच्या जातीची पेरणी करायचा सल्ला दिला. पेठ गावातील व भोवतालच्या परिसरातील शेतकऱ्यांनी त्या सुवासिक भाताकडे, ज्याला ते 'देशी' भात म्हणत, केव्हाच पाठ फिरवून संकरित जातीच्या भाताची लागवड करायला सुरुवात केली होती. माझी देशी भात पिकवण्याची कल्पना गावातील तरुण पिढीला तद्दन मूर्खपणाची वाटली. उत्तम जातीच्या भाताचा शोध घेण्यासाठी मी मात्र आजूबाजूच्या खेड्यांत अनेकदा जाऊन आलो; पण माझा शोध असफल ठरला. आम्ही जवळजवळ आशा सोडून दिली होती.

शेवटचा प्रयत्न करण्याच्या इराद्यानं मी बबनच्या वडिलांशी व गावातील इतर काही ज्येष्ठ व्यक्तींशी बोलायचं ठरवलं. अर्थात, ती मंडळी बोलायच्या अवस्थेत असतानाच मी त्यांना गाठलं. वयोमानानुसार ते सर्वजण शेतीच्या कामातून निवृत्त झाले होते व दिवसभर दारूच्या नशेत धुंद झालेले असायचे. सरकारकडून त्यांना मासिक निवृत्तिवेतन मिळायचं; पण आपल्याला हे पैसे केवळ मद्यसेवनासाठीच मिळतात, असा जणू काही त्यांचा समज होता. निवृत्तिवेतनाचा होणारा हा सदुपयोग! अनेकदा चर्चा झाल्यानंतर अखेर त्या सुगंधी भाताचं नाव कसबाई असल्याचं त्यांनी मला सांगितलं.

कसबाई हा पारंपरिक जातीचा आणि लांबट आकाराचा भात असतो. त्या भाताला एक विशिष्ट गंध येतो; पण बासमतीला येणाऱ्या गंधापेक्षा तो खूपच सौम्य असतो. सर्वसाधारण भातापेक्षा कसबाईच्या पिकाला अधिक वेळ लागतो. आपण बऱ्याच वर्षांपूर्वी कसबाई पिकवल्याचं, त्या वृद्ध मंडळींना स्मरत होतं. कसबाईचं बियाणं कुठे मिळेल असं मी विचारताच सर्वांच्या माना नकारार्थी हलल्या. कसबाई आता 'गायब' झाल्याचं त्यांनी सांगितलं.

कसबाईची कथा ऐकून त्याचं बियाणं मिळवण्याची आमची जिद्द अधिकच वाढली. थोडं जरी बियाणं मिळालं तरी असा जातिवंत भात आपण पिकवायला हवा, असं आम्ही ठरवलं. सरकारी खात्यात याबद्दल अधिक माहिती मिळू शकेल असं मला वाटलं. मी एका कृषी अधिकाऱ्याला भेटलो. त्याच्या भेटीनं मात्र माझी पार निराशा झाली. त्यानं कसबाईचं नावदेखील ऐकलं नव्हतं. गावकरी तुमची मस्त फिरकी घेत आहेत, असंही तो म्हणाला. त्यानं भाताच्या संकरित जातींची अनेक नावं मला धडाधड सांगितली व चाचणीसाठी त्यांपैकी काहींचं बियाणं मोफत द्यायचीही तयारी दर्शवली. नको त्या माणसाबरोबर व्यर्थ वेळ दवडल्याबद्दल मी मनातल्या मनात स्वतःलाच दूषणं देत तिथून बाहेर पडलो.

त्यानंतर मी कासा गावातील आदिवासी महामंडळाच्या कचेरीत गेलो. सरकारतर्फे ते आदिवासी लोकांकडून भात खरेदी करत. त्यांच्यापाशी असलेल्या यादीमध्येही

कसबाईचं नाव नव्हतं. शेतकऱ्यांनी कसबाई भाताची लागवड करण्याचं का सोडून दिलं याचं उत्तर मला तिथे सापडलं. बाजारातच जर त्या मालाची दखल घेतली जात नसेल, तर न विकला जाणारा भात कोण पिकवेल? तिथल्या अधिकाऱ्याला मात्र भाताच्या जातींबद्दल अधिक ज्ञान होतं. काही वर्षांपूर्वी कोणीतरी आपल्याला कसबाई भात विकल्याचं त्याला आठवलं.

दोन-तीन कप चहा पाजल्यावर आणि बराच वेळ आर्जव केल्यानंतर हवी असलेली माहिती मला मिळाली. चार-पाच वर्षांपूर्वी जवळच्या धानिवरी गावात कसबाईची लागवड केली होती. बबनच्या सोबतीनं मी तिथे जायचं ठरवलं. तिथे पोहोचल्यावर आम्हाला धक्का बसला. वेगवेगळ्या ठिकाणी तुरळक वस्ती असलेलं व दूरवर पसरलेलं ते एक छोटसं खेडं होतं. आम्ही पुन्हा महामंडळाच्या कचेरीत गेलो आणि धानिवरी गावातील एखाद्या व्यक्तीचं नाव सांगण्याची त्या अधिकाऱ्याला विनंती केली. त्याच्यापाशी असलेली नोंदवही तपासताना, देवू हांडा हे नाव आम्हाला आश्वासक वाटलं. गेल्या वर्षी त्यानं महामंडळाला सर्वाधिक भात विकला होता. देवू चांगला माणूस आहे आणि तो तुम्हाला नक्की मदत करेल असा विश्वास त्या अधिकाऱ्यानं आम्हाला दिला.

मी आणि बबन परत धानिवरीला आलो. या वेळी देवूला शोधणं फारसं कठीण गेलं नाही. आपल्या घराच्या बाहेर ठेवलेल्या बाजल्यावर देवू बसला होता. वयोमानानुसार त्याचे केस पिकले होते. डोक्यावर टोपी होती. अनेक एकर जमीन, प्रशस्त घर व आपल्या मोठ्या कुटुंबात रमलेला देवू, गावचा माजी सरपंच होता. ओळखपाळख झाल्यावर आम्ही कसबाईचा विषय काढला. कसबाई हा शब्द ऐकताच देवूला जुने दिवस आठवले. तो जणू स्वप्नात हरवून गेला. एकेकाळी सगळं गाव फक्त कसबाई भात पिकवत होतं, हे सांगताना त्याचा आवाज आनंदानं थरथरत होता. तो म्हणाला, "एक काळ असा होता की, दुपारी जेवणाच्या वेळी जेव्हा बाहेरगावची माणसं आमच्या गावातून पुढे जायची, तेव्हा त्यांची पावलं आपोआप थबकायची आणि आम्हाला जेवण मिळू शकेल का अशी ते आमच्यापाशी विचारणा करायचे. कसबाईच्या घमघमाटानेच तोंडाला पाणी सुटायचं. प्रत्येक घरात तोच भात शिजला जात असल्यानं त्याचा सुवास गावभर पसरलेला असायचा. आता कसबाई कोणीही पिकवत नाही, सगळेजण आता नव्या संकरित जाती पिकवण्याच्या मागे लागले आहेत. मलाही आता जबरदस्तीनं नवा बेचव भात खावा लागतोय."

शेतकरी नवीन भाताकडे का वळले असं आम्ही विचारताच, त्याने तत्काळ हे सारं जलसिंचनामुळे झालं, असं उत्तर दिलं. तो पुढे म्हणाला की, फार वर्षांपूर्वी गावात कालव्याची सोय नव्हती; त्यामुळे गावकरी फक्त पावसावर अवलंबून

होते. नंतर जलसिंचनाची सोय झाल्यानं शेतकऱ्यांना वर्षात दुसरं पीक काढण्याचा मोह झाला. कसबाई हे अधिक वेळ घेणारं पीक असल्यामुळे लोक कमी वेळात पिकणाऱ्या भाताच्या दुसऱ्या संकरित जातीकडे वळले; त्यामुळे त्यांना दुसरं पीक घेणंही शक्य झालं.

"तुम्हाला संकरित बियाण्यांचा एवढा तिरस्कार असताना तुम्हीही ते का वापरू लागलात? तुमच्यावर तर कोणी जबरदस्ती केली नव्हती." मी विचारलं.

त्यावर देवू हसत म्हणाला, "आमच्याकडे शेतांना कुंपणं नसतात आणि एकदा कापणी झाली की, सर्वजण आपापली गुरं शेतात चरायला सोडतात. त्या वेळी माझ्या शेतात जर कसबाई पिकत असलं, तर गाईगुरांसाठी ती मेजवानीच ठरली असती."

काही वेळा आपल्यालाही गावासारखंच वागावं लागतं, असं अखेर तो खेदानं म्हणाला. संकरित बियाण्यांना पाणी, खतं व कीटकनाशकं भरपूर प्रमाणात लागतात. संकरित बियाण्यांपासून सुरुवातीला चांगलं पीक मिळायचं; पण नंतर नंतर फारच कमी पीक येऊ लागलं. शिवाय देवूच्या मते, शेतकऱ्यांना युरिया व इतर कीटकनाशकांच प्रमाण खूपच वाढवावं लागलं. जणू नव्या संकरित जातीला रसायनांची प्रचंड भूक असायची. बोलता बोलता त्यानं एक उद्बोधक आठवण सांगितली. तो म्हणाला, "१९६० मध्ये जेव्हा नदीला मोठा पूर आला, तेव्हा कसबाईची रोपं मात्र जमीन धरून राहिली. मला आठवतं, पूर ओसरल्यावर जेव्हा आम्ही पुन्हा गावात आलो, तेव्हा भाताची रोपं डौलत उभी होती. कसबाईची ही ताकद होती... आणि आम्ही त्याच्याकडेच पाठ फिरवली."

देवू आठवणीत हरवून गेला होता. आम्ही हळूच विषय बदलला व कसबाईचं बियाणं मिळवण्याचा आमचा उद्देश पुन्हा त्याच्या कानावर घातला. आपल्या गावात कोणाकडेही कसबाईचं बी मिळणं शक्य नाही, याची त्याला पक्की खात्री होती. त्याच्या मते कसबाईचा भात पिकवणारी आता एकच जमात आहे. डोंगराच्या पायथ्याशी असलेल्या आसरवरी खेडेगावातील आदिवासी लोक अजूनही त्या भाताची लागवड करतात. मनापासून आभार मानत आम्ही त्याचा निरोप घेतला. 'आमच्या गावची महालक्ष्मी, नक्की तुम्हाला कसबाईचं बियाणं मिळवून देईल.' देवू हांडानं आम्हाला प्रेमळ आशीर्वाद दिला.

आसरवरी गावात पोहोचल्यावर आधी आम्ही तिथल्या सरपंचाला गाठलं. तिथे बोलली जाणारी भाषा समजून घेण्यासाठी आम्ही त्याची मदत मागितली. त्यानं आपला मदतनीस, जीवन याला आमच्यासोबत डोंगरात पाठवलं. गर्द झाडाझुडपांतून वाट काढत, अनेक झरे, ओहोळ व चर ओलांडत आणि मोठमोठ्या खडकांवरून चढत अखेरीस अर्धा तासानं आम्ही बोरीपाडा वस्तीवर पोहोचलो.

आमच्या समोर मोडकळीस आलेल्या दोन झोपड्या होत्या. आपण चुकीच्या ठिकाणी तर आलो नाही ना, असं क्षणभर मला वाटलं. त्या दोनपैकी एका झोपडीबाहेर अंगभर सुरकुत्या पडलेली एक वृद्ध स्त्री बसली होती. आमच्याकडे तिनं कुतूहलानं पाहिलं. आम्ही जीवनला इशारा करून, तिला तो महत्त्वाचा प्रश्न विचारायला सांगितलं. उत्तरादाखल ती काहीतरी पुटपुटली. तिच्या बोलण्याचा अर्थ आम्हाला समजेना. आम्ही पुन्हा प्रश्नार्थक नजरेनं जीवनकडे पाहिलं. तो हसत म्हणाला की, कसबाईचा भात तिच्यापाशी आहे. आम्ही कोण आहोत व आम्हाला काय हवंय, असं ती विचारत असल्याचंही त्यानं सांगितलं.

जीवनचं बोलणं ऐकल्यावर मला चेहरा निर्विकार ठेवणं अवघड झालं. त्या वृद्ध स्त्रीला आनंदानं कडकडून मिठी मारण्याची मला अनावर इच्छा झाली. काही महिन्यांच्या अथक शोधानंतर अखेर 'कसबाई' आम्हाला गवसला होता. आम्ही पेठ गावातून आलोय आणि कसबाईच्या लागवडीसाठी आम्हाला बियाणं हवं असल्याचं आम्ही तिला सांगितलं. आम्ही १० किलो भात मागताच कपाळाला आठ्या घालत ती पुन्हा काहीतरी पुटपुटली. जीवन म्हणाला की, तिनं पेठ गावाचं नाव कधीही ऐकलं नव्हतं आणि वजनकाटा नसल्यानं भात पिशव्यामध्ये भरून द्यायला ती तयार होती. आम्ही तिला एकाच मोठ्या पिशवीतून भात द्यायची विनंती केली. म्हातारीला थोडे पैसे द्या, असं जीवननं आम्हाला सांगितलं. मी १०० रुपयांची नोट तिच्या हातावर टेकवली. इतका वेळ गंभीर असलेल्या आजीबाई, शंभराची नोट पाहताच तोंडभरून हसल्या. नोट हातात घेताना आनंदानं तिनं मान डोलवली.

आनंदानं हरखून गेलेल्या त्या स्त्रीचा निरोप घेऊन घरी परतताना सूर्य मावळू लागला होता. मनात विचार आला की, शहरी गजबजाटापासून खूप दूर, निनावी डोंगराच्या पायथ्याशी वस्ती करून राहणारी ही माणसं, हेच खरे अस्सल भारतीय लोक. खेदाची बाब म्हणजे भारतीय भूमीची जैवविविधता जतन करणारी ही माणसं, इतरांच्या खिजगणतीतही नव्हती. संकरित बियाणं, खतं व कीटकनाशकं म्हणजे काय, हेही त्यांना ठाऊक नव्हतं. शेतात भात पिकवायचा आणि आपल्या अन्नाची सोय करायची एवढंच त्यांना माहीत होतं. आम्हाला भेटलेल्या त्या वृद्ध स्त्रीनं बोरीपाडाची वेस संपूर्ण आयुष्यात कधी ओलांडली नव्हती. बाह्य जगातील तथाकथित 'सुधारणां'पासून तिचं इवलंसं जग अजून अबाधित राहिलं होतं. केवळ या एका गोष्टीबद्दल त्या क्षणी माझ्या मनात कृतज्ञता दाटून आली.

भाताच्या तिव्रीकरणाची (Intensification) पद्धत

भाताच्या तिव्रीकरणाची ही पद्धत अत्यंत नावीन्यपूर्ण असून त्याबद्दल बरंच काही बोललं गेलं आहे. आफ्रिकेतील मादागास्कर बेटावर राहणाऱ्या एका शेतकऱ्यानं सर्वप्रथम ही पद्धत शोधून काढली. त्याच्या असं लक्षात आलं की, भाताचं शेत पाण्यानं तुडुंब भरलेलं नसलं तरी शेतात भरपूर व उत्तम प्रकारचं पीक येऊ शकतं. त्यानंतर भारतात या पद्धतीचा अवलंब करण्यात आला. त्यासाठी हैदराबाद येथील मध्यवर्ती भात संशोधन संस्थेने मोठा पुढाकार घेतला.

या पद्धतीचा वापर करण्यासाठी मी अतिशय उत्सुक होतो. फक्त भाताचं प्रत्यारोपण करण्याची इच्छा नसल्याने मला त्या पद्धतीत थोडे बदल करायचे होते. त्यासंबंधात मी काही संशोधकांशी चर्चा केली. माझी सुधारित पद्धत यशस्वी होऊ शकेल, असं त्यांचं मत पडलं; पण अजूनपर्यंत अशी पद्धत कोणी वापरली नसल्याचंही त्यांनी मला सांगितलं.

या पद्धतीमध्ये एका ठिकाणी भाताचं बी पेरलं की, त्यानंतरचं बी पेरताना, दोघांमध्ये २५ सेंटीमीटर अंतर ठेवावं लागतं. कोणत्याही साधनाशिवाय हे काम करणं अशक्य असतं. त्यासाठी एक मोठं फळकूट आणि बारीक लाकडी पट्ट्यांच्या साहाय्यानं मी एक दंताळं बनवलं. दंताळ्यावर २५ सेंटीमीटर अंतरावर अणकुचीदार लाकडी दात ठोकून बसवले. त्यानंतर मी आणि बबननं ते दंताळं नांगराप्रमाणे शेतात प्रथम आडवं आणि मग उभं, खेचत ओढून नेलं; त्यामुळे मातीमध्ये नियमित अंतरावर जाळीदार चौकोन तयार झाले. त्याच वेळी आमच्या मदतीला गावातून काही माणसं आली. आम्ही त्यांना प्रत्येक चौकोनात ४-५ बिया पेरायला सांगितल्या. या पद्धतीनं काम करणं फारच सोपं गेलं आणि दोन-तीन दिवसांतच संपूर्ण शेतात बिया पेरल्या गेल्या. मुख्य म्हणजे पावसाला सुरुवात होण्याआधीच पेरणीचं काम संपलं होतं.

पुढच्याच आठवड्यात पाऊस पडला आणि काही दिवसांत २५ सेंटीमीटरचं अंतर राखून इवल्याशा भाताच्या रोपांनी जमिनीवर डोकं काढलं. दुर्दैवानं पावसासोबत दुसरं एक संकट आलं. बबन आजारी पडला व त्याला इस्पितळात दाखल करावं लागलं. इकडे शेतात भरपूर पाणी साचल्यामुळे आणि वेळेत खुरपणी न करता आल्याने भाताच्या रोपांइतकंच गवतही वाढलं आणि काही ठिकाणी तर रोपांपेक्षा गवताची उंची जास्त दिसू लागली.

कसबाईचं पीक काढण्यासाठी १६० दिवसांचा कालावधी लागतो. आमचं शेत इतरांपेक्षा थोडं उंचावर आहे. सतत चार महिने कोसळल्यानंतर पावसानं माघार घेतली आणि माती सुकायला सुरुवात झाली. त्यानंतर भाताला पुन्हा पाणी

देण्यासाठी मी पंपाची व्यवस्था करू शकलो नाही. परिणामी, भाताचं संपूर्ण पीक आपण गमावून बसलो आहोत, हे हंगामाच्या अखेरीस आम्हाला कळून चुकलं. अखेरच्या दिवसांत खुरपणी करून पिकाला पाणी दिलं असतं तरी पीक वाचवणं शक्य होतं; पण हे सर्व काम मी एकटा करू शकत नव्हतो. इतक्या अप्रतिम जातीचा भात वाचवता न येणं, ही माझ्यासाठी अत्यंत दुःखद घटना होती. आपण कसबाई भात पिकवू शकलो नसल्याची खंत आता कायमची माझ्या मनाला लागून राहिली आहे.

या सर्व अनुभवांतून एक गोष्ट माझ्या लक्षात आली की, एकेकाळी याच भागात पारंपरिक जातीचा भात प्रामुख्यानं पिकवला जायचा; पण आधुनिक कृषी पद्धतीने पारखल्या व पुरस्कृत केलेल्या नव्या संकरित जातींमुळे त्या आता पार इतिहासजमा होऊन गेल्या आहेत. भात संशोधन संस्थेतील शास्त्रज्ञही संकरित जातीच्या भाताची लागवड करण्यासाठी शेतकऱ्यांना अधिकाधिक प्रोत्साहन देत आहेत आणि आता तर जनुकीय सुधारित (Genetically modified) भात पिकवला जाण्याचा धोका निर्माण झाला आहे. या प्रकारची लागवड फार खर्चीक असून, जुन्या पारंपरिक जातीच्या भातापेक्षा चवीलाही अत्यंत सपक व बेचव आहे. पारंपरिक भाताच्या जाती पूर्ण नाहीशा होऊन, त्याऐवजी संकरित जातीचा बेचव व निःसत्त्व भात खाण्याची वेळ आपल्यावर आली, तर ती एक फार मोठी शोकांतिका ठरेल.

त्यानंतर बऱ्याच वर्षांनी माझा मित्र विपुल याने शेतजमीन खरेदी केली. तिथे तो कसबाई भात पिकवू लागला आणि त्याच्या बियाण्यांचंही त्यानं आस्थापूर्वक जतन केलं. अजूनही दरवर्षी तो भात पिकवतो आणि आम्हीही त्याच्याकडून तो विकत घेतो.

आजची परिस्थिती

खेडेगावात जमीन विकत घेऊन कायमचं तिथेच स्थायिक व्हायचा आमचा निर्णय प्रत्यक्षात येण्यासाठी तब्बल नऊ वर्षं जावी लागली. 'दि हिंदू मुंबई' वृत्तपत्रामध्ये काम करत असताना मीनाची उत्तम प्रगती सुरू होती आणि काही वर्षांतच तिला विभागप्रमुख या पदावर बढती मिळाली. बढतीमुळे साहजिकच तिच्या कामात व जबाबदारीत अधिक वाढ झाली होती. ती इथे शेतावर राहायला आली तरी तिच्या कामात खंड पडत नसे. ताज्या घडामोडींवर लक्ष ठेवत, ती इथूनही आपल्या सहकाऱ्यांशी समन्वय साधत असे. आपल्या रजेमुळे कामाचा खोळंबा होऊ नये याबद्दल ती नेहमीच दक्ष असे. २०१३ मध्ये वृत्तपत्र प्रतिनिधी म्हणून तिची पाकिस्तानमध्ये नेमणूक करण्यात आली. तिनं देश सोडताच मीही चंबूगबाळं आवरून कायमचा गावात राहायला आलो.

गेल्या नऊ वर्षांत सोमवार ते शुक्रवार माझा मुक्काम शेतावर आणि शनिवार व रविवार मुंबईला असायचा. फक्त पेरणी व सुगीच्या काळात मात्र काम जास्त असल्याने मी मुंबईला जात नसे. जणू मी 'आयबीएम'चा एखादा प्रोजेक्ट करत असल्यासारखंच मला वाटे. काही दिवस घरी तर काही दिवस प्रोजेक्टच्या ठिकाणी! शेतावरच्या नऊ वर्षांत मला बरंच काही नवं शिकावं लागलं आणि आधी शिकलेलं बरंच काही विसरावं लागलं.

आपल्या शेतात कोणकोणत्या प्रकारचं पीक उत्तम येऊ शकेल याचा अंदाज घेण्यासाठी मला अनेक प्रयोग करावे लागले. आपण खातो ते सर्व अन्न आपल्या शेतात उगवायला हवं, असं मला वाटायचं. त्यासाठी मी हळद, मोहरी, गहू, ज्वारी, मका, वेगवेगळ्या प्रकारच्या डाळी व गळिताची लागवड करून पाहिली. यातून शिकलेला पहिला धडा म्हणजे सर्व ठिकाणी सर्व प्रकारचं पीक उगवू शकत नाही. मातीचं स्वरूप, हवामान, हवेतील दमटपणा आणि पाण्याचं प्रमाण यावर प्रत्येक पीक अवलंबून असतं. एका ठिकाणी उत्तम तयार होणारं पीक माझ्याही शेतात तितक्याच जोमानं उगवेल असं ठामपणे सांगता येणार नाही. शिवाय पिकाची निवड करणं हीदेखील वेळखाऊ गोष्ट असते. जेव्हा एखाद्या जातीच्या पिकाची लागवड करण्याचा तुमचा प्रयोग फसतो, तेव्हा नव्या जातीची लागवड करण्यासाठी आणि आधी झालेल्या चुका टाळण्यासाठी तुम्हाला पुढच्या हंगामापर्यंत वाट पाहावी लागते.

पिकांव्यतिरिक्त दर हंगामात मी इतरही बरंच काही पेरायचो. इतक्या वर्षांच्या अनुभवानंतर आता मी फळझाडांविषयीही खूप काही शिकलोय. सुरुवातीला मी काजू लावले आणि दरवर्षी मला काजूचं विपुल उत्पादन मिळालं. त्यानंतर आंब्याची अनेक कलमं लावली; पण हापूस आंब्याच्या तुलनेत केशर व मलगोबा जातीच्या झाडांना भरपूर फळं लागली. अर्थात हे समजायला पाच वर्षं जावी लागली, कारण कलम लावल्यापासून पाच वर्षांनी झाडाला आंबा लागतो. मग हापूसच्या जागी मी केशर आंब्याची कलमं लावली. मात्र, यात पाच वर्षं वाया गेली. आमच्या शेतात मी लावलेल्या कृष्ण फळांच्या (पॅशन फ्रूट्स) झाडांनी मला उत्तम प्रतिसाद दिला. जांभळ्या रंगाच्या या फळांपासून आम्ही बनवलेलं पेय खूपच लोकप्रिय झालं आहे.

शहरामध्ये जेव्हा आपण दुकानातून धान्य विकत घेतो, तेव्हा ते शेतात कधी पिकवलं गेलं याची आपल्याला काहीच कल्पना नसते. खरं म्हणजे वेगवेगळ्या हंगामांत एकाच पिकाच्या निरनिराळ्या जातींची लागवड केली जाते. पावसाळ्यात पिकणाऱ्या मुगाला कोपरगाव जातीचा मूग म्हणतात, तर रब्बी हंगामातील मुगाला वैशाखी मूग म्हणून ओळखलं जातं. कापणीनंतर दोन्ही प्रकारचे मूग एकसारखेच दिसतात. मला मात्र हे ज्ञान मिळवण्यासाठी मोठी किंमत द्यावी लागली. एका हंगामात मी चुकीच्या जातीचा मूग पेरला आणि पीक न आल्यानं माझं बरंच नुकसान झालं. सर्व पिकांच्या बाबतीत हाच प्रकार असतो; त्यामुळे दर हंगामात बियाणं अतिशय काळजीपूर्वक निवडावं लागतं.

भाताची पहिली दोन पिकं काढण्यात अयशस्वी ठरल्यावर आम्ही आमच्या परिसरात मिळणाऱ्या भाताच्या सर्व जातींची लागवड करून पाहिली. काही हंगामांनंतर

आमच्या लक्षात आलं की 'काळा कर्जत' जातीचा भात आमच्या शेतात उत्तम पिकतो व तो अतिशय चविष्टही असतो. भाताचं फोलकट काळ्या रंगाचं असल्यामुळे त्याला 'काळा कर्जत' म्हटलं जातं. कर्जत हे अर्थातच त्या विशिष्ट जातीचं नाव आहे. त्या भाताचा सुगंध व चव आम्हाला अतिशय मानवणारी होती. याहून चांगल्या चवीचा भात मिळेपर्यंत घरात हाच भात शिजवायचा, असं आम्ही ठरवलं. अजूनपर्यंत तरी अधिक रुचकर जातीचा भात आम्हाला मिळालेला नाही. आम्ही आमचा भात घेऊन गावातल्या भाताच्या गिरणीत जातो आणि गिरणीचालकाला थोडे जास्त पैसे देऊन त्याला पॉलिश न केलेला म्हणजे हातसडीचा तांदूळ तयार करून द्यायला सांगतो. मी तांदूळ पॉलिश करून घेत नाही याची गिरणीतील कामगारांना मोठी गंमत वाटते. ते माझ्याभोवती गोळा होतात आणि आमचा भात हातात घेऊन बराच वेळ वास घेतात. त्यांच्यातील एकजण तर एकदा म्हणाला, 'बघा, शहरातून इथे आलेले शेठ पॉलिश न केलेला भात खातात आणि आपण गावकऱ्यांनी मात्र तो खायचा कधीच सोडून दिलाय.'

'काळा कर्जत'शिवाय आणखी एका लालसर भाताच्या जातीचं नावही आम्ही ऐकलं होतं. फार वर्षांपूर्वी स्थानिक गावकरी तो भात आपल्या शेतात पिकवायचे; पण नव्या संकरित जाती मिळू लागल्यापासून त्यांनी लाल भाताची लागवड करणं सोडून दिलं होतं. त्या जातीचा शोध घेत असताना मला समजलं की, जवळच्याच एका खेड्यातील आदिवासी लोक अजूनही तो भात पिकवतात. मग मी आमच्या गावातील रघू वळवी या मित्राला गाठलं आणि आदिवासी लोकांकडून तो भात मिळवण्याची त्याला विनंती केली. रघू माझ्यासाठी काही किलो भात घेऊन आला, तेव्हापासून आम्ही त्या भाताचीही लागवड सुरू केली. त्याला 'कुडई' भात म्हणतात. त्याचं फोलकट काढलं की, आत लाल रंगाचा तांदूळ मिळतो. मीनाला कुडईचा साध्या पद्धतीनं शिजवलेला भात फार आवडतो. मला मात्र ती चव फारशी आवडत नाही. आम्ही मुख्यतः इडली, डोसा वगैरे पदार्थ करण्यासाठी कुडई भात वापरतो.

मी कुडई भात पिकवतोय ही बातमी गावात पसरताच साऱ्यांच्याच मनात कुतूहल निर्माण झालं. काही ज्येष्ठ मंडळींनी तर हात मिळवून माझं अभिनंदन केलं. त्यांच्या मनात जुन्या आठवणी जाग्या झाल्या. आम्हीही एके काळी कुडई पिकवून त्याच्या भाकऱ्या खायचो, असं अनेकांनी मला सांगितलं. ते मला म्हणाले, "नव्या संकरित जातीच्या भातापासून बनवलेल्या भाकऱ्यांची चव कागदासारखी असते. कुडईच्या भाकऱ्यांना अमृताची चव असायची."

"बियाण्यांची काळजीपूर्वक निवड करण्याव्यतिरिक्त शेतकऱ्याला पेरण्याच्या पद्धतीतही वेगवेगळे प्रयोग करावे लागतात. आमच्या गावात व भोवतालच्या

परिसरात भाताच्या पेरणीसाठी 'प्रत्यारोपणा'ची पद्धत सर्रास वापरली जाते. पावसाळ्याच्या सुरुवातीला रोपांची खास निगा राखण्यासाठी निरोगी जातींची बाग (नर्सरी) बनवली जाते. महिनाभरानंतर नर्सरीमधील रोपं शेतात प्रत्यारोपित केली जातात. प्रत्यारोपणाच्या कामासाठी मनुष्यबळाची गरज असते. त्या काळात कुटुंबातील सर्व मंडळी तर शेतात राबत असतातच, शिवाय आजूबाजूच्या परिसरातील मजुरांनाही कामासाठी बोलवावं लागतं. आपल्याला हे काम जमणार व झेपणार नाही, हे मला पक्कं ठाऊक होतं. बबनचं स्वतःचं शेत असल्यामुळे तोही प्रत्यारोपणाच्या कामात गुंतलेला असे; त्यामुळे माझ्या शेतात काम करण्यासाठी त्याला सवड मिळणं शक्य नव्हतं. कमीतकमी मजूर वापरून पेरणी करण्याच्या विविध पद्धती मी प्रत्यक्ष करून पाहिल्या व अखेर त्यातलीच एक पद्धत निवडली. पावसाच्या पाण्यानं शेतं तुडुंब भरेपर्यंत मी वाट पाहायचो. मग माती चिकट व चिखलमय होण्यासाठी ती नांगरायला सुरुवात करायचो; त्यामुळे चिखलाखाली गवत गाडलं जायचं आणि आपोआपच खुरपणीसाठी कष्ट करायची गरज भासायची नाही. त्यानंतर भाताचं बियाणं मी हातानेच शेतात चौफेर पसरायचो आणि भाताच्या रोपांना गवतापेक्षा उंच वाढू द्यायचो. मला या पद्धतीचा फारच उपयोग झाला. अर्थात गावातील इतर शेतकऱ्यांच्या मानानं आमच्या शेतातील पीक फारच कमी असायचं. तरीही आमच्यासाठी तेवढा भात पुरेसा असायचा आणि जो थोडाफार शिल्लक उरायचा, तो आम्ही मुंबईला नेऊन विकायचो.

हळूहळू प्रत्येक हंगामात मी काही नव्या पिकांची लागवड करण्याचा प्रयत्न व प्रयोग करू लागलो. त्यातही सुरुवातीला मी छोट्या प्रमाणात पेरणी करायचो आणि पिकाचं एकूण कालचक्र व त्यातले बारीकसारीक तपशील याचं बऱ्यापैकी ज्ञान मिळवल्यावर मी त्याच पिकाची मोठ्या जागेत लागवड करायचो. आता आम्ही तेल मिळवण्यासाठी तीळ व भुईमुगाच्या शेंगांचं उत्पादन करतो. त्याचप्रमाणे भाताच्या दोन निराळ्या जातींची लागवड करतो आणि तूर, मूग, उडीद व वाल अशा अनेक प्रकारच्या डाळीही आमच्या शेतात पिकवतो. त्याशिवाय प्रत्येक हंगामात आमच्या भागात चांगल्या पिकणाऱ्या भेंडी, भोपळा, वांगी, गवार, वालाच्या शेंगा, गाजर, मुळा, घोसाळी आणि रताळीसारख्या फळभाज्यांचीही आम्ही लागवड करतो. आता आमच्या मातीत मिरी, मोहरी, हळद, तुळस, गवती चहा आणि आलंही तयार होतं. आमच्याकडे बनणारी हळद इतकी अस्सल असते की, अन्न शिजवताना चिमूटभर हळद जरी त्यात मिसळली तरी त्याचा दरवळ घरभर पसरतो. म्हणूनच बाजारात मिळणाऱ्या अन्नपदार्थांमध्ये प्रचंड प्रमाणात भेसळ केलेली असते याची आता आम्हाला पक्की खात्री पटली आहे.

केरळमधून आणून आमच्या शेतात लावलेली पानवेल (विड्याची पानं) आमच्या

गावात अतिशय लोकप्रिय झाली आहे. घरातील धार्मिक कार्यासाठी लागणारी ही विड्याची पानं मागण्यासाठी वर्षभर गावातील लोक आमच्या घरी येत असतात.

पालघरला असलेल्या भारतीय नारळ मंडळाशी मी संपर्क साधला. त्यांच्याकडून पन्नास बियाण्यांचे नारळ मिळवून मी आमच्या शेतात ते रुजवले. ही नारळाची झाडं आता दोन वर्षांची झाली आहेत. काही झाडं जगली नाहीत; पण बरीचशी अजून सुस्थितीत आहेत.

आमच्या शेतात पिकणाऱ्या कैऱ्या, आवळा आणि लिंबांचं आम्ही दरवर्षी लोणचं घालतो. आम्हाला ते वर्षभर पुरतं. आंब्याच्या लोणच्याचे अनेक प्रकार करता येतात. आम्ही मुख्यतः अगदी लहान आकाराच्या कैरीचं, मोठ्या कैरीच्या लहान फोडी करून व तिसऱ्या प्रकारचं म्हणजे कैरी किसून त्याचं लोणचं करतो.

आमच्या शेतात बऱ्याच प्रकारची पिकं आम्ही काढू लागलो; त्यामुळे आता पाऊसपिकं, शेणखत, बियाणं हे माझे आस्थेचे विषय बनले आहेत. मागे वळून पाहताना मला आयुष्याला कलाटणी देणारा तो क्षण आठवतो. एका संध्याकाळी भावनेच्या भरात मी 'आयबीएम'मधील नोकरी सोडण्याचा निर्णय घेतला. त्या क्षणी माझ्यापाशी स्वतःच्या मालकीची शेतजमीनही नव्हती. आता मधल्या काळात मी बराच मोठा पल्ला गाठलाय.

मीनाला २०१४ मध्ये पाकिस्तानातून उचलबांगडी करून दिल्लीला पाठवण्यात आलं. त्यानंतर नऊ महिन्यांतच पुन्हा तिची बदली चेन्नईला करण्यात आली. एव्हाना मीनाची सहनशक्ती संपली होती. नोकरीचा राजीनामा देऊन माझ्याबरोबर कायमचं शेतावर राहण्याचा तिनं निर्णय घेतला. २००४ मध्ये मी नोकरी सोडून गावात राहू लागलो; पण मीनाच्या नोकरीमुळे आम्हाला आर्थिक चणचण कधीही जाणवली नाही. मीना इथे आल्यावर आम्ही घरामध्ये काही आवश्यक बदल करून घेतले. त्या खर्चासाठी आम्हाला आमच्या मुद्दलातील काही रक्कम वापरावी लागली. घरावरील ॲसबेस्टॉसच्या छपराला काही ठिकाणी भेगा पडल्या होत्या; त्यामुळे पावसाळ्यात त्यातून पाणी गळायचे. शिवाय घरात उंदरांचा सुळसुळाट सुरू झाला होता. छपरामधील भेगांमध्ये त्यांचा मुक्काम असायचा. उंदीर तसे निरुपद्रवी होते. रात्र झाली की, मात्र विचित्र आवाज काढत घरभर बागडायचे, त्याचा खूप त्रास व्हायचा; पण उंदारांचे शिकारी जेव्हा घरात शिरकाव करू लागले, तेव्हा मात्र आम्ही चांगलेच धास्तावलो. छपराखाली आम्हाला काही साप आढळले. उंदीर हे या जातीच्या सापांचं मुख्य भक्ष्य असतं. घराच्या पुढच्या पडवीच्या छपरात आधीच एक सापाची जोडी सुखानं नांदत होती. तपकिरी रंगाचे हे साप बिनविषारी होते; पण पाली खाण्यासाठी दबा धरून बसलेले साप डोक्यावरती असताना पडवीत बसायला मन धजावायचं नाही.

शहरातून खेडेगावात आल्यावर खूप नव्या गोष्टी शिकाव्या लागतात व अनेक तडजोडी कराव्या लागतात. शहरात ज्या गोष्टी आपण गृहीत धरतो, त्या खेड्यात मुळी अस्तित्वातच नसतात. अखंड वीजपुरवठा, वर्तमानपत्र विक्रेते, दूधवाला, कचरा गोळा करणारा, मोबाइल फोनसाठी असलेली नेटवर्कची उत्तम सुविधा, नाक्यावरचा वाणी, चांभार आणि मदतीला सदैव तयार असलेला सेवा उद्योग – या सर्व गोष्टी शहरात सहज उपलब्ध असतात. मात्र, खेड्यात त्या कुठेही आढळत नाहीत. तसेच घरातील धुणी-भांडी किंवा इतर छोट्यामोठ्या कामांसाठीही इथे नोकर मिळत नाहीत. सारी कामं स्वतःलाच करावी लागतात. पाश्चात्त्य संस्कृतीमधील 'आपलं काम आपण करायचं' हे तत्त्व खेड्यात कायमच पाळलं जातं. मीही गावात राहायला आल्यावर लगेचच ड्रिल मशीन, पाना, हातोडा वगैरे सुतारकामासाठी लागणारी हत्यारं खरेदी केली.

खेड्यात राहिल्यामुळे ग्रामीण अर्थव्यवस्थेच्या वास्तवाशी आमची अगदी जवळून ओळख झाली. शहरात राहून शेतकऱ्यांच्या हालअपेष्टा व आत्महत्यांच्या बातम्या आपण निर्विकारपणे वाचतो; पण खेडेगावात राहून त्या गोष्टी प्रत्यक्ष घडताना पाहणं हा खरोखरचं विदारक अनुभव असतो. पूर्वी मला वाटायचं की, एखाद्याला २०,००० रुपये इतक्या क्षुल्लक रकमेची परतफेड करता आली नाही म्हणून त्यानं आत्महत्येसारखा टोकाचा निर्णय घेणं चुकीचं आहे; पण आज मात्र मी शेतकऱ्याच्या मनाची तडफड समजू शकतो. एखाद्या हंगामात संपूर्ण पीक वाया गेल्यावर त्याला प्रचंड मानसिक आघात सहन करावा लागतो आणि त्याच्या खिशात छदामही नसतो. अशा वेळी जेव्हा एखादा सावकार किंवा सरकारी अधिकारी कर्जवसुलीसाठी त्याच्या दारासमोर उभा ठाकतो, तेव्हा ती बातमी गावभर पसरते आणि लोकांना तोंड दाखवणं त्याला मुश्कील होऊन जातं. आमच्या शेजारी राहणाऱ्या कुटुंबानं २०१५च्या दुष्काळात कर्ज काढलं होतं; पण ते फेडता न आल्यामुळे वसुली अधिकाऱ्यांनी त्यांच्या घरातून टीव्ही सेट उचलून नेला; या घटनेमुळे त्या घरातील स्त्री मनानं इतकी खचून गेली की, ती वर्षभर घराबाहेर पडू शकली नाही.

पिकाला मिळणारा भाव आणि त्याची विक्री हा इथे प्रत्येकालाच छळणारा प्रश्न आहे. पहिल्या हंगामापासून आम्हाला आमच्या मालाची विक्री करण्यात अनंत अडचणी आल्या आहेत. मूग विकण्याच्या पहिल्या अनुभवानंतर आम्ही आमच्या शेतात पिकणाऱ्या सर्वच उत्पादनांची किरकोळ विक्री करण्यास सुरुवात केली. गेल्या काही वर्षांत आम्ही मालविक्रीच्या संदर्भात अनेक प्रयोग करून पाहिले. आम्ही मुंबईत किरकोळ भाजीपाला उद्योग संस्थाही सुरू करण्याचा प्रयत्न केला; पण तो असफल ठरला. एकाच वेळी उत्पादन व त्याची विक्री करणं

अवघड असल्याचं आमच्या लक्षात आलं. या दोन्ही गोष्टींना आपण एकाच वेळी पूर्ण न्याय देऊ शकत नाही.

शेतात काम करण्यासाठी मजूर मिळवणं हादेखील एक सातत्यानं सतावणारा प्रश्न आहे. वस्तू उत्पादन व सेवा क्षेत्रात वाढलेल्या वेतनामुळे आता खेड्यातील युवक शेतात काम करायला राजी नसतो. गावातील काही वृद्ध शेतकऱ्यांच्या स्वतःच्या मालकीच्या जमिनी आहेत; त्यामुळे आमच्या शेतात काम करायला त्यांना सवड मिळत नाही. अशा परिस्थितीत मिळेल तितक्या मजुरांच्या मदतीनं शक्य होईल तितकंच पीक काढण्याचं मी ठरवलं. शिवाय कमी मजूर व कमीतकमी साधनं यांच्या साहाय्यानं शेती कशी करता येईल यावरही मी विचार करू लागलो. मग पूर्वीच्या दोन पोती भुईमुगाच्या शेंगांऐवजी फक्त एकच पोतं शेंगांचं उत्पादन करण्याचा निर्णय मी घेतला. भाजीपाल्याचं प्रमाणही घटवून, आम्ही आमच्या गरजेपुरत्याच भाज्या पिकवू लागलो.

खेडेगावात राहणं म्हणजे कायम साप आणि विंचवांचा सामना करणं. इथे वन्यजीवन फारसं आढळत नाही. जवळपासच्या डोंगरांत फक्त रानडुकरं दृष्टीस पडतात. आमच्या वाट्याला ते कधी फारसे जात नसले ती क्वचित प्रसंगी त्यांनी गावकऱ्यांवर हल्लाही केला आहे. साप सहसा माणसांपासून दूर राहतात. एकदा मी चिकूच्या झाडाजवळ काम करत असताना, अपघातानं माझ्या हातून गांधीलमाशांचं मोहळ उठवलं गेलं; त्यामुळे एका गांधीलमाशीनं माझ्या वरच्या ओठाला कडकडून दंश केला. त्यानंतर अनेक दिवस मी हनुमानाप्रमाणे सुजलेल्या तोंडानं गावात वावरत होतो. मला पाहून गावकऱ्यांची मात्र छान करमणूक झाली.

शेतातील एक दिवस

खेड्यात राहायला आल्यावर आम्हाला सर्वांत प्रथम उमगलेली गोष्ट म्हणजे मुंबई किंवा इतर शहरांप्रमाणे इथे घरकामासाठी एकही नोकर मिळू शकत नाही. भारतातील इतर कोणत्याही खेडेगावातील पद्धतीप्रमाणेच इथल्या स्त्रियाही घरातील सर्व कामं तर करतातच, शिवाय त्याहूनही बऱ्याच मोठ्या कामांचा भारही त्या वाहतात. पहाटे लवकर उठणं, स्वयंपाक करणं, घराची स्वच्छता, नदीवर कपडे धुणं, दिवसभर शेतात राबणं आणि संध्याकाळी घरी परतून रात्रीचा स्वयंपाक करणं असा त्यांचा दिनक्रम असतो. माझ्या घरातील रोजची कामं करण्यासाठी गावातील एखादा नोकरचाकर मिळवण्याचा मी सुरुवातीला खूप प्रयत्न केला; पण कुणीही त्या कामासाठी घरी यायला तयार झालं नाही. घरात मी एकटाच पुरुष राहत असल्यानं कदाचित कोणी स्त्री यायला तयार नसावी असा प्रथम माझा समज

झाला; परंतु २०१५ मध्ये मीना इथे कायमची राहायला आल्यानंतरही आम्हाला घरकामासाठी कोणीही मिळू शकलं नाही.

मग घरातील सर्व काम आम्ही दोघांनी आपापसांत विभागून घेतलं. मीना घरातील स्वच्छता आणि पोळ्या करण्याचं काम करायची. दुपारचं जेवण बनवणं व कपडे धुणं हे काम मी स्वीकारलं. आमच्यासाठी पाणी ही सर्वांत मौल्यवान गोष्ट होती; पण हातांनी कपडे धुताना जेवढं पाणी लागतं, तेवढंच यंत्रानं कपडे धुतानाही लागतं, असा समज करून आम्ही स्वतःच्याच मनाला दिलासा दिला आणि वॉशिंग मशीन विकत घेतलं.

मला लहानपणापासूनच पहाटे लवकर उठण्याची सवय होती. गावात राहायला आल्यावरही त्या सवयीत बदल झाला नाही. घरात पाळलेल्या मांजरीनं जर मला फार लवकर उठवलं नाही, तर रोज पहाटे ५.३०ला कोंबड्याच्या आरवण्यानं मला जाग येते. उन्हाळ्यात तर पहाटे बुलबुल, मैना, सूर्यपक्षी किंवा भारद्वाज अशा विविध पक्ष्यांचे मंजूळ स्वर कानी पडतात. उठल्यानंतर मी एका बाजूला कॉफी बनवण्याचं यंत्र चालू करतो व दुसरीकडे घरातील पाळीव प्राण्यांकरता प्रेशर कुकरमध्ये कोंबडीचे पाय आणि भात शिजत ठेवतो. आमच्या घरात आता छोटी, गोरा व दादा नावाची तीन मांजरं आणि पेप्पर नावाची एक कुत्री असे चार पाळीव प्राणी गुण्यागोविंदानं राहतात. मी बाहेर पडण्याची वाट पाहत पेप्पर आधीच घराच्या पुढच्या ओसरीपाशी जाऊन थांबलेली असते. तिच्याजवळ जाऊन तिला थोडा वेळ गोंजारावं लागतं. मग मी आणि पेप्पर नदीच्या काठावर जाऊन बैठक मारतो. माझा कॉफीपानाचा कार्यक्रम नदीवर होतो. पलीकडच्या तीरावर आदिवासी आश्रमशाळेतील मुलांचा घोळका नदीवर अंघोळ करून आपापल्या वर्गात जाण्याच्या तयारीत असतो. एखाद्या कोळी बांधवाने मासे पकडण्यासाठी नदीत जाळं टाकलेलं असतं. कॉफीचे घोट घेत मी हे सारं पाहत असतो. त्या वेळी पेप्पर नदीकाठाजवळ बांधलेल्या शेडच्या ओट्यावर विश्रांती घेत पहुडलेली असते.

साधारण अर्धा तासानं आमची जोडी घरी परतते. तोपर्यंत कुकर थंड झालेला असतो. कुकरमध्ये शिजवलेलं अन्न मी आमच्या लाडक्यांना खिलवतो. पेप्पर पुढच्या ओसरीत बसून खाते. गोरा व दादा मागच्या दारी ठेवलेल्या टेबलावर चढून बसतात. छोट्या राजकन्येला मात्र स्वयंपाकघरात जेवण वाढावं लागतं. इतरांबरोबर खायला ती स्पष्ट नकार देते.

रोज सकाळी मी पंचेचाळीस मिनिटं चालण्याचा व्यायाम करतो. काही वेळा मीना माझ्याबरोबर असते. त्या वेळी पेप्परही आनंदानं उड्या मारत आम्हाला कंपनी देते. आम्ही चालायला सुरुवात केली की, तिला खेळण्यासाठी आणलेलं प्लॅस्टिकचं हाडूक किंवा काठी पकडून ती जोरजोरात पुढे जाऊन पुन्हा धावत मागे

येते. माझ्या तोंडातलं हाडूक पकडून दाखवाच, असं जणू ती आम्हाला आव्हान देत असते आणि आम्ही जवळ जाताच, आमच्या अंगावर गुरगुरते. आम्हाला फारच कमी वेळा तिच्या तोंडातलं हाडूक पकडायची संधी मिळते. जोरजोरात उड्या मारल्यामुळे काही वेळानं ती थकून जाते.

आठ वाजेपर्यंत चालून घरी आल्यावर मी न्याहरीच्या तयारीला लागतो. आमच्या शेतात पिकलेल्या भात व डाळीच्या पिठापासून बनवलेल्या इडल्या, विविध प्रकारचे डोसे किंवा लाल कुडई भातापासून बनवलेले फोडणीचे पोहे अशा वेगवेगळ्या पदार्थांचा नाश्त्यामध्ये समावेश असतो.

मी नाश्ता बनवत असताना बबन घरी आलेला असतो. येताना त्यानं बाबूरावचा मुलगा सागर याच्या दुकानातून कोंबडीच्या तंगड्या आणलेल्या असतात. पेप्पर व मांजरीच्या दुसऱ्या दिवशीच्या भोजनाची ती पूर्वतयारी असते. बबन आधी पेप्परच्या गळ्यात साखळी बांधतो आणि मग खुराड्यातून कोंबड्यांना बाहेर काढतो. मग आम्ही दोघं त्या दिवशी शेतात करायच्या कामांबद्दलची आखणी करतो; त्यानंतर बबन शेतात जाऊन कामाला सुरुवात करतो.

९ ते ९.३० ही आमची न्याहरीची वेळ असते. त्याच दरम्यान आपण दुपारच्या जेवणासाठी काय करायचं, हेही आम्ही ठरवून टाकतो. नाश्ता आटोपल्यावर मी दिवसभराच्या कामासाठी शेतावर जातो. मीना मात्र साफसफाईच्या कामासाठी घरीच थांबते.

१०.३० च्या सुमारास पुन्हा चहा प्यायची तल्लफ येते. त्यासाठी मी व बबन घरी येतो, तेव्हा मीनाची घरसफाई पूर्ण झालेली असते. चहा पिऊन बबन परत शेतावर जातो. दुपारच्या जेवणाची तयारी करण्यासाठी मी घरीच थांबतो.

आमच्या दुपारच्या जेवणात बहुतेक वेळा चपाती, डाळ व भाजी असते. शेतात अनेक प्रकारच्या डाळी पिकत असल्याने, रोजच्या जेवणात मूग, तूर, वाल, चवळी व चणा अशा वेगवेगळ्या डाळी बनवता येतात. कधीकधी बदल म्हणून आम्ही जेवणात फक्त भात आणि दक्षिण भारतीय पद्धतीचं रस्सम किंवा सांबार एवढे दोनच पदार्थ बनवतो. दुपारी १२.३० ही आमची भोजनाची वेळ असते. त्यानंतर १ ते २ या वेळात वामकुक्षी घेतल्यावर मी पुन्हा शेतात जायला बाहेर पडतो. तोपर्यंत बबनही जेवून परत आलेला असतो. मग आम्ही कोंबड्यांना परत खुराड्यात ठेवून पेप्परला मोकळं सोडतो. आम्ही शेतात काम करत असताना पेप्पर सतत आमच्यामागे घोटाळत राहते. ३.३०च्या सुमारास चहा पिऊन आम्ही पुन्हा कामाला लागतो. त्यानंतर ५.१५ ला मी घरी परत येतो. आमची लाडकी बाळं भुकेलेली असतात. ५.३० ही त्यांची संध्याकाळच्या जेवणाची ठरलेली वेळ! त्या वेळी मीनाचा व्यायाम सुरू असतो. बरेचदा मी आणि बबन ६ वाजता

गाडीतून गावामध्ये एक फेरफटका मारतो. चहाच्या टपरीवर बसलं की, गावातील घडामोडी आपोआप समजतात. काही वेळा गावात कोणी आजारी असल्याचं कळलं तर आम्ही त्याच्या घरी जाऊन, भेटून येतो.

घरी परतल्यावर मी व मीना काळोख पडेपर्यंत नदीवर गप्पा मारत बसतो. लहानमोठ्या किडे-कीटकांचं आगमन झालं की, आम्ही तिथून उठतो. रात्री ७ वाजता जेवणाची तयारी सुरू होते. त्याच वेळी लॅपटॉप उघडून आम्ही दिवसभरात आलेल्या ई-मेल्सवर एक नजर टाकतो आणि सोशल मीडियावरील चर्चेचा अंदाज घेतो. त्यानंतर झटपट अंघोळ उरकून एक तर पुस्तक वाचत बसायचं किंवा एखादा चित्रपट पाहायचा हे ठरलेलं असतं. गेल्या अनेक वर्षांत आमच्याकडे शेकडो डीव्हीडींचा उत्तम खजिना तयार झालाय. दिवसभरातील कामांमधून वेळ मिळेल, तेव्हा मीनाचं लिखाण सुरू असतं.

रात्री ८.३० वाजता आम्ही जेवायला बसतो आणि ९ च्या सुमारास मी निद्रादेवीच्या अधीन झालेला असतो. मीना मात्र १०.३० पर्यंत वाचत, सिनेमा बघत किंवा संगणकावर काम करत राहते.

पेरणीच्या व सुगीच्या हंगामात दिवसाचं वेळापत्रक थोडं धावपळीचं असतं. सकाळी ७.३०-८ वाजताच मदतीसाठी लोक येतात आणि ११.३०-१२ पर्यंत शेतात काम करतात. दुपारच्या जेवणानंतर पुन्हा २ ते ६ त्यांचं काम सुरू असतं. त्या काळात मला दिवसभर शेतात काम करायला वेळ मिळावा म्हणून स्वयंपाकाची जबाबदारी मीना सांभाळते.

शेतात बऱ्याच प्रकारची कामं असतात. पेरणी व कापणीशिवाय झाडांची छाटणी, खुरपणी, पिकांना पाणी देणे, विध्वंसक कीटकांवर नजर ठेवणे अशी नाना कामं सतत सुरू असतात. पेरणी करण्यापूर्वी वाढलेलं गवत काढून जमीन स्वच्छ करावी लागते. प्रत्येक पिकाप्रमाणे पेरणीच्या आधी वेगवेगळ्या पद्धतीनं तयारी करावी लागते. त्यासाठी योजनाबद्ध कामाची गरज असते, कारण प्रत्येक काम हे ठरावीक वेळी आणि ठरावीक मुदतीतच पूर्ण करायचं असतं. पिकांना पाणी घालायला दोन-तीन दिवस उशीर झाला तरी उत्पादनात फार मोठी घट येऊ शकते. शिवाय अनियमित विद्युतपुरवठ्यामुळे वेळेत काम संपवताना अधिकच अडचणी येतात.

काही वेळा किराणा, मांजरीसाठी मासे आणण्यासाठी किंवा खंडित झालेल्या विद्युतपुरवठ्याच्या संदर्भात मंडळाच्या एखाद्या माणसाला भेटण्यासाठी बाजूच्या कासा गावात एक फेरी मारावी लागते. माझ्याकडे विजेवर चालणारी तीन फेजची मोटर आहे. त्यातल्या एखाद्या लाइनमध्ये जरी बिघाड झाला, तरी मोटर सुरू होऊ शकत नाही.

गौरव

नोकरी सोडून शेती सुरू केल्यावर वर्षभरानं कॉर्पोरेट क्षेत्रातील तंत्रज्ञ ते शेतकरी या माझ्या प्रवास व संक्रमणाबद्दल टाइम्स ऑफ इंडिया[१] या वृत्तपत्रात एक लेख छापून आला. त्या वेळी त्या लेखाला खूपच प्रतिसाद मिळाला. आम्ही नक्की काय करत आहोत आणि हा संक्रमणाचा काळ आम्ही कसा निभावून नेला हे जाणून घेण्यासाठी उत्सुक असलेल्या अनेक लोकांनी आमच्या शेताला थेट भेट दिली. आमच्यासारखी शेतजमीन विकत घेण्याचा मनोदयही अनेकांनी बोलून दाखवला असला तरी प्रत्यक्षात कोणी अशी जमीन खरेदी केली असेल, असं मला वाटत नाही.

शेतकरी म्हणून माझ्या जीवनावर आणखी काही लेख[२], हिंदुस्थान टाइम्स[३] व मिंट[४] अशा वृत्तपत्रांतून प्रसिद्ध झाले. टाइम्स नाऊ[५] या टीव्ही चॅनेलवर आमची मुलाखतही प्रसारित झाली. या लेखांमुळे व माध्यमांकडून मिळालेल्या प्रसिद्धीमुळे अनेकांचे फोन आले तर काहीजण आम्हाला प्रत्यक्ष भेटूनही गेले. ही सर्व माणसं शहरात राहणारी होती. आमचं त्यांनी मनःपूर्वक कौतुक केलं व माझ्या निर्णयामुळे आपल्याला प्रोत्साहन मिळाल्याचं मतही त्यांनी व्यक्त केलं.

शेतकरी व शेती विषयाला वाहून घेतलेल्या 'ॲग्रोवन'[६] या दैनिकानं २०११मध्ये आपल्या वार्षिक दिवाळी अंकासाठी माझ्याबद्दल एक विस्तृत लेख लिहायचं ठरवलं. त्यांचे वार्ताहर श्री. विजय गायकवाड हे एक दिवस माझ्या कामासंबंधी सविस्तर माहिती मिळवण्यासाठी आमच्या शेतावर आले. ॲग्रोवनच्या दिवाळी अंकात आमच्या शेताच्या अनेक छायाचित्रांसह माझ्यावर एक मोठा लेख छापून आला. त्यानंतर जे काही घडलं ते अतिशय अनपेक्षित व भारावून टाकणारं होतं.

---

१. निशा प्रभाकरन, 'की बोर्ड चार्म टू ऑरगॅनिक फार्म', टाइम्स ऑफ इंडिया, ३ जानेवारी २००५, एज्युकेशन प्लस.

२. लेखा मेनन, 'न्यू ॲन्ड इम्प्रूव्हड', मुंबई मिरर, १६ जून २०१० व कुणाल माजगावकर, 'फार्मिंग निर्वाणा', 'टाइम्स ऑफ इंडिया', १९ मे २००७, वेस्ट साइड प्लस, व्हॉल्यूम ७, इश्यू क्र. १२.

३. नाओमी कॅन्टन, 'आउट ऑफ आयबीएम, इन दि फील्ड ॲन्ड गेझिंग ॲट दि स्टार्स', हिंदुस्थान टाइम्स, १० ऑगस्ट २००७ व हिंदुस्थान टाइम्स कॅफे 'प्युअर मॅजिक', ६ फेब्रुवारी २००९

४. लाइव्हमिंट, 'ओपन स्काय पॉलिसी : मुंबई ते पेठ गाव', ८ सप्टेंबर २००७.

५. टाइम्स नाऊ, 'लाइफ इज लाइक दॅट', ५ जुलै २००५.

६. विजया गायकवाड, 'आयटीतून शेती', ॲग्रोवन २०१७ दिवाळी अंक.

माझ्या कामाचं आणि मी घेतलेल्या निर्णयाबद्दल माझं अभिनंदन करणारे शेकडो फोन मला राज्यभरातील शेतकऱ्यांकडून येऊ लागले. दिवसाला मी २५-३० शेतकऱ्यांशी फोनवरून बोलायचो. माझी कहाणी वाचून आपल्याला उत्साह व उत्तेजन मिळाल्याचं ते मला सांगत असत. माझ्यासारखा शहरातील नोकरीत रुळलेला माणूस जर शेती करण्यासाठी खेड्यात जायचा निर्णय घेत असेल तर आपण योग्य क्षेत्रात काम करतोय याचा आता त्यांना सार्थ अभिमान वाटू लागला आणि शेतकरी समाजावर सध्या आलेल्या संकटमय परिस्थितीवर आपण लवकरच यशस्वीपणे मात करू, असा माझ्या उदाहरणावरून त्यांच्यात आत्मविश्वासही निर्माण झाला.

सुरुवातीला मला फोन करणाऱ्या प्रत्येक व्यक्तीचं नाव व दूरध्वनी क्रमांक मी कागदावर टिपून घेत असे; पण नंतर नंतर रोज इतके फोन्स येऊ लागले की, मी त्यांची नोंद घेणं बंद केलं. राज्यभरातील शेतकऱ्यांना मी थोडाफार आत्मविश्वास मिळवून देऊ शकलो या समाधानानं माझं मन आनंदानं भरून गेलं.

काहीजणांचे फोन्स मात्र धास्ती निर्माण करणारे होते. बंगळुरूमधील आयटी कंपनीत काम करणाऱ्या एका तरुण मुलाचा मला फोन आला. तो मूळचा महाराष्ट्रातील एका दूरच्या खेड्यातील होता. नुकतंच त्याचं लग्न झालं होतं; पण त्याची पत्नी मात्र खेड्यातच राहत होती. माझी कथा ऐकल्यावर त्यानेही नोकरी सोडून खेड्यात जायचं ठरवलं होतं. मी त्याला सावधगिरीनं पावलं उचलायची विनंती केली. इतका तडकाफडकी व अविचारानं निर्णय घेण्याआधी तू सर्व बाजूंनी विचार कर, अशी त्याला नम्र सूचनाही केली.

नाशिकहून एका माणसाचा मला फोन आला. पीक वाया गेल्यामुळे त्याच्या मनात आत्महत्येचे विचार येत होते. माझी कहाणी वाचून आत्महत्येचा निर्णय लांबणीवर टाकायचं त्यानं ठरवलं. मी त्याच्याशी बराच वेळ बोललो आणि त्याच्यासाठी कोणतीही मदत करायला तयार असल्याचं, मी त्याला सांगितलं.

माझ्या कामाबद्दल वाचून खूप आनंद झाल्याचं बहुतेकांनी मला कळवलं. काहीजण पहाटे ५.३०ला फोन करून म्हणायचे, 'अहो, आम्ही एवढ्या लवकर फोन केला, कारण तुम्ही एक शेतकरी आहात, म्हणजे एव्हाना तुमचं शेतात काम सुरू झालेलं असणार.' काही लोक सतत फोन करून इतका वैताग आणायचे की, 'फोन टाळावा' अशी नोंद मी त्या क्रमांकासमोर माझ्या फोनवर करत असे आणि त्यांच्या फोनला कधीही प्रतिसाद देत नसे.

त्यानंतर बऱ्याच वर्षांनी २०१६ मध्ये तोच लेख पुन्हा व्हॉट्स-ॲपवरून अनेकांपर्यंत पोहोचला. प्रथम लेख छापून आल्यावर जशा प्रतिक्रिया आल्या होत्या, तोच अनुभव मला पुन्हा एकदा आला. खूप लोकांनी माझं अभिनंदन करण्याकरता

फोन करून माझ्या कामाबद्दल माझं कौतुक केलं. शहरात वावरलेला एक माणूस खेड्यातील साध्या जीवनशैलीशी कसा जुळवून घेतो हे पाहण्यासाठी काहीजण आमच्या शेतावर आले. त्यातील थोड्या लोकांना माझं अनुकरण करावंसं वाटलं आणि त्या संबंधात अनेक प्रश्न विचारून, त्यांनी आपल्या शंकांचं माझ्याकडून निरसन करून घेतलं.

माझे अनुभव मी नेहमीच सर्वांना खुल्या दिलानं सांगत आलोय. एखाद्याला आपल्या जीवनात वेगळी वाट चोखाळाविशी वाटली तर त्याच्यापाशी पाच गोष्टी असणं अत्यंत आवश्यक असतं. त्या म्हणजे :

- धाडस
- बांधिलकी
- श्रद्धा
- सहकार्य
- भांडवल

आम्हाला लोकांकडून मिळालेला प्रतिसाद इतका आश्चर्यकारक व सुखावह होता की, शेतकरी होण्याच्या माझ्या निर्णयाचं सार्थक झाल्यासारखं मला वाटलं.

स्थिरस्थावर होताना

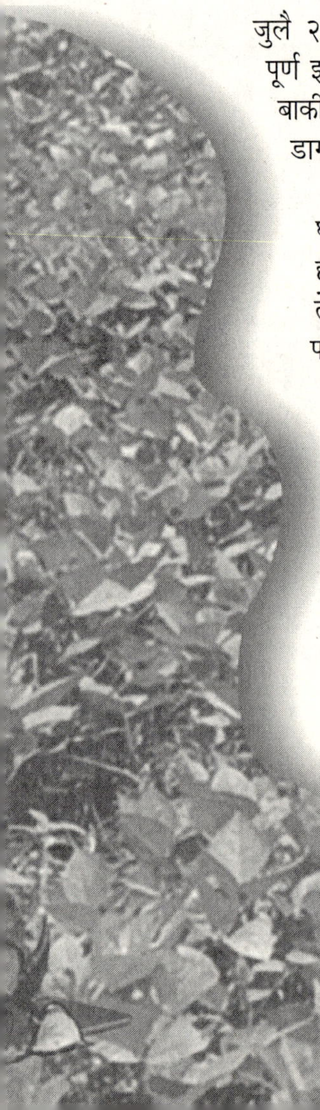

जुलै २००४ पर्यंत आवश्यक सोयी-सुविधांसह घरदुरुस्तीचं काम पूर्ण झालं होतं. तरीही घराला रंग देण्यासारखी बरीच कामं अजून बाकी होती; पण ती करणं तेव्हा शक्य नव्हतं, कारण घराच्या डागडुजीसाठी बाजूला काढलेली रक्कम खर्च झाली होती.

१५ जुलै २००४ रोजी मी शेतावरच्या आमच्या नव्या घरात प्रथमच मुक्कामाला थांबलो. माझ्यासोबत काही कामगार होते. एव्हाना आम्ही चांगले मित्र बनलो होतो. दुसऱ्या दिवशी ते मुंबईला परतणार असल्यानं, त्या रात्री आम्ही एक छोटीशी पार्टी केली. सकाळी सर्वजण निघून गेल्यावर घरात मी एकटाच उरलो. खूपच विचित्र वाटत होतं. त्या घरात एकट्यानं काढलेली पहिली रात्र मी कधीच विसरू शकणार नाही. शहरासारखे आजूबाजूला दिवे लागलेले नसल्यानं घराभोवती मिट्ट काळोख होता. छोट्या पाली व रातकिड्यांच्या अधूनमधून येणाऱ्या आवाजाखेरीज सर्वत्र अगदी सामसूम होती. घरासमोर थोडाफार तरी उजेड असावा म्हणून मी बाहेरच्या पडवीत मुद्दामच दिवा लावून ठेवला; पण त्याचा काहीच फायदा झाला नाही. उलट त्या उजेडात दिसणाऱ्या चित्रविचित्र सावल्यांमुळे माझी झोप उडाली. मला सतत गूढ व भीतिदायक आवाज ऐकल्याचे भास व्हायचे आणि आपल्या घरात हळूच कोणीतरी शिरलंय असं वाटत राहायचं. मनातील शंका घालवण्यासाठी त्या रात्री दहा-बारा वेळा तरी

घरभर फिरून मी स्वतःची खात्री करून घेतली होती.

त्या रात्री तरुणपणी केलेल्या ट्रेक्सची मला आठवण झाली. डोंगर चढता चढता अचानक अंधार झाला तर आम्ही एखाद्या गुहेत किंवा देवळात झोपायचो; पण त्या वेळी आमचा एक ग्रूप असायचा; त्यामुळे मनात कसलीच भीती नसायची. इथे मात्र मी एकटा होतो. सर्वांत जवळ राहणारी व्यक्ती माझ्यापासून किमान २०० मीटर अंतरावर होती. कितीही जोरात ओरडलो तरी माझी हाक तिच्या कानावर जाणं शक्य नव्हतं आणि जरी तिला ती ऐकू गेली तरी ती माझ्या मदतीला धावून येऊ शकेल याची मला मुळीच खात्री नव्हती; पण जसजसा मी त्या अंधाराला आणि रात्रीच्या शांततेला सरावत गेलो, तसतसं माझं मन शांत होत गेलं. रोज पहाटे मला जाग यायची, तेव्हा मी ताजातवाना असायचो.

आमच्या गावात दूरध्वनीची सुविधा कधीच नव्हती; त्यामुळे मोबाइल फोन्सच्या अचानक आगमनानंतर गावकऱ्यांना फार मोठी क्रांती झाल्यासारखंच वाटलं. निव्वळ दुरून दुसऱ्याशी बोलल्याचा आनंद मिळवण्यासाठी गावातले लोक एकमेकांना विनाकारण फोन करत. त्यापूर्वी काही काळ टाटा कंपनीनं गावात बिनतारी फोनची सुविधा उपलब्ध करून दिली होती; पण बऱ्याच वर्षांपूर्वी त्यांनी अचानक ती बंद केली होती.

गावामध्ये वीज आली होती व आमच्या गावात फक्त पाच अधिकृत विद्युत ऊर्जामापक (इलेक्ट्रिक मीटर्स) बसवले होते. काही वर्षांपूर्वी घराघरांत असे मीटर्स लावले होते; पण गावकऱ्यांनी वीजबिलं थकवल्यामुळे कंपनीनं विजेचा पुरवठा तोडून मीटर्स काढून नेले होते. सुरुवातीला एकानं वीजबिलाचा भरणा न करता, वीज चोरून वापरण्याची शक्कल लढवली. मग त्यानं केलेला गुन्हा इतरांच्या लक्षात आला आणि प्रत्येकजण वीजबिल भरण्याचं टाळू लागला आणि चोरून वीज वापरू लागला. रोज संध्याकाळी गावातील लोक वायर्सना हूक अडकवलेले मोठे खांब घेऊन वीज चोरण्यासाठी घराबाहेर पडायचे. हा प्रकार अतिशय धोकादायक होता आणि नटवर नावाचा गावातील रहिवासी जून २००४ मध्ये पावसामुळे ओल्या झालेल्या खांबाला हूक अडकवताना विजेचा धक्का लागून मरण पावला. मला वाटलं होतं की, या घटनेमुळे तरी लोक धडा शिकतील; पण आदल्या दिवशी आपल्या नवऱ्याचा मृत्यू झालेला असतानाही जेव्हा नटवरची बायको तोच खांब घेऊन वीज चोरायला घराबाहेर पडली, तेव्हा मी तिच्याकडे सुन्नपणे पाहतच राहिलो.

गेल्या काही वर्षांत मात्र परिस्थिती खूपच बदलली आहे. राज्य विद्युत मंडळाने विजेची चोरी करणाऱ्यांवर कडक निर्बंध घातले आहेत. मध्यंतरी एकाला वीजचोरी करताना पकडलं आणि विद्युत मंडळाच्या अधिकाऱ्यांनी शिक्षा म्हणून त्याच्या

घरातील टीव्ही सेट उचलून नेला अशी वदंता गावात पसरली होती. मंडळाने खास गावकऱ्यांसाठी एक स्वस्त योजना राबवली. केवळ १५ रुपये भरून प्रत्येक घरात वीज उपलब्ध करून दिली गेली; त्यामुळे काही वर्षांतच घरोघरी मीटर बसवले गेले. आता फक्त आदिवासींची वस्ती असलेल्या शेजारच्या खेड्यात अजूनही विजेची चोरी केली जाते.

वृत्तपत्र विक्रेत्यांच्या दृष्टीनं आमचं गाव फार दूर अंतरावर असल्यामुळे ते इथे यायला तयार होत नाहीत. कासा गावातून कोणी वर्तमानपत्र आणलं तरच ते आम्हाला वाचायला मिळतं. आमच्यापासून १० किलोमीटर अंतरावर असलेल्या कासा गावात मोठी बाजारपेठ, एक इस्पितळ व दोन बँका आहेत.

सुरुवातीला जेव्हा मी गावात राहायला आलो, तेव्हा वर्तमानपत्र न मिळाल्यानं मी बैचेन व्हायचो. एकदा तर वृत्तपत्र विक्रेत्याचा शोध घेत मी कासाला जाऊन आलो. एकदा गावातील एका ज्येष्ठ व्यक्तीनं मला विचारलं की, तुमच्या त्या वर्तमानपत्रात, आपल्या गावासंबंधी एखादी तरी बातमी असते का हो? त्यांचं म्हणणं मला पटलं. समजा, सरकारमध्ये झालेल्या एखाद्या आर्थिक घोटाळ्याची किंवा परदेशात कोसळलेल्या पुलाची बातमी मला काही दिवसांनी समजली तरी त्याने काय फरक पडणार होता? आणि समजा, मला ती ताबडतोब समजली असती तरी मी काय करू शकणार होतो? काहीच नाही.

त्यानंतर काही वर्षांतच फार मोठा बदल घडून आला. 'व्हॉट्स-ॲप'सारख्या ॲप्समुळे भरपूर माहिती मिळू लागली. अर्थात ती अचूक असते असं म्हणणं धाडसाचं ठरेल. इंटरनेटच्या सुविधेमध्ये सुधारणा झाल्यामुळे मी संकेतस्थळावर (वेबसाइट) जाऊन रोजच्या बातम्या वाचू शकतो; त्यामुळे सकाळी वर्तमानपत्र वाचण्याची इच्छा अजूनही प्रबळ असली तरी त्यातून आता मी मार्ग काढू शकलो. शिवाय आमचं घर सोडलं तर गावात प्रत्येकाच्या घरी केबल टीव्ही आहे. कोणतीही महत्त्वाची घटना गावकऱ्यांना लगेच समजलेली असते.

पावसाळा सुरू होण्यापूर्वी हवामान खात्यानं वर्तवलेला अंदाज ही शेतकऱ्यांसाठी सर्वांत महत्त्वाची गोष्ट असायची. आपल्यापाशी इतकं अत्याधुनिक तंत्रज्ञान असूनही पावसाचा केलेला अंदाज कधीही अचूक ठरत नाही. काही वेळा तो थोड्या अंशी बरोबर ठरला तरी तो इतका व्यापक स्वरूपात केलेला असायचा की, आमच्या गावाच्या बाबतीत तो कधीच खरा ठरायचा नाही. मीना मला पावसाचं जाहीर झालेलं अंदाजपत्रक वेळोवेळी कळवायची. जर पुढील चोवीस तासांत महाराष्ट्रामध्ये पाऊस कोसळण्याचा अंदाज वर्तवलेला असला तर त्यानंतर तब्बल सहा दिवसांनी पाऊस गावात पोहोचत असे. त्यांनी केलेला अंदाज चुकीचा नसे – महाराष्ट्रात चोवीस तासांत पावसाला सुरुवात व्हायची – पण महाराष्ट्र हे फार मोठं राज्य

असल्याने तो अंदाज इतका व्यापक स्वरूपाचा असायचा की, प्रत्यक्ष शेतकऱ्याला त्याचा काहीच फायदा होत नसे; त्यामुळे गावातील लोकांच्या अनुभवसिद्ध अंदाजावर अवलंबून राहणं जास्त योग्य ठरायचं. त्यांची अंदाज करण्याची पद्धत सोपी होती. गावाभोवतीचा डोंगर जर पायथ्यापर्यंत धुक्यानं वेढलेला असेल, तर दुसऱ्या दिवशी पाऊस पडायला हवा आणि खरंच दुसऱ्या दिवशी धो धो पाऊस कोसळायचा.

मी हवामान खात्याच्या अधिकृत संकेतस्थळावरून किंवा मीनानं पाठवलेल्या पावसाच्या दैनंदिन निवेदनातून माहिती मिळवायचो. आमच्या गावचे सीतारामकाका मात्र पावसाच्या अंदाजाकरता आपल्याकडील पंचांगावर विश्वास ठेवायचे. आपापल्या हाती असलेल्या साधनांवरून आम्ही दोघं अंदाज वर्तवायचो. दरवर्षी आम्ही हा गमतीचा खेळ खेळायचो. मात्र, पावसाळ्याअखेर सीतारामकाकांनीच बाजी मारलेली असायची.

शेतामध्ये रोज काही ना काही काम करावं लागायचं. एखाद्या दिवशी काहीच काम ठरलेलं नसेल, तरी खुरपणीचं काम शिल्लक असायचं. शेतात जादूसारखं तण उगवायचं आणि ते कितीही वेळा उपटून काढलं तरी त्याची वाढ मुळीच थांबत नसे. त्या बाबतीत मी कोसबाड संस्थेतील काही प्राध्यापकांशी चर्चा केली. त्यावर त्यांनी कुठलं तरी रसायन वापरण्याचा मला सल्ला दिला. मी ते वापरणं शक्यच नव्हतं. त्यांनी सांगितलेला दुसरा पर्याय अगदीच सोपा होता – नियमितपणे खुरपणी करणं.

काही दिवस मात्र अतिशय धामधुमीचे असायचे. ज्या वेळी शेतात खूप काम असायचं, तेव्हा आम्हाला गावातून मदतीसाठी लोक मिळायचे. आमच्या गावातील बऱ्याचजणांना मी नावानिशी ओळखायचो आणि पैशाची आत्यंतिक गरज असलेली काही कुटुंबं मला माहीत होती. मी नेहमी वेळच्या वेळी कामाचा मोबदला देतो अशी गावात माझी ख्याती होती; त्यामुळे माझ्या शेतात काम करायला बहुतेकजण उत्सुक असत. अर्थात, स्वतःच्या शेतात पेरणी किंवा कापणी सुरू नसली तरच ते यायला तयार होत. म्हणून आम्ही गावाचं वेळापत्रक लक्षात घेऊन आमच्या कामाची आखणी करायचो. परिणामी, इतरांनी कामाला सुरुवात करायच्या आधीच आमची कामं संपलेली असायची. जवळ नदी व मालकीचा पंप असल्यामुळे आम्ही केव्हाही शेतीसाठी पाणी मिळवू शकायचो.

जेव्हा शेतात काम करण्यासाठी बरीच माणसं असायची, तेव्हा कामाची आखणी आणि वेगवेगळ्या कामांनुसार माणसांची विभागणी योग्य व काळजीपूर्वक करावी लागायची. आपापसांत भांडणं किंवा मारामारी होणार नाही याची दक्षता घेऊन प्रत्येक गटातील माणसांची निवड करावी लागे. प्रत्येक कामासाठी ठरावीक माणसांचीच गरज असायची. जरुरीपेक्षा जास्त माणसं घेतली तर काम बिघडून

जातं. अशा वेळी 'आयबीएम'मध्ये प्रोजेक्ट मॅनेजमेंटचं रीतसर प्रशिक्षण घेऊन अनेक प्रोजेक्ट्स यशस्वीपणे पूर्ण केल्याचा अनुभव आता आपल्या कामी येतोय, याचं मला समाधान वाटायचं.

अशी कामं करून घेण्यासाठी तुम्हाला गावातील सलोखे व हेवेदावे यांची माहिती असणं महत्त्वाचं असतं. या विषयात बबन हा माझा सल्लागार व मार्गदर्शक होता. त्याशिवाय कमूचा पार्वतीशी छत्तीसचा आकडा आहे किंवा अनेक वर्षांपूर्वी नीलेशच्या भावानं श्रीधरकाकांना भोसकण्याचा प्रयत्न केला होता आणि तेव्हापासून ती दोन्ही कुटुंबं एकमेकांची हाडवैरी आहेत, अशा गुप्त गोष्टी मला कधीच समजल्या नसत्या. आपल्या शेतात काम करायला बोलावल्यावर सर्वजण एकजुटीनं कामं करतील आणि संध्याकाळी सुखरूपपणे आपापल्या घरी जातील याची मला खबरदारी घ्यावी लागे. शेताच्या बाहेर भलेही ते आपापसांत भांडण करोत; पण माझ्या आवारात खूनखराबा होऊ नये म्हणून मी अतिशय दक्ष असायचो.

मी कुटुंबाविना एकटाच राहत असल्याची खबर जेव्हा सुरुवातीला गावात पसरली, तेव्हा रोज संध्याकाळी काहीजण माझ्या घरी येऊ लागले. हे लोक गटागटानं येऊन आमच्या ओसरीत बसत आणि माझ्याशी गप्पा मारू लागत. मग मीही त्यांना 'चहा घेणार का?' असं प्रेमानं विचारायचो. त्यावर 'ही काय चहा प्यायची वेळ आहे का?' असा सवाल ते मला करत आणि काही वेळात 'आम्ही आता निघू का?' असं म्हणून माझी परवानगी मागत. त्यांच्या प्रश्नाचा रोख न कळल्यानं मी त्यांना 'बरं, निघा तुम्ही.' असं सांगायचो. त्या क्षणी सर्व मंडळी उठून घराबाहेर पडायची. अखेर मी बबनला याबद्दल सांगितलं, तेव्हा तो खोऽखो हसत सुटला आणि त्यामागचं कारणही त्यानं मला समजावून सांगितलं. गावात अशी पद्धत होती की, संध्याकाळी घरी कोणी भेटायला आलं की, त्याला मद्यपानाचा आग्रह करायचा असतो. ती सर्व मंडळी फुकटात दारू मिळवण्यासाठी माझ्याकडे येत होती, हे समजताच माझा कोणालाही दारू पाजण्याचा विचार नसल्याचं मी गावकऱ्यांना स्पष्टपणे सांगितलं. त्यानंतर घरात अनाहूत पाहुणे येणं आपोआप बंद झालं.

गावामध्ये कुणीही एकटा राहत नसे, क्वचित प्रसंगी जर एखाद्यावर रात्री एकटं राहण्याची वेळ आली तर तो शेजाऱ्याला किंवा मित्राला रात्रीपुरता घरी बोलावत असे. मी दिवस-रात्र घरी एकटाच राहतो, याचं गावकऱ्यांना नवल वाटायचं. गावात एकटा राहणारा हा कोण इसम आहे हे प्रत्यक्ष पाहण्यासाठी बबनची आई व बहीण मुद्दाम माझ्या शेतावर येऊन गेली. शिवाय मी स्त्रीच्या मदतीविना स्वयंपाक व घराची साफसफाई करतो, ही गोष्ट सर्वांना अचंबित करणारी होती. पत्नीच्या सहवासाशिवाय बराच काळ दूर राहणं, याचंही गावातल्या

पुरुषांना आश्चर्य वाटायचं.

आम्हाला मूल नाही, हेसुद्धा गावकऱ्यांच्या आकलनापलीकडचं होतं. आमच्या या समस्येचं निवारण होऊन आम्हाला मूल व्हावं या इच्छेनं तिथल्या परिसरातील सर्वोत्तम डॉक्टरांचं नाव आम्हाला सुचवलं गेलं. आम्हाला मूल असावं असा श्रीधरकाकांचा इतका आग्रह होता की, एकदा ते माझ्याकडे एक वेगळाच प्रस्ताव घेऊन आले. बाजूच्या गावातील एका जोडप्याला तीन मुलगे होते आणि त्यातल्या धाकट्या मुलाला ते आम्हाला दत्तक द्यायला राजी होते. आमच्या परिसरात दत्तक घेण्याचा प्रकार सर्रास चालायचा. कोणत्याही कायदेशीर पद्धती व कागदपत्रांशिवाय हा कार्यक्रम पार पडायचा. गावातील पाच व्यक्ती साक्षीदार म्हणून उपस्थित असल्या की, दत्तकविधीला मान्यता मिळत असे. आम्ही मात्र मूल दत्तक घेण्यासाठी आलेले सर्व प्रस्ताव नम्रपणे नाकारले.

सुरुवातीच्या काळात संध्याकाळ झाल्यावर काय करायचं, हा माझ्यासमोर मोठा प्रश्न असायचा. घरात टेलिव्हिजन किंवा रेडिओ नव्हता. इंटरनेटची सुविधा नव्हती आणि गप्पा मारण्यासाठी सोबतही कुणी नसायचं. मिट्ट अंधारात बाहेर पडायचं धाडस कुणीही करत नव्हतं. तशीच वेळ आली तर हातात काठी आणि विजेरी घेऊनच गावकरी घराबाहेर पडायचे. याचं कारण म्हणजे अंधार पडला की, सरपटणाऱ्या प्राण्यांचा खूप वावर असायचा. आरंभीच्या काळात संध्याकाळी ६ वाजता बबन निघून गेला की, रात्री झोपेपर्यंतचा वेळ घालवणं ही माझ्यासाठी सर्वांत अवघड गोष्ट असायची. करण्यासारखं काहीच नसायचं. मी वाचन करू शकत होतो; पण विजेशिवाय ते शक्य नव्हतं. पुढे बऱ्याच वर्षांनी २०१५ मध्ये बॅटरी बॅकअप मिळाल्यानंतर तो प्रश्न कायमचा मिटला.

अशा वेळी माझ्या मनात शहरात राहणाऱ्या लोकांबद्दल विचार यायचे. त्यांच्यापैकी कितीजण काहीच न करता संध्याकाळचा वेळ आनंदानं घालवू शकतील. मला आठवतं, मुंबईत असताना ऑफिसातून घरी परतल्यावर मी अस्वस्थ व्हायचो आणि वेळ घालवण्यासाठी उगाचच काहीतरी करण्याचा प्रयत्न करायचो. टीव्ही पाहत बसायचो किंवा गाणी ऐकायचो. नाहीतर रेडिओ लावायचो किंवा चालण्याचा व्यायाम करायला बाहेर पडायचो अथवा मित्रांना भेटायला जायचो. मी काहीही न करता नुसता घरात बसून राहिलोय अशी एकही संध्याकाळ मला आठवत नाही. गावात राहायला लागल्यावर मला हळूहळू स्वतःमध्येच मनःशांती सापडत गेली. काहीही काम न करता जेव्हा तुम्ही स्वस्थ बसून राहायला शिकता, तेव्हा एका वेगळ्याच शांततेचा तुम्हाला अनुभव येऊ लागतो. एकप्रकारे ती ध्यानाचीच अवस्था असते. शहरात असं घडू शकत नाही. तिथे तुम्ही अस्वस्थ होऊन वेळ घालवण्यासाठी काहीतरी करू पाहता.

लवकरच मी खेडेगावातील जीवनशैलीशी रुळलो आणि तिथल्या जगण्याच्या एकूण गतीशी जुळवून घेऊ शकलो. रात्रीचा स्वयंपाक करून झाल्यावर मी आकाशातील तारांगणाचं निरीक्षण करत राहायचो किंवा ओसरीतील अंधारात बसून रातकिड्यांचा आवाज ऐकायचो. काही वर्षांपूर्वी मी व मीनानं खगोलशास्त्रावरील एक छोटा हौशी अभ्यासक्रम पूर्ण केला होता. शेतावरच्या एकाकी रात्री मला आता त्याचा छान उपयोग झाला. मी रात्रीच्या जेवणाची वेळ बदलली. ८.३० वाजता जेवल्यामुळे मी लवकर झोपू शकत होतो. पहाटे लवकर उठायची मला पहिल्यापासून सवय होती. इथे तर सूर्य उगवण्याआधीच मला पक्ष्यांच्या मंजुळ किलबिलाटाने जाग यायची.

मीना माझ्याबरोबर राहायला आल्यानंतर घरात पाळीव प्राण्यांची भर पडली. बाकी दिवसाच्या वेळापत्रकात फारसा फरक पडला नाही. आम्ही दोघांनी घरातील कामांची विभागणी केली. मुख्य म्हणजे मीना आल्यामुळे माझा संध्याकाळचा एकाकीपणा संपला.

सापळ्यातून सुटका

गावात राहायला आल्यावर सुरुवातीच्या काळात शेतीच्या कामांबद्दल मी सर्वस्वी मोरूदादावर अवलंबून होतो. घराबाहेरच्या रस्त्यावर खडी पसरवणे, पंपाच्या दुरुस्तीची कामं करणारा माणूस मिळवून देणे, शेतीच्या कामासाठी बबनसारख्या माणसाची नोकरीवर नेमणूक करणे यासाठी मोरूदादानेच मला मदत केली. गावातील प्रत्येक माणूस एकतर मोरूदादाचा नातलग तरी असे किंवा त्यानं केलेल्या उपकाराच्या ओझ्याखाली दबलेला असे. मोरूदादासाठी कोणतंही काम अशक्य नव्हतं. तुम्ही फक्त त्याला विचारायचा अवकाश, तुमचं काम झालंच म्हणून समजा. मी जसजसा गावात रुळू लागलो, तसतसं माझ्या लक्षात आलं की, मोरूदादावर पूर्णपणे विसंबून राहणं, हे नक्कीच आपल्या हिताचं नाही. मला समजलेली आणखी एक गोष्ट म्हणजे, मला देत असलेल्या विविध सेवांबद्दल तो माझ्याकडून वाजवीपेक्षा जास्त पैसे घेत होता. ती काही फार मोठी रक्कम नसायची; पण प्रत्येक व्यवहारात तो स्वतःचं कमिशन वसूल करायचा. लवकरच मला कळून चुकलं की, आपण मोरूदादाच्या सापळ्यात अडकत चाललो आहोत व त्यातून आपल्याला बाहेर पडणं गरजेचं आहे.

मी फक्त काही काळ गावात राहणार आणि पैशाच्या मोहानं पुन्हा मुंबईला जाणार, असं मोरूदादाला खात्रीनं वाटायचं. मला भेटला की, दरखेपेस 'काय म्हणता साहेब, तुम्हाला तुमच्या कॉम्प्युटरच्या कामाची खूप आठवण येत असेल

ना?' असा मला टोमणा मारायचा. मी गावात असेपर्यंत माझ्याकडून जास्तीतजास्त पैसे उकळायचे, असा त्याचा डाव होता. मीही त्याला ओळखून होतो; पण काही काळ त्याला अद्दल घडवणं टाळत होतो.

अखेर पहिल्या पावसाच्या सुरुवातीला ती वेळ आलीच. शेत नांगरण्यासाठी कुठून तरी बैलांची जोडी व नांगर मिळव, असं मी बबनला अनेक वेळा सांगून पाहिलं. माझ्या प्रश्नाचं उत्तर तो टाळायचा व आपण भाड्यानं ट्रॅक्टर घेऊ या असं तो मला सुचवायचा. आपली बैलगाडी द्यायला, गावात कोणीही तयार होणार नाही; त्यापेक्षा ट्रॅक्टरनं आपली माती छान नांगरून होईल, असं त्यानं मला पटवून द्यायचाही प्रयत्न केला. मला त्याचं म्हणणं मान्य नव्हतं. ट्रॅक्टरचं भाडं खूप होतं आणि एवढा खर्च करायची माझी तयारी नव्हती. शिवाय सगळं गाव बैल आणि नांगर वापरूनच नांगरणी करायचं, मग मी एकट्यानं महागडा ट्रॅक्टर वापरायची काय गरज होती? ट्रॅक्टरनं नांगरणं योग्य नसतं, कारण त्यामुळे माती खूप खोलवर खणली जाते आणि मातीची खूपच उलथापालथ होते, असं मी कुठेतरी वाचलं होतं.

या बाबतीत काही गावकऱ्यांशी खासगीत बोलल्यावर आठवडाभरातच सारी लबाडी माझ्या ध्यानात आली. पावसाळ्यामध्ये मला नांगरणीसाठी भाड्यानं ट्रॅक्टर घ्यायला लावायचा, अशी सूचना मोरूदादानेच बबनला दिली होती. बबन त्याच्या शब्दाबाहेर जाऊ शकत नव्हता, कारण काही वर्षांपूर्वी त्यानं बबनला आर्थिक मदत केली होती. गावात फक्त मोरूदादाकडेच ट्रॅक्टर होता आणि तो ट्रॅक्टरचं भरपूर भाडं आकारायचा. इतकं भाडं देणं गावात कोणालाच शक्य नव्हतं. म्हणून तो मला गिऱ्हाईक बनवायच्या प्रयत्नांत होता.

मोरूदादाच्या मगरमिठीतून मला लवकरात लवकर बाहेर पडायचं होतं. अन्यथा माझ्यावर कफल्लक होऊन शहरात परतायची वेळ आली असती. मग एका संध्याकाळी मी एकटाच गावात गेलो आणि कोणाकडे बैल व नांगर भाड्याने मिळू शकेल का याचा प्रत्येक घरात जाऊन तपास करू लागलो. जयरामकाकांच्या घरी जाताच, ते माझं काम करायला लगेच तयार झाले. मी असं ऐकलं होतं की, त्यांच्या तीनही मुलींची अजून लग्नं झाली नव्हती; त्यामुळे ते सतत कामाच्या शोधात असत. आपले बैल व नांगर भाड्यानं देऊन त्यांना चांगले पैसे मिळणार होते. मी त्यांच्याशी व्यवहाराची बोलणी केली व जयरामकाकांनी दुसऱ्या दिवशी माझ्या घरी यायचं कबूल केलं. मग मीही त्यांच्याशी मोकळेपणानं बोललो. त्यांना मोरूदादाच्या मनातील लबाड हेतू सांगितला. जयरामकाका निर्भीड, कणखर मनाचे होते. ते म्हणाले, ‘‘मी काही मोरूकडे काम करत नाही; त्यामुळे मला त्याच्याशी मुळीच देणं-घेणं नाही. मी ठरल्याप्रमाणे तुमच्याकडे येतो.’’

दुसऱ्या दिवशी जेव्हा बैल व नांगर घेऊन जयरामकाका आमच्या शेतात हजर झाले, तेव्हा बबन थक्क होऊन त्यांच्याकडे पाहतच राहिला. ती संधी साधून मी बबनला समजावून सांगितलं की, 'मी काही श्रीमंत माणूस नाही, मला सर्वांसारखीच नेहमीच्या पद्धतीनं जमीन नांगरून घ्यायची आहे.' आपला डाव उघडकीला आला, हे एव्हाना बबनला कळून चुकलं होतं. त्यानं लगेच कबूल केलं की, ही सारी मोरूदादाची चाल होती. तुम्हाला गावातून कोणाचीही मदत मिळवून न देता, ट्रॅक्टर भाड्यानं घ्यायला भाग पाडायचं असं मोरूदादानं आपल्याला सांगितलं होतं.

मी केलेल्या गोष्टीमुळे मोरूदादा संतापणार आणि माझ्यावर डूख धरणार हे मी जाणून होतो, म्हणून दुसऱ्या दिवशी मी राजेनला फोन केला आणि यापुढे मोरूदादाकडून मला कसलीही मदत नको, हे तू त्याला नीट समजावून सांग अशी त्याला विनंती केली. त्या फोनमुळे योग्य तो परिणाम साधला गेला. त्यानंतर माझ्या शेतातील कामामध्ये मोरूदादानं कधीही ढवळाढवळ केली नाही. आम्हीही त्या घटनेबद्दल कधी एकमेकांशी बोललो नाही. आमचे संबंध सलोख्याचे व सौहार्दपूर्ण राहिले. मोरूदादाचा सल्ला हवा असेल तर मी हक्कानं त्याच्या घरी जायचो व तोही मला आनंदानं मदत करायचा; पण सल्लामसलतीपुरतीच आमची मैत्री राहिली. आमच्यात पुन्हा कधीही आर्थिक व्यवहार झाला नाही.

गावातील लोक व समाजजीवन

गावात खूप मोठी वस्ती आहे. बहुतेकजण एकमेकांचे सगेसोयरे आहेत. कुणा एकाच्या घरात जरी मृत्यूचा प्रसंग घडला तरी दुसऱ्या दिवशी गावातील निम्म्या पुरुषांनी मुंडण केलेलं दिसतं. प्रत्येक कुटुंब आपापल्या मालकीची जमीन कसतं. फारच थोड्याजणांना बाहेरची मदत घेणं परवडू शकतं. शेती हा इथला प्रमुख उद्योग. त्याखेरीज गावात साजरे होणारे मुख्य प्रसंग म्हणजे लग्नकार्य व धार्मिक उत्सव! हे दोन्ही प्रसंग अतिशय झगमगाटात व मोठ्या थाटामाटात साजरे होतात. गावातील सर्व आबालवृद्ध त्यामध्ये हौसेनं सामील होतात.

मी गावातच स्थायिक झाल्यामुळे मला प्रत्येक मंगलकार्याचं आमंत्रण असतं. मीही प्रत्येक प्रसंगाला अगत्यानं हजेरी लावतो. सुरुवातीला मला त्यांची पद्धत शहरापेक्षा फारच निराळी वाटायची; पण हळूहळू त्याचंही शहरीकरण होत इथेही बुफे जेवण, इव्हेंट मॅनेजर आणि डीजे वगैरे प्रकार सुरू झाले. गावातील स्त्रिया एकत्र येऊन स्वयंपाक करतात आणि तरुण वर्ग वाढण्याचं काम करतो. लग्नकार्यात मीही अनेकदा वाढप्याचं काम केलंय.

अशा प्रसंगी न राहवून मी ग्रामीण जीवनाची शहरी जीवनाशी तुलना करायचो. गोरेगावमधील माझ्या शेजारी राहणाऱ्या कुटुंबाशी आमची क्वचितच भेट होत असे. महिनोन्महिने आमच्यात बोलणंही होत नसे. आपापल्या कामधंद्यात आम्ही पूर्णपणे बुडालेलो असायचो. केवळ सोसायटीच्या द्वैमासिक बैठकीत आम्ही एकत्र यायचो; पण तेव्हाही सारा वेळ वादावादीत व एकमेकांविरुद्ध तक्रारी करण्यातच जायचा.

गावकऱ्यांच्या प्रेमळ वागणुकीमुळे मला माझं लहानपण आठवायचं. त्या वेळी रेल्वे कॉलनीमध्ये राहणाऱ्या आम्हा सर्व चाळकऱ्यांचं मिळून एकच कुटुंब होतं. इथे गावातही हिंदू पंचांगातील प्रत्येक सण मोठ्या उत्साहानं साजरा केला जायचा. जन्माष्टमीच्या दिवशी वेगवेगळ्या उंचीवर दहीहंड्या बांधल्या जायच्या आणि गोकुळातल्या श्रीकृष्णाप्रमाणे गावातील वेगवेगळ्या वयोगटातील गोविंदा थर रचून त्या हंड्या फोडायचे. एका खास हंडीसोबत १६५ रुपयांच्या नोटा चिकटवलेल्या असत. शहरातील लाखो रुपयांच्या बक्षिसांच्या तुलनेत ही फारच किरकोळ रक्कम असली तरी तो गावातील सर्वांत मानाचा पुरस्कार समजला जायचा. तरुण मुलं किंवा पुरुष हंडीखाली गोल फेर धरायचे. आपण आता हंडी फोडून त्यातलं दही पळवणार, अशा अर्थाची गाणी किंवा पारंपरिक भजनं ते गायचे. त्याच वेळी हंडी फोडण्यापासून रोखण्यासाठी गावातील स्त्रिया मुद्दाम त्यांच्या अंगावर बादल्या भरून पाणी ओतत असत.

तरीही तिथे जमलेल्या गोविंदांचा गट मागे हटत नसे. माणसांचे छोटे छोटे थर रचून वयानं सर्वांत लहान असलेल्याला ते सर्वांत वर चढवत. त्यानंतर तो लहान मुलगा हंडी फोडून हंडीच्या आत ठेवलेल्या गोष्टी लुटत असे. हंडी सहसा दूध, दही आणि फळांनी भरलेली असायची. ही सर्व लूट खाली पडताच, तिथे जमलेली मुलं फळं व पैसे गोळा करायला धावत जात. तोपर्यंत माणसांनी रचलेले थर धपकन खाली कोसळलेले असायचे. जेव्हा मी गावातील दहीहंडीचा खेळ पहिल्यांदाच पाहिला, तेव्हा ज्या साध्या व निरागस पद्धतीनं त्यांनी कृष्णाच्या जीवनातील प्रसंग रंगवले होते, ते पाहून मी चकित होऊन गेलो. शहरात होणारा हिंदी चित्रपट गाण्यांचा कर्कश गोंगाट व तुडुंब गर्दीत चाललेल्या खेचाखेचीपेक्षा हे दृश्य मला खूपच लोभस वाटलं.

मुंबईमध्ये दिवाळीतील फटाक्यांचा कानठळ्या बसणारा आवाज आणि धुरामुळे होणारे प्रदूषण याचा गावात मागमूसही नसायचा. इथे फटाके वाजवण्यासाठी कोणापाशी पैसेच नसायचे. प्रत्येक घरात दिवाळीचा फराळ बनवला जायचा आणि घरात येणाऱ्या पाहुण्यांना तो आग्रहपूर्वक दिला जायचा. गावातील दिवाळी अनुभवताना मला पुन्हा एकदा रेल्वे कॉलनीत सर्व कुटुंबांनी मिळून एकत्र बनवलेल्या फराळावर

मनसोक्त ताव मारत केलेल्या मजामस्तीची आठवण यायची.

नवरात्रीच्या उत्सवात गावातील स्त्रिया व पुरुष एकत्र नृत्य करायचे. संध्याकाळी होणाऱ्या त्या कार्यक्रमाला मी आवर्जून जायचो; पण घरी लवकर परतायचो, कारण नंतर तिथे पाण्यासारखी दारू प्यायली जायची आणि सर्वजण नशेत तर्र असायचे. मला त्याचा उपद्रव होत नसे; पण दारू पिऊन सारेजण माझ्याभोवती गोळा होत, मला शेतीविषयक सल्ला देऊ लागायचे आणि मला वाट्टेल ती मदत करायची आश्वासनं द्यायचे.

गणपती उत्सवाच्या वेळी पुन्हा एकदा मला माझं बालपण आठवायचं. गावात गणपतीच्या मूर्ती बनवल्या जात नाहीत. जवळपासच्या दुकानातून मूर्ती विकत आणून त्याची घरात प्रतिष्ठापना केली जाते. आमच्या घरी माझी आई मात्र फारच सुंदर सुबक मूर्ती बनवायची आणि गणपती विसर्जनाला आम्ही मुलं खूपच मजा करायचो.

गेल्या काही वर्षांत गावातील मुलांशी माझी छान गट्टी जमली. गावागावांत भरवल्या जाणाऱ्या क्रिकेट स्पर्धेत भाग घेण्यासाठी मी त्यांना भरपूर प्रोत्साहन देतो. काही सामन्यांच्या वेळी मी त्यांच्याबरोबर मैदानातही जात असतो. प्रत्येक गावामध्ये अशी स्पर्धा आयोजित केली जाते. दोन दिवस चालणाऱ्या या मर्यादित षटकांच्या सामन्यात प्रत्येक संघामध्ये आठ खेळाडू असतात. कधीकधी आमच्या गावातही ही स्पर्धा खेळवली जाते. त्या वर्षी आमच्यातर्फे विजेत्या संघाला प्रथम पारितोषिकाची रक्कम दिली जाते. एका स्पर्धेच्या उद्‌घाटनप्रसंगी व्यासपीठावर बोलावून आयोजकांनी माझा शाल देऊन सत्कार केला. त्या सन्मानानं मी हेलावून गेलो. आजपर्यंत आमच्या गावानं एकही स्पर्धा जिंकलेली नाही; पण आम्ही अजून आशा सोडलेली नाही.

उन्हाळ्याच्या सुट्टीत गावात मोठी मौज असते. सुट्टी सुरू झाली की, बाहेरगावी शिकणारी मुलं गावी परततात. त्याच वेळी फळांचा हंगाम सुरू झालेला असतो. आंबे, जांभूळ, तुती, खजूर अशा विविध फळांचा तो सुकाळ असतो. संध्याकाळी मुलं आमच्या शेतात जमतात व मग आमचा कंपू गावातील झाडांची फळं तोडण्यासाठी उत्साहाने बाहेर पडतो. त्या दिवसांमध्ये फळं खाऊनच पोट इतकं भरतं की, रात्री जेवणं शक्यच नसतं. मुलांबरोबर मीही लहान होऊन जातो आणि दिसेल ते फळ तोडून बिनदिक्कतपणे फस्त करून टाकतो.

नदीतील मासे पकडणे हा उन्हाळ्यातील आणखी एक मजेशीर उद्योग असतो. त्यासाठी काही वेळा आम्ही नदीत जाळं टाकतो किंवा कधी गळ टाकून बसतो. आमच्या गळाला फार क्वचित वेळा मासे लागतात; पण मासे पकडण्याची ती सारी क्रियाच मंत्रमुग्ध करणारी असते. नदीच्या हिरव्या रंगाच्या पाण्यात गळ

टाकून बसायचं आणि कोणत्या क्षणी गळाला मासा लागेल याची आतुरतेनं वाट पाहत राहायचं... खरंच मनाच्या त्या उत्कंठित अवस्थेचं शब्दांत वर्णन करणं अशक्य आहे. मन एकाच वेळी आनंदी, आशादायी व ताणमुक्त झालेलं असतं. माझ्या गळाला एखादा मासा लागलाच तर मी तो कोणाला तरी देऊन टाकतो, कारण मी मासे खात नाही. नदीच्या काठावर नानाविध रंगाचे मोहक चतुर उडत असतात. स्वतःमधील चपळता अजमावण्यासाठी मी एकदा एक निळ्या रंगाचा चतुर पकडायचं ठरवलं. काही वेळ जिद्दीनं प्रयत्न केल्यावर माझ्या हातात तो निळा चतुर आला. माझ्या चपळपणावर मीच खूश झालो; पण माझी ती मर्दुमकी पाहण्यासाठी माझ्यासोबत माझ्या बालपणीचे मित्र रेक्स किंवा कृष्णा मात्र नव्हते. मी तो चतुर पुन्हा शांतपणे हवेत सोडून दिला.

शूऽऽऽ... देव प्रगट होतोय!

इतर खेडेगावांप्रमाणे आमच्या गावाचाही एक ग्रामदेव आहे. मधाच्या पोळ्यानं लगडलेल्या एका प्रचंड मोठ्या वडाच्या झाडाखाली ग्रामदेवाची तीन फूट उंचीची मूर्ती आहे. भलेमोठे डोळे व कान असलेल्या ग्रामदेवानं मानवी चेहरा धारण केलाय. यापूर्वीची मूर्ती लाकडाची असल्यामुळे काही काळानंतर कुजू लागली होती. सुतार व शिल्पकार असलेल्या गावातल्याच बबन ठाकूरनं त्यानंतर ही दगडाची मूर्ती बनवली. मग त्या पाषणमूर्तीला शेंदूर फासण्यात आला.

या ग्रामदेवाची वर्षातून दोनदा पूजा केली जाते. प्रथम भाताच्या पेरणीआधी आणि दुसऱ्यांदा भातकापणी झाल्यानंतर. घराघरांतून पैसे जमवून दोन बकरे विकत घेतले जातात. संध्याकाळी पुरुषमंडळी मूर्तीभोवती एकत्र जमतात आणि देवाचा धावा करू लागतात. देव जिवंत होण्यासाठी केलेलं हे आवाहन असतं. प्रार्थनेचा आवाज टिपेला चढल्यावर बकऱ्यांचा बळी दिला जातो. मग अग्नी प्रज्वलित करून त्यात ते बकरे भाजले जातात. भाजलेले बकरे नीट कापून, त्यांचा एकेक तुकडा, उत्सवाला वर्गणी दिलेल्या प्रत्येक कुटुंबामध्ये वाटला जातो. बकऱ्यांच्या वजनानुसार प्रत्येक कुटुंबाला अंदाजे २००-२५० ग्रॅम मटण मिळतं.

मलाही माझा वाटा मिळतो; पण त्या प्रकारचं मटण मी खाऊ शकत नाही. भाजलेल्या बोकडाचा वास मला सहन होत नाही. मग मी माझा वाटा बबनला देत असे. घरी पेप्पर आल्यापासून माझा वाटा आता तिच्या पोटात जातो आणि ती अतिशय मिटक्या मारत तो खाते. ग्रामदेवाच्या या सहामाही पूजेव्यतिरिक्त दर दहा वर्षांनी पिशाच बाधा व हीन शक्तींमुळे पछाडलेल्या गावाचं शुद्धीकरण करण्यासाठी एक धार्मिक प्रथा पाळली जाते.

काही दशकांपूर्वी पावसाळी भाताचं पीक काढल्यानंतरच्या पहिल्या पौर्णिमेच्या आदल्या रात्री एक प्रसंग घडायचा. त्या वेळी सहा फूट उंचीचा रामा ठाकूर हा गावाचा म्होरक्या होता. पौर्णिमेच्या रात्री रामा ठाकूर गावातील चिंचोळ्या पायवाटांवरून गस्त घालत हिंडायचा. प्रत्येक घरात शिरून एखादी स्त्री, एखादं कोंबडं किंवा एखादं गाय-वासरू मागे राहिलं नाही ना, याचा तो शोध घ्यायचा. नियमाचा भंग करणाऱ्याकडून दंड वसूल केला जायचा आणि तो प्राणी जप्त केला जायचा.

रामा ठाकूर देवाघरी गेला त्याला आता बरीच वर्षं लोटला; पण आमच्या जिल्ह्यातील आजूबाजूच्या खेड्यांतील आदिवासी वस्तींमध्ये आजही ती प्रथा काटेकोरपणे पाळली जाते. ठरलेल्या दिवसाच्या आदल्या संध्याकाळी गावातील सर्व स्त्रिया घरातील पाळीव प्राण्यांसह (काही अपवाद वगळता) सूर्या नदी पार करून पलीकडच्या काठावरील मोकळ्या पठारावर चोवीस तास मुक्काम करतात. फक्त पुरुषमंडळींनाच गावात राहण्याची परवानगी असते. गावातील सर्व घरांचे दरवाजे सताड उघडे ठेवलेले असतात. रात्रभर पुरुषवर्ग वडाच्या झाडाखाली उभारलेल्या ग्रामदेवाच्या मूर्तीभोवती बसून अधूनमधून ढोल बडवत, काळजाचा थरकाप उडवणाऱ्या किंकाळ्या ठोकत राहतो. देवानं गावातील प्रत्येक घरात प्रवेश करून, त्या घरात शिरलेल्या हीन शक्तींना हाकलून त्या कुटुंबाचं संरक्षण करावं यासाठी ते विचित्र आवाज काढत देवाला आमंत्रण देत असतात. देवाजवळील दिवा रात्रभर तेवत ठेवला जातो आणि क्षणभरही तो विझणार नाही यासाठी पुरुषमंडळी त्यावर सतत लक्ष ठेवून असतात.

अशाच एका प्रसंगी जेव्हा मी पहाटे गावातून फेरफटका मारायला बाहेर पडलो, तेव्हा गावात एक चिटपाखरूदेखील माझ्या दृष्टीस पडलं नव्हतं. म्हातारे पवनकाका मात्र लंगडत लंगडत नदीच्या काठावर जायला निघाले होते. पलीकडच्या तीरावर रात्रभर थंडीत कुडकुडत बसलेली आपली पत्नी सुखरूप असेल ना, याचा त्यांच्या जिवाला घोर लागला होता. तिची तब्येत बरी नव्हती आणि आदल्या रात्री पैलतीरी जाताना तिचं अंग तापानं फणफणलं होतं. सर्वत्र चिडीचूप शांतता होती. फक्त फटाक्याच्या आवाजांनी किंवा वडाच्या झाडाखाली जमलेल्या लोकांच्या किंकाळ्यांमुळे ती भयाण शांतता भंग पावत होती.

काही वर्षांपूर्वी गावाचा मुखिया रात्री गस्त घालायचा. ती पद्धत आता लोप पावली आहे. तरीही गावातील वयोवृद्ध मंडळी त्या काळातील कडक नियमांच्या आठवणी अजूनही रंगवून सांगतात. सखाराम सांगतो की, एका वर्षी त्याचं कुटुंब घरातील कोंबड्याला घेऊन जायचं विसरलं. कोंबडाही न ओरडता कुठेतरी लपून बसला. रात्री रामा ठाकूर त्याच्या घराजवळून गस्त घालत असताना नेमकी कोंबड्यानं बांग दिली. रामा ठाकूरनं आपल्याजवळील बेचकीनं त्याला ठार मारलं आणि

आम्हाला चार आणे दंड भरायला लावला. कोंबड्याचा बळी घेणं फारच सोपं होतं.

आता बरेचसे नियम शिथिल झालेत. घरातील पाळीव जनावरं घेऊन आता कोणीही नदीपल्याड जात नाही; पण आजही नियमभंग करणाऱ्यांना दंड भरावाच लागतो. एका वर्षी ग्रामदेवाच्या सोहळ्याच्या आठवडाभर आधी एका गावकऱ्यानं आपल्या मुलाच्या लग्नाचा सोहळा उरकून घेतला. तो प्रेमविवाह होता आणि एक दिवसही लग्न पुढे ढकलायला मुलीचा बाप तयार होत नव्हता. नियम तोडल्याबद्दल ग्रामपरिषदेनं १०००० रुपयांचा भारी दंड लावला. अनेक विनंत्या आणि विनवण्या केल्यानंतर अखेर ४००० रुपयांवर तडजोड करण्यात आली.

परमेश्वराजवळ कृतज्ञता व्यक्त करण्यासाठी उत्सवाच्या दुसऱ्या दिवशी प्राण्यांचा बळी दिला जातो. मागच्या वर्षी भरपूर पैसे जमा झाल्यामुळे पाच बकरे, एक डुक्कर आणि काही कोंबड्या खरेदी केल्या गेल्या. त्यानंतर प्राण्यांचं मांस चुलीवर शिजवण्यात आलं आणि गावकऱ्यांना ते समप्रमाणात वाटलं गेलं.

गावातील ज्येष्ठ व्यक्ती वेशीजवळ दोन रेशीम सुती वृक्षाच्या खांबांना आंब्याचं तोरण लावून व फुलांनी सजवून एक तात्पुरतं प्रवेशद्वार उभारतात. आदल्या रात्री थंडीत कुडकुडत राहिलेल्या स्त्रिया मग दुसऱ्या दिवशी संध्याकाळी त्या प्रवेशद्वारामधून पुन्हा गावात परत येतात. त्या रात्री मटण-भाताची मेजवानी असते.

शेकडो वर्षांपूर्वी बनवलेल्या या प्रथांचं अजूनही गावकरी निमूटपणे पालन करत असले तरी त्या आता सर्वमान्य राहिलेल्या नाहीत. स्त्रियांना रात्रभर असं उघड्यावर ठेवणं आपल्याला पटत नसल्याचं काहीजणांनी माझ्यापाशी बोलून दाखवलं. ही प्रथाच बंद व्हायला पाहिजे, असं काहींचं मत होतं, कारण त्यांचा आता भुताखेतावर विश्वास उरलेला नव्हता; पण 'या प्रथेला विरोध करून देवाचा रोष ओढवून घ्यायची तुमची तयारी आहे का?' या प्रश्नाला मात्र कोणीच उत्तर द्यायला तयार नव्हतं.

जारणमारण व शिव्याशाप

२०१० मध्ये सर्व गावकऱ्यांनी मिळून कालव्याचं पाणी न वापरण्याचा निर्णय घेतला. बरीच वर्षं शेतीसाठी जमिनीचा अतिवापर केल्यानं तिची सुपीकता व उत्पादनक्षमता कमी झाली होती; त्यामुळे जमिनीच्या सकसतेच्या दृष्टीनं तिला विश्रांती मिळणं जरुरीचं होतं. त्याप्रमाणे कालवा प्राधिकरणाला सूचना देण्यात आली आणि गावात शिरण्याआधी कालव्याचं पाणी थांबवण्यात आलं.

कालव्याचं पाणी न वापरण्याचा निर्णय जमिनीसाठी योग्य असला तरी त्याचे

चीफ आणि हेन लोग

अल्लारखा, गव्हाणी घुबडाचं पिल्लू

निसर्गातील रंगबिरंगी लावण्य

बोगनवेलीच्या झाडावर बसलेलं फुलपाखरू

दुपारच्या जेवणासाठी
श्रावणघेवड्याची मेजवानी

गावातील सण-समारंभासाठी
विड्याची पानं खुडताना

तुरीच्या शेंगांची तोडणी

सुगीचा आनंद -
सोबत बबन

चमचमणारा मण्यार

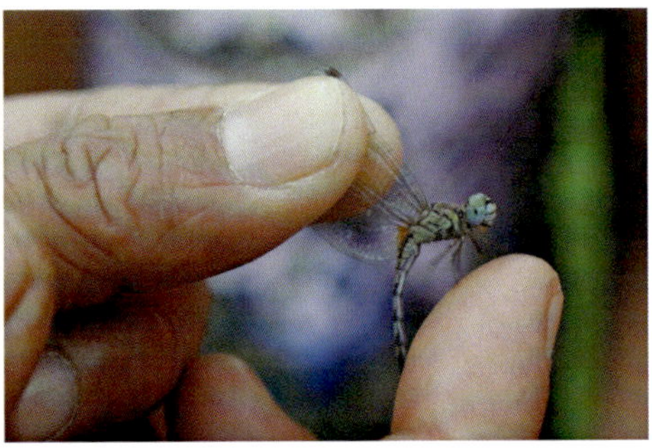

हाती लागला अमूल्य ठेवा - निळा चतुर

क्वचित येणारा पाहुणा - निळा ओकलिफ

हळदीचं झाड

'मूंग ओव्हर मायक्रोचिप्स'चं लेखन करताना

मुगाच्या शेंगा काढणाऱ्या स्त्रिया

गावकऱ्यांना फार मोठे दुष्परिणाम भोगावे लागले. गावातील भूजल पातळी खाली गेल्यामुळे विहिरी आटू लागल्या. प्यायच्या पाण्याची सोय करण्यासाठी गावातील स्त्रियांना भल्या पहाटे उठून विहिरीमधून एक-दोन कळशा भरून पाणी काढावं लागे.

भुईमुगाच्या काढणीचा हंगाम सुरू असल्याने शेतामध्ये जोरात कामं सुरू होती. एक दिवस दुपारच्या वेळी एक बाई हातात मोठी बादलीभर मळलेले कपडे व एक रिकामे पातेले घेऊन आमच्या शेतात शिरली. मी तिला ओळखलं नाही आणि तुला काय हवंय असं मी तिला विचारलं. त्यावर तिनं उर्मटपणे मी पाणी घ्यायला आणि कपडे धुवायला इथं आलेय, असं उत्तर दिलं. मी तिला म्हटलं, "इथेच का? तू नदीवर जाऊन कपडे धुवू शकतेस."

माझं बोलणं ऐकून ती माघारी वळली. फाटकाजवळ पोहोचल्यावर ती मला म्हणाली, "तुम्हाला पाणी द्यायचं नसेल, तर तसं मला स्पष्टपणे सांगा." तिच्या बोलण्यानं मी अवाक्‌च झालो. गावातील पाण्याची पातळी खाली जात होती आणि जवळच नदी असताना ही बाई मी काटकसरीनं वापरत असलेल्या पाण्यात कपडे धुवू इच्छित होती.

नंतर मला समजलं की, ती 'क्ष'ची पत्नी होती आणि तिचा स्वभाव काहीसा विक्षिप्त व तऱ्हेवाईक होता. सुगीच्या प्रचंड कामात डोक्याला आणखी ताप नको, असा विचार करून मी ती घटना विसरून जायचं ठरवलं. त्या प्रसंगानंतर काही आठवडे झाल्यावर मला अचानक एक विचित्र त्रास होऊ लागला. रोजच्याप्रमाणे मला सडकून भूक लागायची. मी माझं ताट वाढून घ्यायचो; पण अर्धं जेवण झाल्यावर मला कोरड्या ओकाऱ्या यायच्या आणि नंतर मी जेवू शकायचो नाही. बहुतेक वेळा ताटातलं निम्मं अन्न वाया जायचं.

सुरुवातीला मी त्याकडे दुर्लक्ष केलं. अन्नामुळे किंवा नीट भूक न लागल्यामुळे असं होतं असावं, असा माझा समज झाला; पण हा त्रास काही केल्या कमी होईना. लवकरच मीनाच्याही ते लक्षात आलं. तू खूपच अन्न वाया घालवतोस, असं ती म्हणाली. तिचं म्हणणं खरंच होतं. माझं वजनही घटू लागलं होतं आणि मला थकवा जाणवत होता.

मी डॉक्टरांना भेटलो व रक्ताच्या आवश्यक त्या तपासण्या करून घेतल्या. रक्तातील सर्व घटक योग्य प्रमाणात होते आणि माझ्या प्रकृतीत काहीही बिघाड नसल्याचा निर्वाळा डॉक्टरांनी दिला; परंतु तरीही कोरड्या ओकाऱ्या व कमी अन्नसेवन या दोन तक्रारींमध्ये काहीच बदल झाला नव्हता.

ही गोष्ट मी बबन व त्याची पत्नी बबिताकडे बोललो. बबिता लगेच म्हणाली की, तुमच्यावर कोणीतरी 'करणी' केलीय आणि ती उतरवून घ्यायला हवी. माझा

जादूटोणा व चेटूक या गोष्टींवर मुळीच विश्वास नव्हता. बबितानं सांगितलेला उपाय मी फेटाळून लावला. काही आठवड्यांनंतर मात्र माझी सहनशक्ती संपली आणि अखेर मी चेटूक उतरवण्याचा उपाय करून पाहायचं ठरवलं. गावातील वामनकाका हे अशा प्रकारचं चेटूक काढून देण्यामध्ये निष्णात होते. मी त्यांनाच विनंती केली.

ठरलेल्या दिवशी संध्याकाळच्या वेळी मी बबनच्या घरी गेलो. वामनकाकांनी मला जमिनीवर मांडी घालून बसायला सांगितलं. त्यानंतर त्यांनी चेटूक उतरवण्याच्या विधीला सुरुवात केली. हातात मूठभर भात घेऊन त्यांनी तो माझ्या डोक्यावरून आणि सर्व अंगावरून ओवाळला. मग एका ताटलीत तो भात पसरला व कसलातरी मंत्र पुटपुटत, ते बराच वेळ भाताकडे टक लावून बघत राहिले. नंतर वामनकाकांनी मला डोळे मिटायला सांगून तो भात एका पानात गुंडाळून ठेवला. काही वेळानं त्यांनी माझ्या डोळ्यांना पाणी लावलं आणि ते माझ्यासमोर बसले. साधारण दहा मिनिटांनी आपलं मौन सोडत ते मला म्हणाले, "एका बाईनं तुमच्यावर करणी केली होती; पण मी त्यातून तुमची सुटका केलीय. आता तुम्ही बरे व्हाल." मी त्यांच्या हातावर ५० रुपये ठेवले आणि आशीर्वादासाठी त्यांना साष्टांग नमस्कार घातला.

मधल्या काळात 'य'चं लग्न ठरल्याचं माझ्या कानावर आलं. 'य' ही 'क्ष'ची एकुलती एक मुलगी होती. 'य' अतिशय गोड मुलगी होती आणि अनेकदा आमच्या शेतावर कामाला यायची. माझी ती खूप लाडकी होती. पुढच्या आठवड्यात जेव्हा आम्ही मुंबईला गेलो, तेव्हा तिच्यासाठी साडी-चोळी खरेदी करायला मी मीनाला सांगितलं.

गावाला परतल्यावर मी 'क्ष'च्या घरी जाऊन 'य'ला साडी-चोळी दिली. तिला म्हटलं की, हा आहेर मी तुला मुद्दाम लग्नाआधी देतोय, कारण तुला चोळी शिवून ती लग्नाच्या एखाद्या कार्यक्रमात घालता येईल. त्याशिवाय भेट म्हणून मी थोडे पैसेही तिला दिले. त्यांच्या घरातून बाहेर पडत असताना अचानक 'क्ष'ची बायको माझ्या पाया पडली आणि हळूच पुटपुटली, "काही चूक झाली असेल तर मला माफ करा."

तिचं हे वागणं मला थोडं विचित्र वाटलं; पण मी तो विचार डोक्यातून काढून टाकला. त्यानंतर काही आठवड्यांतच मी पूर्वीसारखा पोटभर जेवू लागलो आणि जेवताना मध्येच कोरड्या ओकाऱ्या येणं बंद झालं. महिनाभरातच माझं वजनही एक किलोनं वाढलं. माझी समस्या कशी नाहीशी झाली याचा मात्र मला अर्थबोध झाला नाही.

बऱ्याच महिन्यांनंतर मी त्या समस्येसंबंधी विचार करत असताना, मनातल्या

मनात काही घटनांची संगती लावू लागलो.

मी पाणी द्यायला नकार दिल्यामुळे 'क्ष'च्या पत्नीनं माझ्यावर करणी केली असेल का?

वामनकाकांनी चेटूक उतरवल्यानं माझी तब्येत सुधारली का?

का 'य'ला मी साडी-चोळी दिल्यामुळे पश्चात्ताप होऊन, तिच्या आईनं माझ्यावर केलेलं चेटूक काढून घेतलं असेल?

माझ्या पाया पडून तिनं माझी क्षमा का मागितली?

या प्रश्नांची उत्तरं माझ्यापाशी नव्हती. माझी समस्या सुटली एवढंच मला समजलं होतं. ती का निर्माण झाली, हे मला उमजलं नव्हतं. त्या बाईनं खरंच जादूटोणा केला होता की नाही समजणं अवघड असलं तरी यापुढे गावातील लोकांशी जपून आणि काळजीपूर्वक वागलं पाहिजे याची मी मनाशी पक्की खूणगाठ बांधली.

महालक्ष्मी मंदिराची जत्रा

आमच्याकडे दरवर्षी होळी पौर्णिमेला डोंगराच्या पायथ्याशी असलेल्या गुहेतील देवळात महालक्ष्मीची जत्रा भरते. जत्रा पंधरा दिवसांची असते आणि वर्षभर गावकरी त्या जत्रेची अतिशय आतुरतेनं वाट बघत असतात. जत्रेला प्रचंड गर्दी असते व काही दिवशी तर भक्तगणांची संख्या लाखाच्या वर जाते. अगदी गुजरातमधील दूरदूरच्या गावांतून असंख्य लोक बसमधून येत असतात. आमच्या गावापासून काही किलोमीटर अंतरावर असलेलं हे देऊळ, अत्यंत जागृत देवस्थान समजलं जातं.

देवळाच्या रस्त्यावर दोन्ही बाजूला स्टॉल उभारलेले असतात. काचसामान, बांगड्या, दागदागिने, कपडे, भांडी आणि पत्र्याची पिंपंही त्या छोट्या दुकानांमध्ये विक्रीसाठी ठेवलेली असतात. पत्र्याच्या पिंपांना खूप मागणी असते. मीनानेही जत्रेतूनच पिंप विकत घेतलं. तिथून थोड्या अंतरावर लहान मुलांसाठी एक खास विभाग असतो. तिथे उंच पाळणे आणि लाकडी घोड्यांची चक्रं असतात. मृत्युगोल हे मुख्य आकर्षण असतं. मृत्युगोलामध्ये एकजण गुरुत्वाकर्षणाच्या सिद्धान्ताला जणू आव्हान देत गोल गोल आणि उलटसुलट दिशेनं वेगात मोटरसायकल चालवत असतो.

देवळाच्या प्रवेशद्वाराजवळ देवीच्या ओटीसाठी साड्या, नारळ व फुलांच्या विक्रीची दुकानं मांडलेली असतात. जत्रेतील काही पवित्र दिवशी देवीच्या दर्शनासाठी खूप दूरवर रांगा लागतात. देऊळ फारच छोटं आहे आणि त्यातील देवीचा चेहरा

नारिंगी रंगानं रंगवलाय. देवीचे मोठे काळेभोर डोळे मात्र आपल्याकडे रोखून पाहत असतात.

जत्रेतील प्रमुख आकर्षण म्हणजे आपल्याकडील माल देऊन त्या बदल्यात आपल्याला हवा असलेला माल घेण्याची केलेली खास सोय. शिवाय सळीमध्ये अडकवून ठेवलेले मांसाचे ताजे तुकडे हे तेथील दुसरं आकर्षण. त्या भागात अनेक छोट्या छोट्या गल्ल्या आहेत. पहिल्या आळीतील दुकानात फक्त सुके व खारवलेले मासे विकले जातात. प्रसिद्ध सुक्या बोंबिलाखेरीज तिथे जवळजवळ डझनाहून अधिक जातीचे सुके मासे मिळू शकतात. काही प्रकारचे मासे तर आपण ओळखूही शकत नाही.

त्यापुढच्या गल्लीला लोहार आळी म्हणतात. कोयते, कुऱ्हाडी, सुरे अशा शेतीसाठी लागणाऱ्या वस्तू तिथे वाजवी दरात मिळतात. अर्थात प्रत्येक वस्तूचा भाव कमी करण्यासाठी चांगलीच घासाघीस करावी लागते.

तिसरी कांदा व लसूण गल्ली. या दोन्ही गोष्टी तिथे घाऊक दरात मिळतात. या गल्लीचं वैशिष्ट्य म्हणजे इथे तुम्ही नगाला नग देऊन मालाची देवाणघेवाण करू शकता. तुमच्यापाशी असलेलं कोणत्याही प्रकारचं बियाणं देऊन तुम्हाला अनेक प्रकारच्या भाज्या किंवा किराणा घेतो येतो. बियाण्यांच्या बदल्यात तुम्हाला कांदे, लसूण, हळद, साखर, खजूर किंवा मीठसुद्धा मिळू शकतं. या देवाणघेवाणीचा दर वनविभाग ठरवतं आणि जत्रेच्या सुरुवातीलाच एका मोठ्या फळ्यावर तो लिहिलेला असतो. उदाहरणार्थ, एक किलो काजूच्या बदल्यात तुम्ही १२ किलो कांदे किंवा १.५ किलो लसूण घेऊ शकता.

जत्रेतील एका सरकारी दुकानात बसलेल्या अधिकाऱ्याला मी कुतूहलानं विचारलं की, इतक्या बियाण्यांचं तुम्ही काय करता? तो म्हणाला की, ओल्या काजूबियांवर प्रक्रिया करून आम्ही काजूगर बनवतो. वनविभाग आपल्या विविध योजनांमध्ये इतर बियाण्यांचा उपयोग करतो. काही बिया औषधी असतात; त्यामुळे त्यांची विक्री केली जाते. माझ्या शेतात थोडी काजूची झाडं आहेत. दरवर्षी ओल्या काजूंच्या बदल्यात मी काही पदार्थ विकत घेतो. जत्रेत मिळालेले कांदे आम्हाला दिवाळीपर्यंत पुरतात.

सुक्या मासळीच्या गल्लीच्या शेवटी 'भूजिंग' विभाग असतो. जत्रेतील तो सर्वांत लोकप्रिय विभाग समजला जातो. इथे तुम्हाला गरम व ताजे मटण किंवा चिकन कबाब मिळतात. त्या दुकानात नुकतेच कापलेले बकरे लोखंडी हुकांना टांगून ठेवलेले असतात. तुम्ही हवं तेवढं मटण विकत घ्यायचं. झाडाच्या खोडाच्या एका पसरट तुकड्यावर त्या मांसाचे तुमच्यासमोर छोटे तुकडे केले जातात. मटणाच्या दुकानाला लागूनच आणखी एक लहानसा गाळा असतो. तिथे ते

मांसाचे तुकडे कोळशाच्या चुलीवर भाजून कबाब बनवले जातात. तुम्ही तिथेच थांबून ते गरम कबाब खाऊ शकता. सतत जळत असणाऱ्या अनेक कोळशांच्या चुलींमुळे तिथे खूपच धूर साठतो व गरम हवेचे चटके बसू लागतात.

त्या गल्लीतील झुलेखा बिबीच्या दुकानात मिळणारे कबाब आम्हाला प्रचंड आवडतात. इतकं स्वच्छ दुकान त्या भागात शोधूनही सापडणार नाही. जवळच असलेल्या दापचरी गावात झुलेखा बिबी राहायची आणि दर जत्रेत आपल्या साऱ्या कुटुंबाला घेऊन ती तिथे यायची. तिचे मुलगे मटणाचं दुकान सांभाळत आणि बकरे कापून गिऱ्हाइकाला मटणाचे तुकडे करून देण्यापर्यंतची सारी जबाबदारी त्यांच्यावर असे. तिच्या मुली मटणाच्या तुकड्यांचे कबाब बनवून ते सळीला अडकवून ठेवत. चुलीसमोर बसून कबाब भाजण्याचं काम तिनं नवऱ्याला दिलेलं असायचं. झुलेखा दुकानाच्या मध्यभागी एका प्लॅस्टिकच्या खुर्चीत बसून सर्व कामांवर देखरेख करायची.

मुलांनी मटणाचे नीट तुकडे केल्यावर, ते सर्व तुकडे एका मोठ्या थाळीमध्ये ठेवून झुलेखाच्या हातात ती थाळी दिली जायची. एका मुलीच्या हातात तिखट आणि मसाल्याचा डबा असायचा. झुलेखा त्यातील प्रत्येक प्रकारचा मसाला व तिखट आपल्या चिमटीत पकडून मटणाच्या तुकड्यांना फासायची. मापासाठी तिनं कधीही एखादी वाटी किंवा चमचा वापरला नाही. मग ती स्वतःचं समाधान होईपर्यंत त्या मसाल्यात मटणाचे तुकडे घोळवत राहायची. नंतर ती थाळी दुसऱ्या मुलीकडे सोपवली जायची. ती त्याचे कबाब बनवायची आणि मग वडील चुलीवर कबाब भाजायचे.

मीना व झुलेखाची छान गट्टी जमली होती. कबाब बनवले जात असताना ती मीनाला आपल्या शेजारी बसवून तिच्याशी खूप गप्पा मारायची. तिनं आमच्याबद्दलची इत्थंभूत माहिती मीनाकडून आधीच काढून घेतली होती. २०१५ मध्ये जेव्हा आपण नोकरी सोडल्याचं मीनानं तिला सांगितलं, तेव्हा ती म्हणाली, ''तू मुळीच काळजी करू नकोस. मी तुझ्यासाठी चांगली सरकारी नोकरी शोधते. माझी तिथे चांगली ओळख आहे.''

झुलेखाच्या दुकानामागे खुर्च्या ठेवलेल्या असत. गिऱ्हाइकांना गरम कबाब लगेच खाता यावेत यासाठी ती व्यवस्था केलेली असायची. त्याच वेळी भट्टीतील ताजे व गरम पाव विकण्यासाठी पाववालेही सायकलवरून आजूबाजूला फिरत असत. धुरानं भरलेल्या त्या उष्ण वातावरणात आम्ही कबाब खाऊ शकायचो नाही. आम्ही कबाब घेऊन लवकरात लवकर घरी यायचो आणि निवांतपणे तो चमचमीत पदार्थ चवीचवीनं खायचो.

२०१७ मध्ये जेव्हा आम्ही जत्रेला गेलो, तेव्हा झुलेखाला शोधण्यासाठी

आम्ही दोन-तीनदा ती गल्ली पालथी घातली; पण आम्हाला ती किंवा तिची मुलं कोणीही दिसेनात. आम्ही अस्वस्थपणे फिरत असताना एका दुकानाच्या मालकानं आम्हाला हाक मारून विचारलं की, तुम्ही कोणाला शोधताय? मी म्हटलं, ''तुम्हाला झुलेखा बिबीचा स्टॉल कुठे आहे ते ठाऊक आहे का?'' तो म्हणाला, ''मी तिचा पुतण्या आहे. गेल्याच आठवड्यात ती अल्लाला प्यारी झाली.''

तिच्या मृत्यूची वार्ता ऐकून आम्ही दोघेही सुन्न झालो. त्या वर्षी कबाब न खाताच आम्ही तिथून परतलो.

रॉकेल, भुईमूग आणि सरकारी मदतीची गोष्ट

खेडेगावातील जीवन कष्टप्रद असलं तरी तितकंच आकर्षक व आनंददायी होतं; पण त्याबरोबर गावात राहताना आम्हाला भ्रष्टाचाराचा नित्यानं सामना करावा लागे. भ्रष्टाचार हा ग्रामीण जीवनातील एक अविभाज्य भाग होता. गावचा सरपंच असो, तलाठी असो किंवा रेशन दुकानदार असो, प्रत्येकाचा गावकऱ्यांना गंडवून त्यांच्याकडून पैसे उकळण्याचाच डाव असायचा.

या बाबतीतला माझा पहिला सामना गावातील शिधावाटप (रेशन) दुकानाच्या मालकाबरोबर झाला. गावात माझ्यापाशी रेशनकार्ड नव्हतं. म्हणून मी बबनला विचारलं की, त्याचं कार्ड वापरून मला थोडं रॉकेल विकत घेता येईल का? वीज गेल्यावर रात्रीच्या वेळी कंदील पेटवण्यासाठी मला रॉकेलची गरज होती. बबननं मला कार्ड दिलं आणि तो म्हणाला की, मला १० लिटर रॉकेल मिळू शकतं; पण ५ लिटर रॉकेल मला पुरतं. उरलेलं तुम्ही घेऊ शकता. आमच्या शेजारच्या धमटणे गावात रेशनचं दुकान होतं. मी तिथे पोहोचताच दुकानमालकानं मला सांगितलं की, रॉकेलचा साठा कमी असल्यामुळे मला फक्त पाचच लिटर रॉकेल मिळू शकेल. त्यानं मला ५ लिटर रॉकेलसाठी ६० रुपये द्यायला सांगताच मी चमकलो. रॉकेलचा भाव लिटरला ९ किंवा १० रुपये असल्याचं मला ठाऊक होतं. मी त्याच्याकडे पावती मागितली, तर तो म्हणाला की, या

भागात कोणीच पावती घेत नाही. मी त्याच्या खातेवहीकडे एक ओझरता दृष्टिक्षेप टाकला. त्यात त्यानं १० रुपयांपेक्षा कमी भावात रॉकेल विकल्याची नोंद केलेली मला दिसली. याचा अर्थ त्यानं मला लिटरमागे २ रुपये जास्त द्यायला लावले होते. मी त्याबद्दल तक्रार करताच तो मला म्हणाला, "त्याच्याशी तुमचा संबंध नाही. तुम्हाला रॉकेल मिळालं ना? म्हणजे तुमचं काम झालं."

त्याच्या उद्धट बोलण्याचा मला राग आला व मी त्याला म्हटलं की, जर तू मला पावती दिली नाहीस तर मी तुझी सरकारी अधिकाऱ्याकडे तक्रार करेन. माझ्याकडे बघून तो कुत्सित हसला व त्याच अधिकाऱ्यानं मला लिटरमागे जास्त पैसे लावायला सांगितलेत, असंही मला सुनावलं. म्हणजे गावकऱ्यांकडून लुबाडलेले जास्त पैसे थेट वरपर्यंत वाटून घेतले जात होते. पाच लिटर रॉकेलला ४८ रुपयांऐवजी ६० रुपये देऊन मी गावात परतलो. गावातील काही ज्येष्ठ मंडळींना मी गोळा केलं व रेशन दुकानाचा मालक त्यांना फसवून प्रत्येकाकडून कसे जास्त पैसे उकळतो हे त्यांना नीट समजावून सांगितलं. त्यांनी शांतपणे मान डोलवली, पण या बाबतीत आपण काही करू शकत नसल्याचं त्यांनी मला सांगितलं.

रेशन दुकानाच्या मालकाचा गावात प्रशस्त बंगला होता. दरवर्षी तो बंगल्याला रंग देत असे. त्याला दोन मुलगे होते. ते कायम जीपमधून फिरत असायचे. हे गाव आणि आजूबाजूचा परिसर जणू आपल्याच मालकीचा आहे, असा माज त्यांच्या चेहऱ्यावर दिसत असे. गावकऱ्यांना जास्त दरात रेशन विकून दुकानदाराने भरपूर पैसे कमावले होते. म्हणून तर तो दरवर्षी होणाऱ्या क्रिकेट स्पर्धेच्या वेळी खेळाडूंच्या जेवणासाठी ५० किलो भाताची देणगी द्यायचा. अशी देणगी देऊन वर्षभर केलेल्या पापाचं जणू तो प्रायश्चित घेत असावा.

माझ्या बाबतीत भ्रष्टाचाराचा पुढचा प्रसंग पंचायत कचेरीत घडला. सरकारतर्फे देण्यात येणाऱ्या भुईमूग बियाण्यांची खरेदी करण्यासाठी त्या दिवशी अख्खं गाव तिथे लोटलं होतं. प्रत्येक गोणीमागे सरकार ५० टक्के अर्थसाहाय्य (सबसिडी) देत असे. मी प्रथमच पंचायत कचेरीत जात असल्यामुळे मी प्रत्येक बाबतीत गावकऱ्यांचं अनुकरण करत होतो. पैसे भरून पावती घेण्यासाठी आम्ही एका लांब रांगेत उभे होतो. ती पावती दाखवून आम्हाला बाजूच्या गोदामातून भुईमूग बियाण्यांची पोती मिळणार होती. माझा क्रमांक आल्यावर एका उर्मट अधिकाऱ्यानं माझ्यासमोर वही सरकवत त्यावर मला अंगठ्याचा ठसा द्यायला सांगितलं. मी म्हणालो, "मला सही करायची आहे." त्यानं माझ्याकडे चकित होऊन पाहिलं व चिडून टेबलावरचं पेन माझ्या नाकासमोर धरलं. मी सही केली आणि ३० किलोच्या पोत्यासाठी ६०० रुपये भरले. मी तशा दोन गोणी विकत घेतल्या. मात्र, त्यानं मला रीतसर पावती दिली नाही; फक्त एका चिटोऱ्यावर 'दोन पोती'

एवढेच शब्द खरडले. मी ज्या वहीत सही केली होती, तिथेही केवळ माझं नाव व दोन आकडा लिहिला होता.

आम्ही सर्वजण गोदामात गेलो आणि चिटोरं दाखवून आपापली पोती ताब्यात घेतली. बियाण्यांची पोती घेण्याची माझी पहिलीच वेळ असल्याने मी दोन्ही गोण्या नीट निरखून पाहिल्या. पोत्यावर एक छोटं लेबल चिकटवलेलं होतं. त्यावर नाव, उत्पादनाची तारीख, परिमाण व प्रत्येक पोत्याची किंमत लिहिलेली होती. गोणीवर ९९० रुपये किमतीची नोंद होती. सरकारची ५० टक्के मदत वजा करून पोत्याची खरी किंमत ४९५ रुपये होती; पण आमच्याकडून ६०० रुपये घेतले होते. मी त्या उर्मट अधिकाऱ्याकडे परत गेलो आणि जास्त पैसे घेतल्याबद्दल त्याला जाब विचारला.

समोरची वही बाजूला सरकवत त्या 'य' अधिकाऱ्याने वर पाहिलं आणि उद्धटपणे म्हणाला, "ही एवढी माणसं एकही प्रश्न न विचारता गुपचूप गोणी घेऊन जाताहेत, हे तुम्ही पाहिलं नाही का? तुम्हाला जर बियाणं नको असेल तर पैसे परत घेऊन जा." मी तिथून बाहेर पडलो आणि बीडीओकडे (ब्लॉक डेव्हलपमेंट ऑफिसर) गेलो. ते तिथले वरिष्ठ अधिकारी होते. केबिनच्या बाहेर बसलेल्या शिपायानं मला अडवलं. साहेब कामात आहेत, तुम्ही उद्या भेटायला या, असं सांगून त्यानं मला साहेबांना भेटण्यापासून परावृत्त केलं. मी निघत असताना, माझं लक्ष बाजूच्या नोटीस बोर्डाकडे गेलं. त्यावर बीडीओ साहेबांना भेटण्याचा वार आणि वेळ लिहिलेली होती. सुदैवानं त्या दिवशी वार आणि वेळ जुळत होती; त्यामुळे शिपाई मला नकार देऊ शकत नव्हता. मी बोर्डाकडे बोट दाखवत त्याला म्हणालो की, बीडीओ साहेब कामात असतील तर त्यांचं काम संपेपर्यंत मी वाट पाहायला तयार आहे. यापूर्वी प्रांत ऑफिसमध्ये मी एक चांगलाच धडा शिकलो होतो व सरकारी कचेरीतील कर्मचाऱ्यांची काम करण्याची आणि वागण्याची पद्धत आता मला समजली होती. मी जर त्या दिवशी घरी जाऊन दुसऱ्या दिवशी कचेरीत आलो असतो तर त्यानं मला तोच नोटीस बोर्ड दाखवला असता.

शिपाई नाराजीनेच माझं कार्ड घेऊन आत गेला आणि काही मिनिटांतच त्यानं मला केबिनमध्ये जाण्यास सांगितले. माझ्यासमोर एक तरुण बीडीओ संगणकावर 'प्रेझेन्टेशन' पाहण्यात मग्न होता. मी त्यांना घडलेली हकिगत सांगितली व सरकारने भुईमुगाचा नक्की काय भाव लावलाय, याची चौकशी करण्याची विनंती केली. आपल्याला याबद्दल काहीच माहीत नसल्याचे सांगून बीडीओने त्या 'य' अधिकाऱ्याला केबिनमध्ये येण्यास सांगितले. काही मिनिटांतच तो हजर झाला आणि त्याने माझ्याकडे मिनिटभर रोखून पाहिलं. बीडीओने त्याला भुईमुगाच्या दराबद्दल विचारलं. पोत्याला ६०० रुपये भाव कसा लावला असा प्रश्न केला.

त्यानं दिलेलं उत्तर फारच विचित्र होतं.

आजपर्यंत आपण कधीही भुईमुगाच्या बियाण्याचं पोतं न पाहिल्याचा दावा, त्या 'य' अधिकाऱ्यानं केला; त्यामुळे गोणीवर बियाण्यांचा दर लिहिलेला असतो, हेच आपल्याला ठाऊक नसल्याचं तो म्हणाला. ठाण्याच्या जिल्हा मुख्यालयाने पाठवलेलं परिपत्रक त्याला मिळालं होतं आणि त्यात पोत्याचा भाव १२०० रुपये असल्याचं नमूद केलं होतं. म्हणून त्यानं गोणीमागे ६०० रुपये दर लावला होता. त्याच क्षणी मी केबिनच्या बाहेर गेलो आणि बियाण्याचं पोतं घेऊन जाणाऱ्या आमच्या गावातल्या एका मुलाला केबिनमध्ये बोलावलं. 'य'ला हे पोतं नीट निरखून पाहायला सांगावं अशी मी बीडीओंना विनंती केली. दोघेही जणू प्रथमच पाहत असल्यासारखे पोत्यावरचं लेबल नीट तपासून बघू लागले. त्यानंतर माझं म्हणणं योग्य असल्याचं दोघांनीही मान्य केलं.

बीडीओने 'य'ला पोत्याचा भाव १२०० रुपये नमूद केल्याचं परिपत्रक दाखवायला सांगितलं. त्यावर ते परिपत्रक काही कामानिमित्त जिल्हाधिकाऱ्यांच्या कार्यालयात पाठवल्यामुळे आत्ता ते आपल्याकडे नसल्याचं 'य'ने शांतपणे सांगितलं. आपल्याला खूप काम असून भुईमुगाचं बियाणं घ्यायला माझ्यासमोर मोठी रांग असल्याचं सांगत, 'य' केबिनमधून बाहेर पडला.

बीडीओ मनातून खजील झाले होते. 'य'ची चूक झाकण्याचा प्रयत्न करत, त्यांनी माझ्यासाठी चहा मागवला. आपण तालुक्यामध्ये उत्कृष्ट कामगिरी करत असल्याचं सांगून, त्यांनी संगणकावरील 'प्रेझेन्टेशन' पाहण्याचा मला आग्रह केला. मी हळूच पुन्हा बियाण्यांचा दराचा विषय काढला. त्यावर जिल्हा मुख्यालयानेच काहीतरी गफलत केल्याचं सांगत, आपण त्याची नीट चौकशी करू असं आश्वासन त्यांनी मला दिलं. यासंबंधीची माहिती आपण वेळोवेळी तुम्हाला कळवत राहू आणि मुख्यालयाकडून परतावा मिळाला तर ते पैसे तुम्हाला तुमच्या गावातच मिळण्याची व्यवस्था करू, असंही ते म्हणाले. मी त्यांना गावात यायचं आमंत्रण देऊन त्यांचा निरोप घेतला.

तोपर्यंत बाहेर 'य'ने गावातील काही ओळखीच्या लोकांना जमवून माझ्यासंबंधीची सर्व माहिती गोळा केली होती. मी निष्कारण वादाचे मुद्दे उकरून काढतो आणि जर मी असाच सतत तक्रार करत राहिलो तर सरकार फेरविचार करेल आणि भुईमूग बियाण्यांवर देण्यात येणारं अर्थसाहाय्य रद्द करून टाकेल, असं सांगून त्यानं गावकऱ्यांना चांगलंच घाबरवलं होतं. भयभीत झालेले गावकरी माझी वाट पाहत उभे होते. ते मला म्हणाले की, सध्या जे चाललंय ते आम्हाला मान्य आहे. तुम्ही उगाचंच वाद घालू नका. आपल्याकडून फक्त शंभर रुपये जास्त घेत असतील तर त्याबद्दल तक्रार कशाला करायची, असं म्हणत त्यांनी मला सबुरीनं

वागण्याचा सल्ला दिला. मी त्यांना समजावण्याचा प्रयत्न केला की, सरकारकडून मिळणाऱ्या सबसिडीवर 'य'चं काहीच नियंत्रण नाही. हे सर्व निर्णय वरच्या स्तरावर घेतले जातात; परंतु माझ्या बोलण्याचा त्यांच्यावर काहीही परिणाम झाला नाही, कारण निम्म्या भावात बियाणं देणारा 'य' हाच त्यांना देवदूत वाटत होता.

प्रचलित व्यवस्थेशी एकट्यानं लढा देण्यातील निरर्थकता मी समजून चुकलो आणि गावात परतलो. या व्यवस्थेने गावकऱ्यांच्या रक्तात भ्रष्टाचाराची अपरिहार्यता इतकी भिनवली होती की, सरकारी अधिकाऱ्याने नाहक जास्त पैसे घेतले तरी त्याचं त्यांना मुळीच वैषम्य वाटत नव्हतं. हे अधिकारी आपल्याला पूर्ण लुबाडण्याऐवजी थोडसंच लुबाडतात, याचंच त्यांना समाधान वाटत होतं.

दुसऱ्या दिवशी मोरूदादाबरोबर गप्पा मारताना मी त्याला सहज विचारलं की, तू बियाण्यांच्या पोत्यासाठी किती पैसे दिलेस? त्यावर आपण एका गोणीचे ६३० रुपये दिल्याचं त्यानं मला सांगितलं. ते ऐकून मी चकितच झालो. एका रात्रीत ३० रुपयांनी भाव कसा वाढला हे मला समजेना. कदाचित कोणाच्याही हाती न लागणारं एखादं नवं परिपत्रक निघालं असावं!

त्यानंतर काही महिन्यांनी मी पुन्हा पंचायत कचेरीमध्ये गेलो. मला हव्या असलेल्या काही वस्तूंवर सबसिडी मिळते का, हे मला जाणून घ्यायचं होतं. तिथे माझी 'य'शी भेट झाली. नवल म्हणजे, तो या वेळी माझ्याशी खूपच सलगीनं वागला. मला म्हणाला, "अरे, तुम्ही इतके दिवस कुठे गायब झाला होतात? तुमच्यासारख्यांनी आम्हाला नेहमी भेटायला हवं." मग त्यानं मला कोयता, फवारा मारण्याचा पंप, अनेक प्रकारचं बियाणं अशा विविध गोष्टींवर सबसिडी मिळू शकते असं सांगत त्या वस्तू मला स्वस्तात देऊ केल्या. माझा फायदा होऊ शकेल अशा काही सरकारी योजनांमध्ये नाव नोंदवायची मला गळ घातली. शिवाय जवळच्याच एका विक्रेत्याच्या नावाचीही त्यानं शिफारस केली. केवळ १०० रुपये घेऊन तो इथे घेतलेल्या मालाची रीतसर पावती बनवून देतो, असं सांगितलं. प्रत्येक वेळी मंद स्मित करत, मी त्याच्या सर्व सूचना शांतपणे ऐकून घेतल्या आणि अखेर त्याच्या बेइमानी वृत्तीचा उबग येऊन मी तिथून बाहेर पडलो. मी शांतपणे ऐकतोय हे पाहून तो सबसिडीच्या आमिषाखाली मला अनेक खोट्या व फसव्या योजनेत सहभागी करून घ्यायचा प्रयत्न करत होता. त्याच्या साहेबांकडूनही मला आजपर्यंत भुईमूग बियाण्यांच्या सबसिडीबद्दल काहीच उत्तर मिळालेलं नाही. उलट ज्या ज्या वेळी बीडीओ साहेब आमच्या गावाला भेट देतात, त्या प्रत्येक वेळी ते मला टाळण्याचा प्रयत्न करतात.

सरकारी अधिकाऱ्यांची काम करण्याची पद्धत अगदी साधी होती. गावातील सर्वांत प्रभावशाली व्यक्तीला प्रथम हाताशी धरायचं. त्याला लाच द्यायची किंवा

एखाद्या योजनेत त्याला सहभागी करून त्यातून त्याला लाभ मिळवून द्यायचा. म्हणजे एकप्रकारे त्याला विकत घ्यायचं. मग त्या अधिकाऱ्यांनी गावकऱ्यांना कितीही लुटलं तरी ती व्यक्ती अधिकाऱ्यांना मुळीच विरोध करू शकायची नाही. गावकऱ्यांमध्ये एकतर त्यांना जाब विचारायची हिंमत नसायची किंवा त्यांच्याविरुद्ध तक्रार केली तर तिचा पाठपुरावा करायला त्यांच्याकडे पैसा आणि वेळही नसायचा.

२००४ मध्ये डहाणूला जाऊन परत येण्यासाठी गावकऱ्याला ४० रुपये खर्च यायचा. अधिकाऱ्यांनी केलेल्या अन्यायाविरुद्ध दाद मागण्यासाठी प्रत्येक वेळी डहाणूला जाणं कोणालाच परवडण्यासारखं नव्हतं. सरकारी कचेरीत काम करणाऱ्या प्रत्येकालाच ही गोष्ट ठाऊक होती; त्यामुळे एखाद्या गावकऱ्यानं थोडा जरी विरोध करण्याचा किंवा त्यांच्याविरुद्ध आवाज उठवण्याचा प्रयत्न केला तरी ते त्याला महिनोन्महिने तंगवत ठेवण्याचे तंत्र वापरायचे.

'य'ची बदली होऊन त्याच्या जागी 'क्ष' आला. २०१५ मध्ये मी जेव्हा गवत कापण्याचं यंत्र विकत घ्यायला पंचायत कचेरीत गेलो, तेव्हा नेहमीप्रमाणे मी दिलेल्या रकमेची पावती द्यायचं मला नाकारण्यात आलं. मी केलेल्या विनंतीला कसलाही प्रतिसाद दिला गेला नाही. यंत्राची किंमत १५००० रुपये असल्यानं मी चेक किंवा डिमांड ड्राफ्टने (डीडीने) रक्कम चुकती करतो, असं 'क्ष'ला सुचवलं. 'क्ष' म्हणाला, "आम्ही चेक स्वीकारत नाही व फक्त एका विशिष्ट बँकेचाच डिमांड ड्राफ्ट घेऊ शकतो. शिवाय डीडी दिल्यानंतर एका आठवड्याने तुम्हाला ते यंत्र ताब्यात मिळू शकेल." मी 'क्ष'ला पटवण्याचा प्रयत्न केला की, डीडी म्हणजे रोख रक्कमच असते; त्यामुळे तुम्ही मला लगेच ते यंत्र देऊ शकता. 'क्ष' म्हणाला, "तुमचं म्हणणं बरोबर आहे, तरीही आम्ही आठवड्यानेच यंत्र देणार." अखेर मी त्याला १५००० रुपये रोख दिले. आजच्या जमान्यात सरकार 'कॅशलेस' अर्थव्यवस्थेकडे वाटचाल करत असताना, आमच्या पंचायत कचेरीतील कर्मचारी मात्र प्रत्येक वस्तू विकत घेण्यासाठी रोख पैसे द्यायचा आग्रह धरत होते.

महाराष्ट्र सरकारतर्फे सुरू करण्यात आलेल्या रोजगार हमी योजनेचा लाभ आमच्या गावालाही मिळाला. गावात रस्ते बांधणे किंवा शेतात तलाव खोदणे अशा कामांसाठी या योजनेअंतर्गत मंजूर झालेला निधी गावातील एखाद्या व्यक्तीकडे सोपवला जायचा. या निधीतून जी कामं केली जायची, त्यासाठी गावातील लोकांच्याच रोजगाराची सोय व्हायची. सरकारी नियमांनुसार त्यांना रोज मजुरी दिली जायची. कागदावर तरी ही योजना फारच उत्तम व आकर्षक दिसत होती, कारण पेरणीनंतर कापणीपर्यंत आमच्या गावच्या शेतकऱ्याला मोकळा वेळ असल्यामुळे तो मधल्या काळात नव्या कामाच्या शोधात असायचा. रोजगार हमी योजनेअंतर्गत एका गावकऱ्याने माशांची निपज करण्यासाठी गावात एक तलाव बांधला. या योजनेसाठी

सरकारतर्फे त्याला ४०००० रुपये देण्यात आले. त्याने यंत्राच्या साहाय्याने तलाव खोदला व कागदपत्रांत फेरफार करून खोदकामासाठी गावातील लोकांना काम दिल्याचं दाखवलं. आता प्रश्न असा निर्माण होतो की, सरकारी योजनेचा लाभ नक्की कोणाला मिळाला?

आमच्या गावात ऐंशी घरं आहेत; पण अजूनही गावात डांबरी रस्ता बनलेला नाही. कच्च्या सडकांवर दगड व खडी पसरलेली असते. दर पावसाळ्यात सगळे रस्ते वाहून जातात. सार्वजनिक विहिरीवर पाणी भरायला जात असताना रस्त्यावरील अणकुचीदार दगडांमुळे पायांना जखमा होतात, अशी गावातील स्त्रियांची नेहमीची तक्रार असते. पुढच्या गावात फक्त दोन घरं आहेत; पण दोन्ही घरांच्या अगदी दारापर्यंत पक्का डांबरी रस्ता बनवलेला आहे. या विसंगतीबद्दल मी एकदा आमच्या गट सरपंचाला विचारलं. तो म्हणाला, ''डांबरी रस्ता बांधण्यासाठी गावातल्याच कोणीतरी पुढाकार घ्यायचा असतो आणि प्रथम गावातर्फे एकूण खर्चाच्या १० टक्के रक्कम भरायची असते. त्यानंतर सरकारकडून उरलेले पैसे मिळतात.'' प्रत्येक रस्ताबांधणीत कंत्राटदाराला कमिशनच्या रूपात एक लाख रुपयांचा फायदा होतो. 'तुम्ही पुढाकार घ्या, बाकीच्या जबाबदाऱ्या मी सांभाळतो' असंही त्यानं मला सुचवलं; पण अशा कामांमध्ये होणाऱ्या भ्रष्टाचाराचं पाप आपल्या माथ्यावर येईल, या विचारानं मी आधीच हादरून गेलो. त्यापेक्षा गावातील खडबडीत रस्त्यांवरून चालण्यासाठी भक्कम सोल असलेला एखादा नवीन बुटांचा जोड घेणं आपल्या अधिक हिताचं आहे, अशा निर्णयाप्रत मी आलो.

खेड्यांमध्ये मूलभूत सोयीदेखील नसाव्यात ही खरोखरच धक्कादायक गोष्ट आहे. 'या वर्षाअखेर सरकारतर्फे गावागावांत चांगले रस्ते व वीजपुरवठ्याची सोय केली जाणार' अशा चमकदार मथळ्याच्या बातम्या आपण शहरात बसून नेहमीच वाचत असतो; पण जेव्हा तुम्ही प्रत्यक्ष खेड्यात जाऊन पाहता, तेव्हा लक्षात येतं की, ती योजना कार्यान्वित न होता फक्त कागदावर राहिलेली आहे. शहरातले प्रश्न आणि खेड्यातील समस्या यात खूपच तफावत आहे. इंटरनेटचा वेग कमी आहे किंवा रस्त्यांची अवस्था खूपच वाईट आहे अशा तक्रारी आपण शहरात करत असतो; परंतु खेड्यात तर रस्ते व टेलिफोनची सुविधाच उपलब्ध नसते.

असं असलं तरी मी शेत विकत घेतल्यानंतर दोनच वर्षांनी एका खासगी टेलिफोन चालकानं आमचा मुख्य प्रश्न सोडवला. बिनतारी लॅन्डलाइनच्या स्वरूपात काही गावकऱ्यांबरोबर आम्हालाही फोनची सुविधा प्राप्त झाली. त्यानंतर काही वर्षांनी मोबाइलनं केलेली क्रांती खेड्यापर्यंत पोहोचली. अनेक खासगी ऑपरेटर्सनी आमच्या गावात व आसपासच्या परिसरात टॉवर्स उभारले. आज आम्हाला उत्तम नेटवर्क उपलब्ध आहे आणि काही भाग्यवान दिवशी तर आम्ही ३ जी डेटाची

चैनही उपभोगू शकतो!

इथेही आर्थिक घोटाळे

खेड्यामध्ये कोणाकडेही गरजेपेक्षा जास्त पैसा नसतो. तरीही भ्रष्टाचारी वृत्तीचे लोक सरकारच्या लहानसहान योजनांमध्येही पैशांची अफरातफर करण्याची संधी सोडत नाहीत. महाराष्ट्र राज्य वीज मंडळ घोटाळा हे अशाच एका आर्थिक घोटाळ्याचे ठळक उदाहरण.

महाराष्ट्र राज्य वीज मंडळातर्फे (महावितरण) ग्राहकांना मासिक वीजबिलांचं वाटप करण्यात येत असे. देय तारखेच्या काही दिवस आधी ती बिलं गावात पोहोचत असत. कासा गावातील ठाणे सहकारी बँक हे विजेचं बिल भरण्यासाठी आम्हाला सर्वांत जवळचं केंद्र होतं. डहाणूला असलेल्या महावितरणाच्या कार्यालयात जाऊन बिलाचा भरणा करणं हा दुसरा पर्याय होता; पण डहाणूचं कार्यालय खूपच दूर असल्यामुळे सर्वजण बँकेतच बिलं भरत असत. देय तारीख जवळ येताच बँकेसमोर लांब रांगा लागत. काही वेळा तर लोकांना दिवसभर रांगेत उभं राहावं लागे.

२०१६ मध्ये कासा गावात विजेचं बिल भरण्यासाठी एक नवं केंद्र उभारलं गेलं. त्या केंद्राची जाहिरात करणारे मोठमोठे फलक सर्वत्र लावण्यात आले. मी सहज चौकशी करण्यासाठी त्या केंद्रात गेलो. सर्व सुविधांसह सुसज्ज असलेल्या त्या केंद्रात माझी भेट नानिवलीच्या अमित जाधवशी झाली. त्यानं आपल्या केंद्रात एक प्रिंटर व दोन संगणक ठेवले होते. दोन तरुण मुली संगणकामध्ये बिल भरल्याची नोंद करायच्या आणि अमित बिलाची रक्कम स्वीकारायचा. फारशी गर्दी नसल्यामुळे काम झटपट व्हायचं. 'हे केंद्र तू कसं सुरू केलंस,' असं मी अमितला विचारलं. त्याच्याकडून मला कळलं की, मालाड - मुंबई येथील एका व्यावसायिकानं महावितरणाच्या वतीनं बिलाची रक्कम स्वीकारण्याचा परवाना मंडळाकडून मिळवला होता. अमित फ्रँचायझी (खासगी हक्क मिळालेला) होता. मुंबईच्या मालकाकडून त्याला जमा केलेल्या रकमेच्या १ टक्का कमिशन मिळत असे. मालकानेच प्रिंटर व संगणकांची सोय केली होती आणि अमितकडे जमा झालेले पैसे घेऊन जाण्यासाठी तो मुंबईहून आपली माणसं पाठवत असे.

लवकरच ते केंद्र लोकप्रिय झालं आणि बँकेतील गर्दी झपाट्यानं ओसरू लागली. दर महिना केंद्रात साधारण २० लाख रुपये जमा होऊ लागल्याने साहजिकच अमित खूश होता, कारण त्याला महिन्याचे २०,००० रुपये मिळत होते. अमितच्या केंद्राला प्रसिद्धी मिळाल्यामुळे आमच्या गावात आणि आजूबाजूच्या

परिसरात नवी केंद्रे सुरू झाल्याचं आमच्या कानावर आलं. नानिवलीला अमितच्या मालकीचं केंद्र होतं तर नानिवलीपासून बोइसरपर्यंत अशी अनेक केंद्रे सुरू झाल्याचे फलक जागोजागी दिसू लागले होते.

सारं काही सुरळीत चालू असताना अचानक एका महिन्यात काही लोकांच्या लक्षात आलं की, त्यांच्या चालू महिन्याच्या बिलात, मागच्या महिन्यात चुकत्या केलेल्या रकमेची नोंद झालेली नाही. केंद्रामध्ये जाऊन त्यांनी अमितकडे तक्रार केली. त्यानं चौकशी करण्याचं आश्वासन दिलं आणि काहीतरी तांत्रिक चूक झाली असणार, असं मानून त्याकडे फारसं लक्ष दिलं नाही; पण हळूहळू अशा तक्रारींची संख्या खूपच वाढू लागली.

काय घडलं होतं ते समजायला फारसा वेळ लागला नाही. मालाडच्या त्या व्यावसायिकानं सुरुवातीचे काही महिने लोकांकडून गोळा केलेले पैसे महावितरणमध्ये भरले; पण नंतर त्याने मंडळाकडे पैसे जमा करण्याचे थांबवले. अमित व त्याचे मित्र मालाडच्या पत्त्यावर त्या माणसाला शोधण्यासाठी गेले, तेव्हा त्याच्या ऑफिसला टाळं लावलेलं त्यांना दिसलं. त्यांनी शेजारी चौकशी केली, तेव्हा त्यांना समजलं की, दोन महिन्यांपासून ऑफिस बंद आहे आणि मालक मंडळी कुठे गेली आहेत हे कोणालाच ठाऊक नाही. अमित व त्याचे मित्र ऑफिसपाशी उभे असताना आणखी काही युवक तिथे आले. त्यांचीही अमितसारखीच अवस्था झाली होती. लवकरच एक गोष्ट उघडकीस आली की, हा घोटाळा फक्त कासापुरताच मर्यादित नव्हता तर लोकांना फसवण्यासाठी त्या माणसानं विरार ते डहाणूपर्यंत वीसहून अधिक फ्रँचायझी नेमले होते.

त्या सर्वांनी पोलीस स्टेशनला जाऊन तक्रारी नोंदवल्या; परंतु बरेच महिने लोटले तरी पोलिसांना त्या व्यावसायिकाचा व त्याच्या सहकाऱ्यांचा थांगपत्ताही लागला नाही. कोट्यवधी रुपयांचा घोटाळा झाला होता. कासा केंद्रात अमितनं जमवलेले ३० लाख रुपये महावितरणामध्ये भरले गेले नव्हते. सर्वजण महावितरणच्या कार्यालयात गेले, तेव्हा त्यांना सांगण्यात आलं की, मंडळानं फक्त त्या कंपनीला आपल्या वतीनं ग्राहकांकडून बिलाची रक्कम गोळा करण्याची परवानगी दिली होती; पण तो मालक कुठे आहे, त्यांनी किती फ्रँचायझी नेमले होते किंवा त्या कंपनीचं काय झालं, याबद्दल त्यांना काहीच ठाऊक नाही.

अमितला लोकांचे पैसे परत करण्यावाचून काही पर्यायच नव्हता. नानिवलीच्या घरी येऊन तगादा लावणाऱ्या लोकांचे थोडे पैसे त्यानं परत केले. कोर्टात सुरू असलेल्या केसचा अजूनही निकाल लागलेला नाही आणि आजतागायत तो गुन्हेगार व्यावसायिक फरारी आहे.

ट्विंकल, ट्विंकल!

ट्विंकल नावाचा चिट फंड आमच्या गावात खूपच लोकप्रिय होता. आमच्याच गावचा पोस्टमन जयेश हा त्या कंपनीचा अधिकृत प्रतिनिधी म्हणून काम करायचा. ती योजना अशी होती की, चिट फंडात तुम्ही दरमहा पैसे भरायचे आणि सहाव्या वर्षाअखेर तुमचे जितके पैसे जमा झाले असतील, त्याच्या दुप्पट रक्कम तुम्हाला फंडामार्फत दिली जाईल. फंडामध्ये दरमहा ५०० रुपयांइतकी मामुली रक्कम भरायची परवानगी होती किंवा एकाच वेळी मोठी रक्कम भरायचाही पर्याय दिलेला होता. सहा वर्षांची अट मात्र अनिवार्य होती.

जयेशने मलाही भेटून फंडात पैसे भरण्याचा आग्रह केला आणि फंडाचे फायदे सविस्तरपणे विशद करणारी माहितीपुस्तिकाही मला वाचायला दिली होती. मी फंडाविषयी इंटरनेटवरून माहिती मिळवण्याचा प्रयत्न केला; परंतु त्या कंपनीच्या विश्वासार्हतेबद्दल तिथे कोणीच आपलं मत व्यक्त केलं नव्हतं. मला सुबुद्धी सुचली आणि मी फंडात पैसे गुंतवले नाहीत. बबन व त्याच्या कुटुंबीयांनाही मी बजावलं की, या फंडात पैसे भरणं मला योग्य वाटत नाही; तुम्हीही त्यापासून दूरच राहा. त्याऐवजी चांगला परतावा देणाऱ्या बँकेच्या मुदत ठेवीमध्ये पैसे गुंतवण्याचा मी त्यांना सल्ला दिला; पण मी इशारा देऊनही बबनच्या मुलाने फंडामध्ये दरमहा २००० रुपये भरण्यास सुरुवात केली.

गावकऱ्यांना बँकेत जायला सहसा आवडत नसे. बँकेतील कागदपत्रांची व तेथील कर्मचाऱ्यांच्या उर्मट स्वभावाची त्यांना भीती वाटायची. त्यापेक्षा दर महिना घरी येणाऱ्या जयेशकडे पैसे देणं त्यांना सोयीचं वाटायचं. फंडात पैसे भरण्यासाठी त्यांना एकही अर्ज भरावा लागत नव्हता. सारं काम जयेश करत असे. शिवाय फंडाचा सर्व व्यवहार रोखीने चालायचा, जो त्यांना सवयीचा होता. बँकेच्या व्याजाचे किचकट दर त्यांना समजत नसत, त्याऐवजी आपले पैसे दुप्पट होणार याचंच त्यांना अधिक आकर्षण वाटायचं.

नोटाबंदी जाहीर झाल्यावर विपुलनं मला फोन करून ट्विंकलविषयी विचारलं. मी त्याला उलट प्रश्न केला की, तू मला असं का विचारतो आहेस? तो म्हणाला की, सध्या अनेक चिट फंडांची अवस्था ढासळलेली आहे, कारण त्यांचा सारा व्यवहार रोखीने चालायचा. त्याचं म्हणणं खरं ठरलं. पुढच्या महिन्यात फंडाचे पैसे घेण्यासाठी जयेश फिरकला नाही. त्याबद्दल सर्वांनी त्याला छेडलं, तेव्हा तो म्हणाला की, कंपनीत काही समस्या निर्माण झाल्या आहेत; पण लवकरच सारं काही सुरळीत होईल. तसं काही घडलं नाही. कंपनीची वाताहत झाली. ज्यांनी फंडात पैसे गुंतवले होते, ते पैसे परत मिळवण्यासाठी सतत जयेशचा पिच्छा

पुरवू लागले. त्याची अवस्था इतकी वाईट झाली की, गावातलं वातावरण थंड होईपर्यंत त्याला थोडे दिवस आपल्या पत्नीच्या गावी जाऊन राहावं लागलं. काही महिन्यांनी तो परत आला आणि घरोघरी जाऊन त्यानं सर्वांना समजावलं की, व्याजाचे पैसे जरी कंपनी देऊ शकत नसली तरी ती मुद्दलाची रक्कम द्यायला तयार आहे. फक्त त्यासाठी एक अर्ज भरून द्यावा लागेल. काही महिन्यांतच तुमचे पैसे परत मिळतील. अर्ज भरून कंपनीत पाठवले गेले, परंतु आजतागायत कोणालाही पैसे परत मिळालेले नाहीत.

सरकारी जाच

एकीकडे मी शेतीच्या कामात पूर्ण बुडालेलो होतो; पण सरकारी बाबूंकडून होणाऱ्या त्रासातून मात्र माझी सुटका होत नव्हती. ज्या दिवशी मी जमीन खरेदी करायची ठरवली, त्या दिवसापासून आजपर्यंत माझा सरकारी व्यवस्थापनाशी सतत झगडा सुरू आहे. अनेकदा मला असं वाटतं की, आपल्याभोवती भ्रष्टाचाराचा मोठा विळखा पडलाय. आपण आपल्या कामासाठी कोणालाही लाच द्यायची नाही असं आम्ही सुरुवातीपासूनच ठरवल्यामुळे सरकारी कचेरीमधून आपलं कोणतंही काम करून घेण्यासाठी दरवेळी आम्हाला त्यांच्याशी शत्रुत्व पत्करावं लागलं.

७/१२ चा उतारा काढून घेण्यासारख्या साध्या कामासाठीही मला सरकारी अधिकाऱ्यांशी संघर्ष करावा लागतो. गावकऱ्यांच्या मते मी माझा वेळ व शक्ती उगाचच वाया घालवतो, कारण त्यांच्या मागण्या मान्य केल्या तर माझं काम चुटकीसारखं होऊ शकतं. मी त्यांना अनेकदा सांगण्याचा प्रयत्न केला की, आपल्या कामासाठी आपण त्यांना एकही पैसा देणं लागत नाही. लोकांची सेवा करणं हे महसूल खात्यातील तलाठ्याचं कर्तव्य असतं; पण माझं म्हणणं त्यांना पटत नाही.

पाच वर्षं शेती केल्यानंतर एक दिवस अचानक सूर्य कालवा प्रकल्पाचा अधिकारी मला भेटायला आल्यानं मी चकित झालो. ठाणे जिल्ह्यातील आदिवासी खेड्यांना कालव्याद्वारे शेतीसाठी पाणीपुरवठा करणे या एकाच हेतूनं सुरू झालेल्या सूर्य कालवा प्रकल्पाचं काम संपून आता वीस वर्षं झाली होती. या प्रकल्पाचा लाभ अनेक खेड्यांना झाला आणि तिथले आदिवासी लोक वर्षातून एकाऐवजी दोन पिकं काढू लागले; पण खेड्यांना पाणीपुरवठा करत असतानाच त्यातील काही पाणी वळवून ते बोइसरजवळील औद्योगिक वसाहतीला पुरवले गेले. त्याकरता औद्योगिक वसाहतीतर्फे सरकारला खूप मोठी रक्कम दिल्याची वदंता तेव्हा पसरली होती.

आजूबाजूच्या जमिनीपेक्षा आमची जमीन खूपच उंचावर असल्यामुळे आम्हाला कालव्याचं पाणी मिळू शकत नव्हतं. मी चहापाणी देऊन अधिकाऱ्याचं स्वागत केलं. सुरुवातीचं औपचारिक बोलणं झाल्यावर त्यानं आपल्या भेटीचं कारण मला सांगितलं. तो म्हणाला की, शेतीसाठी मी नदीचं पाणी वापरत असल्यामुळे मला त्याबद्दल सरकारला पैसे द्यावे लागतील. हे ऐकून मी चाट पडलो. नदी हा पाण्याचा नैसर्गिक स्रोत असल्याचं मी त्याला सांगितलं. पाणी काढण्यासाठी पंप व पाणी घेऊन येण्यासाठी वापरलेले पाइप्स मी विकत घेतले आहेत. माझ्यापाशी मीटर आहे व पाणी खेचण्यासाठी जी विद्युतशक्ती खर्च होते, त्याचं बिल मी नियमित चुकतं करतो, असंही मी त्याला म्हणालो.

नदीचं पाणी ही निसर्गाची देणगी आहे आणि ज्यातून माझ्या शेताला त्या पाण्याचा पुरवठा होतो, ती साधनं माझ्या वैयक्तिक मालकीची आहेत, तेव्हा मी महाराष्ट्र सरकारला त्यासाठी पैसे का द्यावेत? माझ्या शेतातील पाणीपुरवठ्यामध्ये सरकारचं योगदान कुठे आहे? त्यावर पाटबंधारे खात्यानं एक नवा नियम बनवला आहे; पण त्यासंबंधीचा अध्यादेश अजून आपल्याला पाहायला मिळालेला नाही, असं तो अर्धवट काहीतरी पुटपुटला. मी म्हटलं की, मी तो नियम शोधून काढेन; पण पाणी वापरण्यासाठी एका वर्षाला तुम्ही किती आकार लावणार ते मला सांगा.

त्यानं दिलेल्या उत्तरामुळे तो इतक्या दुरून इथे का आला होता याचा मला उलगडा झाला. तो म्हणाला की, ती रक्कम हजाराच्या घरात जाते; पण मी जर त्याच्याशी 'सहकार्य' करायला तयार असलो तर तो पैसे कमी करायला तयार आहे. हे ऐकताच माझा संयम सुटला. जी काही रक्कम मी देणं लागत असेन त्याचं रीतसर बिल पाठवा असं म्हणून मी त्याला ताबडतोब निघून जायला सांगितलं. या विषयावर तुमच्या संबंधित वरिष्ठांशी बोलायची माझी तयारी आहे; पण आता मात्र मी तुला एक पैसाही देणार नाही, असंही मी त्याला ठणकावून सांगितलं.

त्या प्रसंगानंतर बरेच दिवस सूर्य कालवा प्रकल्प कचेरीतून कोणीही माझ्याशी संपर्क साधला नाही; पण जवळजवळ वर्षभराने त्यांच्या एका ज्येष्ठ अधिकाऱ्यासह पाचजण अचानक माझ्या शेतावर आले. तो अधिकारी मला म्हणाला की, सरकारनं बांधलेल्या धरणासाठी झालेला खर्च वसूल होण्यासाठी मी सरकारला पैसे देणं लागतो. मी म्हटलं की, हे मला मान्य आहे; पण मी किती रक्कम भरायची ते मला सांगा आणि त्याचं छापील बिल मला द्या. कागदी पुरावा असल्याखेरीज मी पैसे देणार नाही. पंधरा दिवसांच्या आत तुम्हाला बिल मिळेल असं सांगून तुमच्या मालकीची किती जमीन आहे असा प्रश्न त्यानं विचारला. मी म्हटलं की, माझी

किती जमीन आहे, या आधारावर तुम्ही हिशेब करू शकत नाही, कारण सगळ्या जमिनीसाठी मी पाणी वापरत नाही. मी कोणतं पीक लावलंय आणि त्यासाठी किती जमीन लागवडीखाली घेतलीय यावर पाण्याचा वापर अवलंबून असतो. आमच्या जमिनीवर मी अनेक अशी झाडं लावली आहेत की, ज्यांना मी कधीही पाणी घालत नाही. मग जमिनीच्या त्या भागासाठी मी का पैसे भरावेत? मी त्यांना असंही म्हटलं की, प्रत्येक पिकागणीक पाण्याचा वापर वेगवेगळ्या प्रमाणात करावा लागतो; त्यामुळे तुम्ही मला एका ठरावीक दरानं आकार लावू शकत नाही.

माझ्या प्रश्नांची उत्तरं त्या बिचाऱ्या अधिकाऱ्याकडे नव्हती. तो म्हणाला की, मी म्हणतो तसं सविस्तर पृथक्करण करण्यासाठी लागणारी यंत्रणा आमच्यापाशी नाही; पण तुम्ही प्रत्यक्ष पेरणीसाठी जी जमीन वापरता ती मोजून आम्ही त्यावर आकार लावू. मग त्या सर्वांनी जमीन मोजली व पंधरवड्याच्या आत अधिकृत बिल पाठवतो असं सांगून ते निघून गेले.

त्यानंतर साधारण वर्षभराने आमच्या गावातील संतोष माझ्या घरी आला आणि त्याने सूर्य प्रकल्प कचेरीतून मी वापरलेल्या पाण्याबद्दल आकारलेल्या १७०० रुपयांचे बिल माझ्या हातात ठेवले. आश्चर्य म्हणजे त्यांनी २००० सालापासून वापरलेल्या पाण्याचा आकार लावला होता; पण २००० मध्ये ती मी जमीन विकत घेतली नव्हती. मी ते बिल मीनाला दाखवून त्यासंबंधी पाटबंधारे खात्यात चौकशी करायला सांगितलं. बिलाची रक्कम कोणत्या आधारावर बनवली यासंबंधी बिलावर काहीच तपशील नव्हता. तो हिशेब मला दाखवायची त्यांची तयारी असली तर बिलाचे पैसे चुकते करायला माझीही हरकत नव्हती.

मीना पाटबंधारे खात्याच्या मुंबईतील कार्यालयात गेली. बिल पाहून ते सर्वजण जोरात हसू लागले. बिलाचा हिशेब मागण्यासाठी आणि मुख्य म्हणजे बिल भरण्यासाठी एखादा शेतकरी त्यांच्या कचेरीत येण्याची ती पहिलीच वेळ असल्याचं त्यांनी सांगितलं. बिल घरात जपून ठेवा आणि ते विसरून जा, असा सल्ला त्यांनी दिला. यामागे कोणता नवा घोटाळा होता हे काही आम्हाला समजलं नाही; पण आम्ही बिलाची रक्कम चुकती केली. त्यानंतर आजपर्यंत कोणीही अधिकारी आम्हाला भेटायला आला नाही आणि त्या प्रकारचं बिलही पुन्हा आम्हाला पाठवलं गेलं नाही.

२००८ मध्ये आलेल्या वादळात राज्यातील पिकांची प्रचंड प्रमाणावर नासधूस झाली आणि शेतकऱ्यांना नुकसानभरपाई द्यायचा निर्णय राज्य सरकारने घेतला. त्यासाठी तलाठी व कृषी अधिकाऱ्याने गावात जाऊन नुकसानीची रक्कम ठरवायची आणि मग ते पैसे शेतकऱ्यांना द्यायचे असा ठराव मंजूर झाला. यासंबंधात कोणी

अधिकारी आला होता का, असं मी बबनला अनेकदा विचारलं; पण एकही अधिकारी आमच्या गावी फिरकला नाही. काही महिन्यांनी बबनने भरपाईची रक्कम आपल्याला मिळाल्याचं मला सांगितलं. मी सरपंचाला भेटलो आणि माझं नाव यादीत नसल्याचं कारण त्याला विचारलं. त्यानं त्याबद्दल चौकशी करण्याचं मला आश्वासन दिलं.

काही दिवसांनी तो मला म्हणाला की, यादी बनवताना काहीतरी गोंधळ झाल्यामुळे माझ्या नावाचा त्यात समावेश झालेला नाही. मला संताप आला, कारण मी कायद्याने शेतकरी होतो व माझ्याही पिकांचं नुकसान झालं होतं आणि तरीही मला यादीतून वगळलं होतं. त्यानं मला शांत करण्याचा प्रयत्न केला. पुढच्या खेपेस तुझं नाव यादीत नक्की असेल; पण कृपा करून या वेळची भरपाई मात्र विसरून जा. मीही त्याविरुद्ध दाद न मागण्याचं मान्य केलं आणि भविष्यात पुन्हा असा प्रसंग आला तर यादीत माझं नाव असावं यासाठी माझ्याजवळ असलेला ७/१२चा उतारा त्याला दिला.

दोन वर्षांनी २०१० मध्ये अतिवृष्टी झाली आणि माझ्यासह अनेकांनी लावलेलं भाताचं पीक वाहून गेलं. दुसऱ्या वर्षी बियाणं म्हणून पेरण्याइतकाच भात आमच्यापाशी उरला होता. पुन्हा शेतकऱ्यांच्या मदतीसाठी सरकार धावलं आणि त्यांना नुकसानभरपाई जाहीर केली. या वेळी माझं नाव यादीत यायला हवं, असं मी आधीच सरपंचाला भेटून सांगितलं. मीही त्यांच्यासारखाच एक शेतकरी होतो व माझं पीक गमावून बसलो होतो. आपण अधिकाऱ्यांशी बोलून तुझं नाव यादीत येण्याची व्यवस्था करतो, असं सरपंचानं मला खात्रीपूर्वक सांगितलं.

त्यानंतर एका वर्षानं मी सोडून अख्ख्या गावाला नुकसानभरपाईची रक्कम मिळाली. त्याबद्दल मी चौकशी केली, तेव्हा आपली असमर्थता व्यक्त करत सरपंचानं सांगितले की, त्यानं तर माझी कागदपत्रं कृषी अधिकाऱ्याकडे दिली होती. या वेळी मात्र मी गप्प बसणार नव्हतो; माझं नाव का वगळण्यात आलं, याचं मला उत्तर हवं होतं.

डहाणूजवळील कृषी खात्यात जाऊन, मी तिथल्या अधिकाऱ्याला भेटलो. माझा प्रश्न मी त्याला नीट समजावून सांगितला आणि माझ्यापाशी असलेला ७/१२चा उताराही त्याला दाखवला. त्यानं काही रजिस्टर्स चाळली; पण त्यात माझ्या नावाची नोंद नसल्याचं तो म्हणाला. मी त्याला विचारलं की, माझं नाव वगळलं जाण्याबद्दल कोण जबाबदार आहे? त्यानं शांतपणे मला तलाठ्याला भेटायला सांगितलं, कारण तलाठ्यानेच ती यादी बनवली होती. मी लगेच तलाठ्याला भेटण्यासाठी त्याच्या कासा येथील कचेरीत गेलो.

तलाठी आलेला नव्हता; पण त्याचा ज्येष्ठ सहकारी असलेला क्षेत्र निरीक्षक

माझी मदत करायला तयार झाला. तो म्हणाला की, आम्ही फक्त भूमी अभिलेखाचं (जमिनीची नोंद) काम करतो. नुकसानभरपाईसाठी पात्र असलेल्या शेतकऱ्यांच्या नावाची यादी कृषी खात्यात बनवली जाते. मी त्याला विनंती केली की, निदान तुमच्या रजिस्टरमध्ये माझ्या नावानं पेठ गावात जमीन असल्याची नोंद तरी मला दाखवा. त्यानं मला ती नोंद दाखवली; पण त्याची फोटोकॉपी घेऊन द्यायला मात्र नकार दिला. माझ्या लक्षात आलं की, महसूल व कृषी खात्यातील अधिकारी आपली जबाबदारी एकमेकांवर ढकलण्याचा प्रयत्न करत आहेत.

मी हा विषय आणखी वरच्या स्तरावर न्यायचा निश्चय केला. मी कृषिमंत्र्यांना, मंत्रालयातील कृषी विभागाच्या सचिवांना व राज्य सचिवालयाला एक भलंमोठं पत्र लिहिलं आणि त्या त्या विभागात जाऊन संबंधित अधिकाऱ्यांना ती पत्रं स्वतः नेऊन दिली आणि सही-शिक्क्यासह त्यांची पोचपावतीही घेतली. २०१०मध्ये झालेल्या अतिवृष्टीमुळे दिल्या गेलेल्या नुकसानभरपाईच्या यादीतून माझं नाव का वगळण्यात आलं, याचं स्पष्टीकरण देण्याची विनंती मी त्या पत्रात केली होती.

दोन्ही कार्यालयांतून प्रतिसाद मिळणार नाही, याची खात्री असूनही त्यांच्या उत्तराची मी एक महिना वाट पाहिली. त्यानंतर माझ्या पत्रावर काय कारवाई करण्यात आली याचा सविस्तर तपशील मला कळावा असा विनंतीअर्ज मी माहिती अधिकार कायद्याअंतर्गत (आरटीआय) दोन्ही खात्यांकडे पाठवून दिला.

'आरटीआय'खाली केलेल्या अर्जामुळे योग्य तो परिणाम साधला गेला. माझं पत्र ठाणे जिल्हा मुख्यालयाकडे पाठवण्यात आलं असून लवकरच त्यांच्याकडून तुम्हाला हवी असलेली माहिती समजेल असे ई-मेल्स मला दोन्ही खात्यांकडून मिळाले. त्यानंतर काही दिवसांनी आम्ही तुमचं पत्र पुढील कारवाईसाठी डहाणू कचेरीत पाठवल्याचं उत्तर मला ठाणे जिल्हा मुख्यालयाकडून मिळालं. आता प्रत्येक ताज्या घडामोडीची बातमी ते मला नियमितपणे देऊ लागले होते.

पुढच्याच आठवड्यात तालुका कृषी अधिकारी श्री. खरे यांचा मला फोन आला. मला न भेटता तुम्ही माझ्या वरिष्ठांना पत्र लिहायला नको होतं, अशा आक्रमक भाषेत त्यांनी फोनवरून माझ्याशी बोलायला सुरुवात केली. काही वेळ मी त्यांचं बोलणं ऐकून घेतलं व मग शांतपणे त्यांना म्हटलं की, मी आरटीआयखाली अर्ज दाखल केलाय. त्या अर्जाला उत्तर देणं हे तुमचं काम आहे, मला फोन करणं नव्हे. मी त्यांच्या हेही लक्षात आणून दिलं की, त्यांच्यापाशी आता फारसा वेळ उरलेला नाही, कारण आरटीआय कायद्यानुसार जर तीस दिवसांत उत्तर दिलं गेलं नाही तर संबंधित अधिकाऱ्यांवर दंडात्मक कारवाई केली जाते.

पुढच्याच आठवड्यात मी शेतात काम करत असताना, आपल्या सहा सहकाऱ्यांना घेऊन खरेसाहेब मला भेटायला आले. त्यामध्ये गावचा कृषी अधिकारी,

गावचा सरपंच, तालुका अधिकारी व प्रधान (नोडल) अधिकारी अशी काही मंडळी होती. आमच्या गावचा कृषी अधिकारी घरत याने मला सर्वांची ओळख करून दिली. त्या ओळख समारंभानंतर मी त्यालाच विचारलं की, आपण कोण आहात? तो म्हणाला की, मी तुमच्या गावाचा कृषी अधिकारी आहे. त्याच्या वरिष्ठांकडे वळत मी हसलो आणि म्हणालो की, गेली आठ वर्षं मी या गावात राहतोय; पण या स्थानिक अधिकाऱ्यांना माझ्या शेताला भेट देण्यासाठी एकदाही वेळ मिळाला नाही. मी त्यांना ओळखूही शकलो नाही. अशा अधिकाऱ्याला माझं किती नुकसान झालंय व त्याबद्दल मला किती भरपाई मिळायला हवी, हे कसं समजणार?

हळूहळू मंडळींनी संभाषणाचा वेगळाच सूर लावला. सरकारतर्फे जाहीर झालेल्या योजनांविषयी आणि त्यामुळे गावकऱ्यांना होणाऱ्या फायद्याविषयी त्यांनी मला सविस्तर माहिती द्यायला सुरुवात केली. मी त्यांचं बोलणं शांतपणे ऐकून घेतलं आणि गेल्या आठ वर्षांत मला त्यांच्या खात्यातर्फे मदत मिळू शकणाऱ्या कोणत्याही योजनेबद्दल माहिती न मिळाल्याचं त्यांना सांगितलं. मी बोलत असताना गोंधळून गेलेल्या घरतचा चेहरा हळूहळू रागानं लाल होताना मला दिसला. अखेर मी त्यांना स्पष्टपणे सांगितलं की, सरकारी योजनांची माहिती देण्यासाठी तुम्ही इथे आलेला नाही, नुकसानभरपाईच्या यादीतून माझं नाव का वगळलं गेलं, हा खरा तुमच्या भेटीमागचा उद्देश आहे; तर आपण त्यासंबंधी बोलू या.

जमलेल्या अधिकाऱ्यांनी मला पुनःपुन्हा सांगण्याचा प्रयत्न केला की, इतक्या मामुली गोष्टीसाठी तुम्ही आरटीआयखाली अर्ज दाखल करण्यापेक्षा आम्हाला प्रत्यक्ष येऊन भेटला असता तर अधिक बरं झालं असतं. त्यांच्या याच उत्तराची मी वाट बघत होतो. मी लगेच म्हणालो की, मी तुमच्या कचेरीत येऊन गेलो; पण तुमच्या कृषी अधिकाऱ्यानेच मला तलाठ्याच्या कचेरीत जायचा सल्ला देऊन माझी दिशाभूल केली.

हा केवळ पैशाचा प्रश्न नाही असंही मी त्या अधिकाऱ्यांना म्हणालो. तुमच्याकडून मिळणारी ग्राहक सेवा आणि तुमच्या कचेरीमध्ये नोंदली जाणारी चुकीची माहिती यामुळे आम्हाला भोगाव्या लागणाऱ्या मनस्तापाचा खरा प्रश्न आहे. जर तुमच्याकडून नीट मोजमाप व मूल्यांकन झालं असतं आणि तुम्ही प्रत्येकाच्या शेताला एकदा जरी भेट दिली असती, तर माझं नाव नक्कीच यादीत आलं असतं.

माझ्या बोलण्यानं सर्वजण ओशाळून गेले होते. मी योग्य तेच बोलतोय, हे त्यांनाही समजत होतं. त्यांनी आमच्या गावाला भेट न देता केवळ मागच्या वर्षाची यादी या वेळीही तशीच पुढे सरकवली होती. अखेरीस, मला आता नेमकं काय हवंय असा प्रश्न त्यांनी मला केला. त्याचबरोबर मी 'आरटीआय'अंतर्गत केलेली तक्रार मागे घेतली तर एखाद्या फायदेशीर योजनेत मला सामील करून

घेतलं जाईल असंही त्यांनी अप्रत्यक्षपणे मला सूचित केलं. मी असं काहीही करायला स्पष्टपणे नकार दिला आणि २०१०मध्ये जाहीर केलेली नुकसानभरपाई मिळण्याखेरीज कोणत्याही योजनेत सहभागी व्हायची माझी इच्छा नाही, असंही त्यांना सांगितलं.

मी खरेसाहेबांना म्हणालो की, ही चूक तुमच्या खात्यानं केली आहे आणि ती तुम्ही स्वीकारलीच पाहिजे. त्यांनी मला पुन्हा एकदा विचार करायला सांगितलं, कारण त्यांच्या खात्यासाठी ती लज्जास्पद गोष्ट ठरणार होती. शिवाय नुकसानभरपाईची प्रक्रिया खूप वेळखाऊ होती आणि पैसे मिळण्यासाठी मला बरेच महिने वाट पाहावी लागणार होती, असाही त्यांनी आपल्या बोलण्यातून मला इशारा दिला; पण मी आता मागे हटायला मुळीच तयार नव्हतो. मी त्यांना म्हटलं की, मागची दोन वर्षं मी नुकसानभरपाईची वाट पाहिलेली आहे, अजून थोडे महिने वाट पाहायला माझी काहीच हरकत नाही.

सर्वजण शेताभोवती फेरी मारत हळूहळू बाहेर पडू लागले; पण त्याआधी सरपंचानं एक शेवटचा प्रयत्न करून पाहायचं ठरवलं असावं. माझ्याजवळ येत तो म्हणाला, "एक विनंती करतो तुम्हाला, तो 'आरटीआय'खाली लिहिलेला अर्ज मागे घ्या आणि झालं गेलं विसरून जा." मी त्याला म्हटलं, "तू तुझं नाव नुकसानभरपाईच्या यादीतून वगळायला तयार आहेस का? तू उगाच यामध्ये पडू नकोस. मला जे योग्य वाटतंय, ते मला करू दे." सगळे निघून गेल्यावर मी विचार करू लागलो की, मी अर्ज मागे घ्यावा यासाठी सरपंच का आग्रह करत होता? कृषी अधिकाऱ्यांशी संगनमत करून त्या दोघांनी मला मिळणारी रक्कम आपापसांत वाटून तर घेतली नसेल ना?

आनंदाची गोष्ट म्हणजे तीनच आठवड्यांनी मला कृषी खात्याकडून फोन आला की, मला मिळणाऱ्या नुकसानभरपाईचा हिशेब केलेला आहे आणि लवकरच ती रक्कम तुमच्या बँक खात्यात जमा होईल. या संदर्भात तुम्हीही आम्हाला एक पत्र लिहून कळवा की, तुमच्या समस्येचं समाधानकारक निरसन झालं असून 'आरटीआय'अंतर्गत केलेली तक्रार मी मागे घेत आहे. मी त्या अधिकाऱ्यांना सांगितलं की, तुम्ही म्हणता त्या रकमेची बँकेच्या पुस्तकात नोंद झाल्यानंतरच मी तुमच्या खात्याला पत्र पाठवेन; पण तोपर्यंत मात्र पत्राची अपेक्षा करू नका.

प्रश्न केवळ पैशाचा नव्हता, माझ्या हक्काचे पैसे मिळवण्यासाठी मला सरकारी अधिकाऱ्यांशी जो संघर्ष करावा लागत होता त्याबद्दल माझ्या मनात चीड होती. नुकसानभरपाईसंबंधीच्या माहितीचे एकही जाहीर पत्रक सरकारतर्फे प्रसारित झाले नव्हते किंवा तशी काही मध्यवर्ती पद्धत अवलंबली गेली नव्हती. भरपाईची रक्कम किती व केव्हा मिळेल हे जाणून घेण्यासाठी प्रत्येकजण कृषी अधिकाऱ्यांवर

अवलंबून होता. एखाद्या गरीब शेतकऱ्यावर माझ्यासारखी परिस्थिती ओढवली असती तर त्याला या लाल फितीच्या कारभाराला तोंड देत आपले पैसे मिळवणं किती अवघड गेलं असतं, याचा विचारही मी करू शकत नव्हतो.

खून

गावात राहायला आल्यापासून माझं आणि रमेशचं कधीच पटू शकलं नाही. तो पूर्णपणे दारूच्या आहारी गेला होता. गावात शिरल्याशिरल्या त्याचं घर रस्त्याच्या पलीकडच्या बाजूला होतं. शेतात जाताना किंवा परत येत असताना आमची अनेकदा भेट व्हायची. त्याचा मोठा मुलगा जितेश बोइसरला कामाला होता. आई-वडिलांना भेटायला तो क्वचितच गावी यायचा. धाकटा मुलगा बंटी स्वभावानं खूप चांगला होता. एस.एस.सी. परीक्षेत नापास झाल्यावर तो जवळच्याच एका कारखान्यात कामाला लागला होता.

रमेश ज्या ज्या वेळी मला भेटायचा, तेव्हा त्याचे डोळे लालबुंद आणि तारवटलेले असायचे. "तुमच्या शेतात काही काम मिळेल का?'' असं तो दरखेपेस मला विचारायचा. मी त्याची मदत नम्रपणे नाकारायचो. मग तो स्वतःविषयी खूप बडबडत राहायचा. गावात आपल्याइतका कामात कोणीच तरबेज नाही, आपली बायको खूप आजारी असते आणि तिच्या दवापाण्यासाठी खूप पैसे लागतात, असं तो मला सांगायचा; पण फक्त दारूची तहान भागवण्यासाठी त्याला पैसे हवे असतात, हे मी ओळखून होतो.

रमेश दिवसभर दारू ढोसायचा आणि बायकोशी भांडण करून तिला खूप मारायचा. गावकऱ्यांनी अनेकदा त्याला समजावण्याचा प्रयत्न केला; पण त्याच्यात काही सुधारणा झाली नाही. एकदा संध्याकाळच्या सुमारास आम्ही सगळे चहा पीत बसलो असताना तो स्वतःच्याच तोऱ्यात आमच्या शेतात आला व माझ्याकडे पैसे मागू लागला. त्याच्या मागे असलेल्या बबनने 'मुळीच पैसे देऊ नका' असं मला जोरजोरात इशारा करून सांगितलं. मी रमेशला म्हणालो की, शेतात काम केलंस तर मी तुला पैसे देईन; पण उधारीवर मुळीच देणार नाही.

अचानक त्यानं आवाज चढवला आणि मला म्हणाला, "मी तर नेहमी तुमच्याकडे काम मागतो; पण तुम्ही मला काम द्यायचं टाळता. आज तुम्ही मला पैसे द्या, मग मी इथे काम करून तुमचे पैसे फेडेन.'' मीही माझ्या म्हणण्यावर ठाम राहत त्याला सांगितलं की, काम करण्याआधी मी तुला मुळीच पैसे देणार नाही. त्यावर दहा मिनिटे तो रागानं वाट्टेल तसा बडबडत राहिला आणि मग निघून गेला. तो गेल्यावर आम्ही सगळ्यांनीच सुटकेचा निःश्वास सोडला. पैसे

मागणारा तो काही गावातला पहिलाच माणूस नव्हता; पण मला त्याची वागण्याची पद्धत कधीच आवडली नव्हती. मीनाही मला म्हणाली की, तो खूपच खुनशी वृत्तीचा माणूस दिसतो, त्याच्याशी संबंध ठेवणं धोक्याचं ठरेल.

बंटी माझा लाडका होता व तोही नेहमी आमच्याकडे यायचा. तो फारसा बोलायचा नाही आणि वडिलांमुळे घरात होणाऱ्या त्रासाबद्दल तर त्यानं माझ्यापाशी कधी अवाक्षरही काढलं नाही. एकदा बंटीची आई त्याचं जेवण घेऊन शेतावर आली. बंटीचं आणि वडिलांचं रोज कडाक्याचं भांडण होतं, असं त्या वेळी मला तिच्याकडून प्रथमच समजलं. ती म्हणाली की, वडिलांशी भांडून तो आज सकाळी उपाशीपोटीच घरातून बाहेर पडलाय. त्याला शोधण्यासाठी ती आमच्या शेतावर आली होती. पूर्वी तो शाळा संपल्यावर रमतगमत आमच्या शेतावर यायचा, माझ्याशी गप्पा मारत शेतातली काही किरकोळ कामंही करायचा.

दहावीच्या परीक्षेत नापास झाल्यावर त्यानं जवळच एका खुर्च्या बनवण्याच्या कंपनीत काम मिळवलं. त्यानंतर तो फक्त सुट्टीच्या किंवा सणाच्या दिवशी आमच्याकडे येऊ लागला. त्या दिवशी रमेश माझ्याकडे पैसे मागायला येईपर्यंत बरेच दिवस माझी बंटीच्या आई-वडिलांशी गाठभेट झाली नव्हती.

त्यानंतर काही आठवड्यांनी मात्र रमेशनं क्रौर्याची परिसीमा गाठली. मला ती बातमी समजताच मी तडक गावात गेलो. पोलिसांचा ताफा जमला होता. हळूहळू त्या घटनेचे अंगावर शहारा आणणारे तपशील मला समजले. जितेश विश्रांतीसाठी बोइसरहून घरी परत येत होता. आपल्याला कोणत्या परिस्थितीला सामोरं जावं लागणार आहे, याची त्या बिचाऱ्याला काहीच कल्पना नव्हती. घरात सर्वत्र रक्त वाहत होतं आणि पलंगावर त्याची आई मृतावस्थेत पडली होती. ते भयानक दृश्य पाहून तो भोवळ येऊन खाली कोसळला. काही वेळानं शुद्धीवर येताच तो कसाबसा रांगत घराबाहेर येऊन मदतीसाठी हाका मारू लागला. आम्ही जितेशच्या घरी पोहोचलो, तेव्हा पोलिसांनी पळून गेलेल्या रमेशचा शोध घ्यायला सुरुवात केली होती. काही तासांनी पोलिसांना नदीजवळील एका झुडपात रक्तानं माखलेली कुऱ्हाड सापडली. तिथूनच काही फुटांवर त्यांना झाडाला टांगलेला रमेशचा देह दिसला. बारीक नायलॉनच्या दोरीचा त्यानं आत्महत्येसाठी वापर केला होता. पत्नीचा भीषण खून करून त्यानं स्वतःचंही जीवन संपवलं होतं. त्या घटनेनं सारं गाव सुन्न होऊन गेलं आणि आम्हाला त्या धक्क्यातून सावरायला बरेच दिवस लागले.

त्या खून व आत्महत्येनं आम्ही सारेच हादरून गेलो. तोपर्यंत माझा भाबडा समज होता की, खेड्यामध्ये अशा प्रकारचे गुन्हे घडणं शक्यच नाही. अशा पाशवी कृत्याची तर मी कधीच अपेक्षा केली नव्हती. एके काळी गुंड, गुन्हेगारांचं

साम्राज्य असताना, मी मुंबईत राहिलो होतो. दाऊद इब्राहिम, छोटा राजन, वरदराजन ही नावं त्या वेळी प्रत्येकाला परिचित होती. त्यापूर्वीही रामन राघवसारखा अट्टल खुनी शहरात मोकाट सुटला होता. ही सर्व नावं आम्ही वर्तमानपत्रात वाचायचो. त्यांच्याशी किंवा त्यांनी केलेल्या गुन्ह्यांशी आमचा कधीही निकटचा संबंध आला नव्हता. रमेशच्या मृत्यूचा मला धक्का तर बसलाच; पण त्या घटनेत आपणही कुठेतरी गुंतलो आहोत, ही भावना मला छळत राहिली. आमचे त्या कुटुंबाशी असलेले संबंध इतके निकटचे होते की, मी खूपच अस्वस्थ होऊन गेलो.

गावात तोच एक चर्चेचा विषय होता. रात्री माझ्या सोबतीला यायची काहीजणांची तयारी होती. रमेशचं भूत येऊन रात्री माझ्या मानगुटीवर बसेल अशी मला भीती वाटण्याची शक्यताही त्यांनी बोलून दाखवली. मी त्यांना हसत म्हटलं की, रमेशचं भूत आलं तर मी त्याला दारू पाजेन, म्हणजे ते मला मुळीच त्रास देणार नाही. अर्थात बाहेरून मी कितीही शूरपणाचा आव आणत होतो तरी त्या घटनेनंतर सुरुवातीला काही रात्री मी नीट झोपू शकलो नाही. झोपण्यापूर्वी मी घराच्या फाटकालाही कुलूप लावू लागलो.

चोऱ्या

एखाद्या छोट्या खेडेगावात सगळी घरं एकमेकांच्या अगदी जवळ जवळ असतात; त्यामुळे चोर येण्याचं धाडस करू शकणार नाहीत, असं कोणालाही सहज वाटू शकेल; परंतु गेल्या काही वर्षांत आमच्या गावात बऱ्याच चोऱ्या झाल्या.

जयेंद्रचं गावात मोबाइल चार्जिंगचं दुकान होतं. रोज संध्याकाळी दुकान बंद करून घरी परत जाताना त्याच्या खिशात खूप रोकड असते, हे सर्वांनाच ठाऊक होतं. एकदा मध्यरात्रीच्या सुमारास शेजारच्या खोलीत झोपलेली त्याची आई अचानक जोरजोरात ओरडू लागली. जयेंद्र धावत तिच्या खोलीत गेला, तेव्हा मुख्य दरवाजातून पळून जाणारी एक व्यक्ती त्याला ओझरती दिसली. आईला सावरावं की चोराच्या मागे पळावं, या द्विधा मनःस्थितीत असताना, त्यानं आईसोबत राहायचं ठरवलं.

छपरावरची कौलं काढून चोरानं घरात उडी घेतली होती. तो नेमका जयेंद्रच्या आईच्या अंगावर पडल्यामुळे ती वेदनेनं किंचाळू लागली. ती ओरडायला लागली हे पाहून चोरानं बाहेर धूम ठोकली. नेहमीप्रमाणे ही घटना पोलिसांना कळवली गेली नाही. आपलं काही नुकसान झालं नाही तर पोलिसांना कळवण्याची काय गरज आहे, असं जयेंद्रचं म्हणणं होतं.

एकदा आमच्या गावातील पोस्टमन जयेशची पत्नी पहाटे उठून स्वयंपाकघरात

आली, तेव्हा तिची भीतीनं गाळण उडाली. स्वयंपाकघराच्या कोपऱ्यात एक पुरुष चक्क झोपला होता. आतल्या झोपायच्या खोलीत येऊन तिनं आपल्या नवऱ्याला उठवलं. अशा वेळी शेजाऱ्यांना मदतीसाठी हाका मारायच्या सोडून जयेश त्या माणसाला काठीनं बडवू लागला. तो इसम झट्कन उठला. त्यानं दोघांनाही जोरात ढकलून खाली पाडलं आणि तो पसार झाला.

जयेशच्या घराला लागूनच धान्यविक्रीचं दुकान होतं. दुकानाच्या खिडकीतून तो चोर घरात शिरला होता. त्याच्या हाती पैशाचा डबा लागला व त्यानं त्यातली सगळी रोकड खिशात टाकली. जयेश व पत्नी पुन्हा स्वयंपाकघरात गेले, तेव्हा त्यांच्या लक्षात आलं की, रात्री राहिलेलं अन्नदेखील त्यानं फस्त केलं होतं. सर्वांना फक्त एकाच गोष्टीचं आश्चर्य वाटत होतं की, बाजूच्या खोलीत घरमालक झोपलाय हे ठाऊक असतानाही चोरानं स्वयंपाकघरात झोपण्याचं धाडसं का केलं? जयेशनेही त्या घटनेबद्दल पोलीस स्टेशनमध्ये तक्रार दाखल केली नाही.

काही आठवड्यांनंतर शेजारच्या गावात तशीच घटना घडल्याचं आमच्या कानावर आलं. तिथेही चोरानं घरात शिरून पैसे लंपास केले होते व घरातील उरलेलं अन्नही खाल्लं होतं. एकाच व्यक्तीनं या दोन्ही चोऱ्या केलेल्या असणार, ही गोष्ट तर अगदी उघड होती. अखेर कोणाला तरी सुबुद्धी सुचली आणि त्यानं पोलीस स्टेशनमध्ये तक्रार नोंदवली. लवकरच पोलिसांनी एका चोराला अटक केल्याचं आम्हाला समजलं. अमली पदार्थांचं व्यसन असलेला तो चोर त्या परिसरात संशयास्पदरीत्या फिरताना पोलिसांना आढळला. रोजच्या व्यसनासाठी त्याला पैशांची गरज होती आणि त्यासाठी तो कोणतंही एक घर हेरत असे. त्याला अटक झाल्यावर सर्वांनीच सुटकेचा निःश्वास सोडला.

आपल्या जवळपास सर्रास होत असलेल्या चोरीमारीच्या घटनांनी आम्ही अस्वस्थ झालो. आम्हाला आमच्या घराभोवतीची सुरक्षाव्यवस्था अधिक मजबूत करावी लागणार होती. कुंपणाच्या काटेरी तारा काही ठिकाणी गंजून झिजल्यामुळे त्या सहज वर उचलून कोणीही आत शिरू शकत होतं. आम्ही तातडीनं घराभोवती नवं कुंपण घातलं.

घरचा वैद्य

खेडेगावात मूलभूत सुविधांचा तर अभाव होताच; पण सर्वांत मोठी चिंतेची बाब म्हणजे आरोग्यसेवेच्या बाबतीत मात्र तिथे फारच मोठी वानवा होती. मला ही गोष्ट अनुभवातून लक्षात आली. बरेच दिवस मी 'म' या व्यक्तीला पाहिलं नव्हतं व तो आजारी असल्याचं माझ्या कानावर आलं होतं. मी त्याला भेटायला गेलो, तेव्हा तो अत्यंत कृश झाला होता; त्याचं वजन निम्म्यानं घटलं होतं. आपल्याला कावीळ झाल्याचं त्यानं मला सांगितलं; पण त्यानं स्वतःच केलेल्या निदानावर माझा विश्वास नव्हता. तुला डॉक्टरांकडे जायला हवं, असं मी त्याला म्हटलं. त्याला माझं म्हणणं पटलं व दुसऱ्या दिवशी मी त्याला डॉक्टरांकडे घेऊन गेलो.

चारोटी नाक्याजवळील डॉक्टरांचा दवाखाना म्हणजे एक छोटं झोपडं होतं. झोपडीत एक मळलेला बिछाना व ढेरपोट्या डॉक्टर होता. डॉक्टरांनी त्याला काही प्रश्न विचारले आणि दोन्ही कुल्ल्यांवर एकेक इंजेक्शन टोचलं. इंजेक्शन देताना सिरिंज निर्जंतुक न करताच ती छोट्या बाटलीत खुपसलेली पाहून मी अवाक् झालो. 'म'कडून त्यानं ५० रुपये घेतले; पण त्याला स्वतःकडचं कोणतंही औषध दिलं नाही किंवा औषध आणण्यासाठी चिठ्ठीही लिहून दिली नाही. त्यानं 'म'ला फक्त कोंबडीचा रस्सा खायचा सल्ला दिला.

घरी परत येत

असताना मी 'म'ला म्हटलं की, इंजेक्शन देण्यापूर्वी त्या डॉक्टरांनी सुया निर्जंतुक करून घ्यायला हव्या होत्या. तसं न करणं खूपच धोकादायक आहे. 'म'च्या मते त्यानं दोन निरनिराळ्या सुया वापरल्यानं काळजी करण्याचं काही कारण नव्हतं. शिवाय दोन वेगळ्या बाजूंवर इंजेक्शन दिल्यानं संसर्गदोष (इन्फेक्शन) होण्याची शक्यता नाही, असंही त्याचं म्हणणं होतं. 'म'ला समजावण्यात अर्थ नाही हे लक्षात येऊन मी गप्प बसलो. त्यानंतर घरी येऊन मी जेवत असताना लहूकाकाचा मुलगा धावत आला आणि 'म'ला सारखं फेफरं येतंय आणि तो कोणालाच ओळखत नसल्याचं, त्यानं मला सांगितलं. मी जेवण अर्धवट सोडून तसाच 'म'च्या घरी गेलो. 'म'ची अवस्था फारच विचित्र दिसत होती. अर्धवट डोळे मिटलेल्या स्थितीत तो बिछान्यावर पडला होता. त्याला ताबडतोब इस्पितळात न्यायला हवं असं मी म्हणालो. त्यावर त्याच्या कुटुंबीयांनी दिलेलं उत्तर ऐकून मी चक्रावूनच गेलो. ते म्हणाले की, आपण थोडा वेळ थांबू या. शेजारच्या गावातून एकजण देवाचा प्रसाद घेऊन येतोय. तो खाल्ला की, त्याला लगेच बरं वाटेल. माझा संयम सुटला. मी त्यांना म्हटलं की, तुम्ही त्या माणसासाठी थांबा, मी 'म'ला घेऊन इस्पितळात जातोय.

माझ्या चढलेल्या आवाजाचा अर्थ सर्वांच्या लक्षात आला आणि 'म'च्या पत्नीसह आणखी काहीजण गाडीत बसून आम्ही दवाखान्याच्या दिशेनं निघालो. मागच्या सीटवर 'म' विव्हळत होता. सकाळचा डॉक्टर निघून गेला होता; पण मी त्याच्या साहाय्यकाला गाठलं आणि सकाळी डॉक्टरांनी कोणती इंजेक्शन दिली होती असं त्याला विचारलं. डॉक्टर कोणत्याही रुग्णाला नेहमी न्यूरोबियन व व्हिटॅमिनची इंजेक्शनं द्यायचा, हे त्याच्या बोलण्यावरून लक्षात आलं.

जवळपास आणखी कोणताही डॉक्टर उपलब्ध नसल्यामुळे 'म'ला इस्पितळात घेऊन जाणे हा आमच्यासाठी पुढचा पर्याय होता. काही किलोमीटर्सवर असलेल्या कासा इस्पितळात जाऊ या असं मी सुचवलं; पण 'म'ची पत्नी आणि तिच्या भावाचा मात्र याला ठाम विरोध होता. त्यांच्या मते कासा इस्पितळात डॉक्टरच उपलब्ध नसतात, तिथे वॉर्ड बॉइज आणि नर्सेस इस्पितळ चालवतात; त्यामुळे ३० किलोमीटर्सवर असलेल्या डहाणू येथील इस्पितळात जाण्यावाचून दुसरा इलाज नव्हता. डहाणूला जाऊन आम्ही त्याला एका खासगी रुग्णालयात दाखल केलं. तिथे मी ज्या डॉक्टरांना भेटलो, ते पूर्वी मुंबईत प्रॅक्टिस करत; पण नंतर डहाणूमध्ये स्वतःचं इस्पितळ उभारण्याचा त्यांनी निर्णय घेतला. त्यांनी 'म'ला सलाइन लावलं आणि काही रक्ताच्या चाचण्या करवून घेतल्या. त्यांनी दुसऱ्या दिवशी 'म'ला टायफाईड व न्यूमोनिया झाल्याचं निदान केलं. काविळीचं कोणतंही लक्षण त्यांना आढळलं नाही. 'म'ला बऱ्याच वेळा फेफरं आल्यामुळे काही दिवसांनी

त्याचा सिटी स्कॅन करून घेण्यासही त्यांनी सांगितलं. गावापासून ५० किलोमीटर्सवर असलेल्या वापी येथे सर्वांत जवळचं स्कॅनिंग सेंटर होतं. मुंबई हा आणखी एक पर्याय होता.

काही दिवसांनी 'म'ची पत्नी आणि तिचे भाऊ माझ्या घरी येऊन, मी 'म'ला गाडीने डहाणूपर्यंत घेऊन गेल्याबद्दल मला पेट्रोलचे पैसे देऊ लागले. मी पैसे घेण्यास नकार देताच, ते चकित झाले. शहरातील लोक कोणतंही काम पैसे घेतल्याशिवाय करत नाहीत, असा त्यांचा समज होता. खेडेगावातील लोकांच्या मनात आपण अशी प्रतिमा निर्माण केलीय, हे ऐकल्यावर मी मनातून खजील झालो.

बऱ्याच दिवसांनी मला समजलं की, पहिल्या दिवशी 'म'ला घेऊन मी ज्या डॉक्टरांकडे गेलो होतो, तो बनावट पदवी धारण केलेला तोतया डॉक्टर होता. अनेक वर्षांपूर्वी त्याच्या हातून एक रुग्ण दगावल्यामुळे त्याचा परवाना रद्द करण्यात आला होता. तरीही चारोटीजवळ झोपडं बांधून त्यानं आपली प्रॅक्टिस सुरूच ठेवली होती. कासा येथील इस्पितळ काही वर्षांपूर्वीच उत्तम सोयी व पायाभूत सुविधांसह बांधलं होतं; पण तिथे काम करायला कोणीही डॉक्टर तयार नव्हता. खरंतर ते इस्पितळ मुंबईपासून फक्त १०० किलोमीटर अंतरावर होतं. शिवाय तिथे डॉक्टर्स यायला तयार झाले तरी रुग्णांना देण्यासाठी औषधंही नसायची. आमच्या गावाच्या आसपास आरोग्यसेवेची अशी दयनीय अवस्था होती.

'दोन इंजेक्शन' देणाऱ्या त्या डॉक्टरांखेरीज कासा गावात आणखीही काही 'बीएएमएस' पदवीधारक वैद्य होते. आयुर्वेदिक वैद्य असूनही ते रुग्णांना निर्लज्जपणे ॲलोपॅथीची औषधं देत आणि इंजेक्शनंही टोचत. त्यांच्यापैकी एकानं पाच खाटा असलेलं एक छोटं इस्पितळ सुरू केलं होतं आणि दाखल होणाऱ्या प्रत्येक रुग्णाला तो सलाइन लावत असे.

गावातील लोक छोट्या-मोठ्या आजारासाठीही डॉक्टरांकडे धाव घ्यायचे, हे पाहून मला आश्चर्य वाटायचं. मला आठवतं, लहानपणी जेव्हा आम्ही आजारी पडायचो, तेव्हा आमची आई प्रथम घरगुती उपचार करायची आणि त्याने फरक पडला नाही तरच ती आम्हाला डॉक्टरांकडे घेऊन जायची. गावातील लोकांना त्या घरगुती औषधांचा एकतर विसर तरी पडला असावा किंवा त्यावरचा त्यांचा विश्वास उडाला असावा. २०१५ मध्ये एका रात्री 'ब'ची आई धावत आमच्या शेतात आली व आपला मुलगा खूप आजारी असून त्याला ताबडतोब इस्पितळात न्यायला हवं, अशी मला विनवणी करू लागली. त्यांनाही सरकारी रुग्णालयात न जाता डहाणूच्या खासगी इस्पितळात आपल्या मुलाला दाखल करायचं होतं. डॉक्टरांनी 'ब'ला तपासल्यावर मी त्यांच्याशी बोललो. ते म्हणाले की, त्याला

खूप ॲसिडिटी झालीय, बाकी कोणताच त्रास नाही. मी 'ब'ला त्याबद्दल विचारलं असता तो म्हणाला की, दिवसभर त्यानं काही खाल्लं नव्हतं. मात्र, दुपारी मित्रांबरोबर तो एक-दोन बिअर प्यायला होता. डॉक्टरांनी त्याला दिवसभर इस्पितळात ठेवून घेतलं. घरी सोडताना त्याला जेलूसील दिलं व कोणतंही पेय घेण्याआधी भरपूर खायचा सल्ला देत ३००० रुपये फी आकारली. मला तर तो पैशांचा अपव्यय वाटला, कारण तो आजार घरगुती उपायांनी सहज बरा होऊ शकला असता; पण औषधांच्या बाबतीत गावकऱ्यांना कोणताही सल्ला न देण्याचा नियम मी स्वतःसाठी आखून घेतला होता आणि त्यांनी आपल्या आजारांसाठी कोणते उपचार करून घ्यायचे हे मी त्यांच्यावर सोपवलं होतं.

मोरूदादाचा मृत्यू

गावातील केविलवाण्या आरोग्यसेवेचा बळी ठरलेल्यांमध्ये मोरूदादासारखी बडी व्यक्तीदेखील होती. सुरुवातीला ट्रॅक्टरवरून झालेल्या तंट्यानंतर मी मोरूदादाला आमच्या शेतीच्या दैनंदिन कामापासून दूरचं ठेवलं होतं; पण त्यानंतर मात्र आम्ही एकमेकांचे चांगले मित्र झालो. आम्ही ट्रॅक्टरचा विषय पुन्हा काढला नाही. जणू काही आमचं ट्रॅक्टरवरून कधी भांडण झालंच नव्हतं. एक दिवसाआड आमची कुठेतरी गाठ पडायची व तोही आस्थेनं विचारपूस करायचा. मला गावात येऊन काही वर्षं झाल्यावर आता मी पुन्हा शहरात पळून न जाता कायमचा इथेच स्थायिक होणार आहे याची इतरांप्रमाणेच त्यालाही खात्री पटली.

२०१० पासून गावचा सरपंच असल्यामुळे त्याला सरकारनं जाहीर केलेल्या प्रत्येक योजनेची माहिती असायची आणि त्याच्या फायद्या-तोट्यांबद्दल तो नेहमी माझ्याशी चर्चा करायचा. वन विभागातर्फे किंवा कृषी खात्यातर्फे त्याला मिळणाऱ्या रोपांपैकी काही रोपं तो प्रेमानं मला द्यायचा आणि ती कशी आणि कुठे लावावीत याबद्दल मार्गदर्शनही करायचा.

काही वर्षांपूर्वी साधारण २०११ च्या सुमारास त्यानं मला एकदा फोन केला व सवड होईल, तेव्हा आपल्याला भेटायला ये, असं तो म्हणाला. त्याचा आवाज मला ठीक वाटला नाही, म्हणून मी त्या दिवशी संध्याकाळीच त्याला भेटायला गेलो. तो खूप आजारी व थकल्यासारखा दिसत होता. आम्ही त्याच्या पडवीतील एका बाकावर बसलो. सुरुवातीचं जुजबी बोलणं झाल्यावर अचानक त्यानं मला विचारलं, "तुला मधुमेहाबद्दल काही माहिती आहे का?" कोणाला मधुमेह झालाय, असं मी विचारताच स्वतःकडे बोट दाखवत तो म्हणाला की, याबद्दल डॉक्टरांनी जे काही सांगितलं, त्यातलं काहीही आपल्याला कळलं नाही.

मी त्याला मधुमेहाविषयी पूर्ण माहिती सांगितली. मी म्हटलं की, हा रोग कधीच पूर्ण बरा होत नाही; त्यामुळे त्याला आता आयुष्यभर काळजी घ्यावी लागेल. मी त्याला म्हटलं, “मोरूदादा, तुला रोज भरपूर चाललं पाहिजे.” तो म्हणाला, “मी चालायला कुठे जाऊ? आता तर मी घराच्या बाहेरही पडत नाही.”

व्यायामाची गरज समजावून सांगत, मी त्याला म्हटलं की, मधुमेह नियंत्रित राखण्यासाठी रोज काही वेळ चालणं हा सर्वोत्तम उपाय आहे. माझं बोलणं त्याला पटलं असावं. त्यानं मला दुसऱ्या दिवसापासून चालायचा व्यायाम करायचं वचन दिलं.

काही दिवसांनी मला मोरूदादा भेटला; पण तो चालण्याऐवजी मोटरसायकलवर होता. मी म्हणालो, “अरे, मी तुला सगळीकडे पायी हिंडायला सांगितलं आणि तू मात्र अजून मोटरसायकलवरून फिरतोस?” तो हसत मला म्हणाला, “चल आपण घरी जाऊ. काय घडलं ते मी तुला सांगतो.”

मला वचन दिल्याप्रमाणे तो दुसऱ्या दिवशी लवकर उठून चालायला बाहेर पडला होता. पहिली काही मिनिटं मजेत गेली; पण इतक्यात गावातील एकजण भेटला आणि ‘मोरूदादा एवढ्या सकाळी कुठे निघालात?’ असं त्यानं विचारलं. मोरूदादा एवढ्या पहाटे चालायला बाहेर पडलाय, हे दृश्यच बहुतेक गावकऱ्यांसाठी अनोळखी असायचं. तो मला म्हणाला, “अरे, दर पाच मिनिटाला मला कोणीतरी ओळखीचा माणूस भेटून थांबवायचा. मग मला सांग. मी तुझ्या म्हणण्याप्रमाणे तासभर कसा चालू?”

मोरूदादाला चालण्याचा व्यायाम करणं खूपच अवघड आहे हे माझ्या लक्षात आलं. तो गावचा सरपंच आणि राजकीय पुढारी होता. गावातील प्रत्येकजण त्याला ओळखायचा. शिवाय चालण्याचा व्यायाम करणं ही कल्पनाच गावकऱ्यांना अनोखी होती. एखाद्या कामाला जाण्यासाठी किंवा कोणाला भेटायचं असेल तरच माणसानं चालत जायला हवं. काही कारण नसताना उगाचंच का चालायचं? असा त्यांचा समज होता. यावर एकच उपाय मला दिसत होता. मी मोरूदादाला म्हटलं की, लोकांना टाळण्यासाठी तू खूप लवकर उठून चालायला सुरुवात कर.

त्यानंतर काही दिवसांनी मी कोंडूरामच्या टपरीवर चहा पीत असताना, माझ्याशेजारी बसलेल्या वृद्ध माणसांपैकी एकजण मला म्हणाला, “तुम्हाला ठाऊक आहे का? अहो, मोरूदादाला वेड लागलंय.” ते ऐकून मला धक्काच बसला. मी त्यांना विचारलं की, तुम्हाला कसं कळलं? तो म्हणाला की, मोरूदादा भल्या पहाटे उठून घराबाहेर पडतो. काही कारण नसताना एकटाच रानोमाळ हिंडत राहतो आणि बऱ्याच वेळानं मग घरी परत येतो. डोकं फिरलंय त्याचं. मी त्यांना म्हटलं की, कदाचित तो डॉक्टरांच्या सल्ल्यानुसार चालायला जात असेल; त्यावर तो

म्हातारा म्हणाला, "आता आपल्याकडे इतकी उत्तम औषधं आली आहेत. ती द्यायची सोडून कोणता डॉक्टर चालण्याचा सल्ला देईल?"

घरी परतण्याआधी मोरूदादाच्या तब्येतीची चौकशी करायला मी त्याच्या घरी गेलो. मला पाहताच तो म्हणाला, "अरे, तू एका वेड्याला कसा काय भेटायला आलास?" आम्ही दोघंही त्यावर खूप वेळ हसत राहिलो. निघताना मी त्याला म्हटलं की, लोकांकडे दुर्लक्ष कर; पण चालायला जाणं मात्र थांबवू नको. मला ठाऊक होतं की, मोरूदादा आता काही चालायला बाहेर पडणार नाही व अखेर स्वतःवरच संकट ओढवून घेणार. तसंच झालं. महिनाभरातच त्याच्या रक्तातील साखरेची पातळी खूपच वाढली आणि त्याला रुग्णालयात दाखल करावं लागलं. मग डॉक्टरांनी त्याला दर दोन तासांनी फक्त भाजी-भाकरी खाण्यास सांगितलं. मोरूदादाच्या पत्नीनं त्याचं पथ्य सांभाळण्यासाठी सर्वतोपरी प्रयत्न केले. दोन महिन्यांत त्याची तब्येत सुधारली; पण त्याच्यासमोर एक नवीनच संकट उभं राहिलं.

या खेपेस त्याच्या बायकोची तब्येत खूपच ढासळली. ती बरेच दिवस डोकेदुखीची तक्रार करत होती आणि अखेर तिला मेंदूचा कर्करोग झाल्याचं निदान करण्यात आलं. मोरूदादा व त्याचा मुलगा उपचारासाठी तिला मुंबईत घेऊन गेले. मीना त्या दोघांना मुंबईत भेटली आणि तिच्या ओळखीच्या एका कर्करोगतज्ज्ञांचा तिनं सल्लाही घेतला. दुर्दैवानं कर्करोगानं धोक्याची पातळी गाठली होती. जगण्याची फारशी आशा नसल्यामुळे मृत्यूपर्यंतचा तिचा काळ आनंदात जावा यासाठी डॉक्टरांनी तिला गावी घेऊन जाण्यास सांगितलं.

डॉक्टरांच्या बोलण्यावर मोरूदादाचा विश्वास बसेना. तो पार कोलमडून गेला. बायको पूर्णपणे बरी होईल या आशेनं तो तिला मुंबईला घेऊन आला होता आणि आता ती जगण्याची शक्यताच नसल्याने तो निराश होऊन, तिला घेऊन परत गावाला निघाला होता. गावी परतल्यावर बायकोला रोगमुक्त करण्याचा शेवटचा प्रयत्न म्हणून त्यानं गावच्या शंकर या मांत्रिक वैद्याला बोलावलं. शंकरनं खूप मंत्रतंत्र केले व सांगितले की, मोरूदादाच्या घराबाहेर असलेल्या दोन चिंचेच्या झाडांवर भुतं बसली आहेत आणि भुतांना पळवून लावण्यासाठी ती दोन्ही झाडं तोडावी लागतील.

मोरूदादानं लगेच ती दोन्ही झाडं तोडून टाकली. बायकोचा जीव वाचवण्यासाठी तो काहीही करायला तयार होता. शेकडो वर्षं जुनी असलेली ती दोन झाडं कापून टाकल्यामुळे मोरूदादाच्या घरात जास्त उजेड येऊ लागला; पण पत्नीच्या तब्येतीस मात्र काहीच उतार पडला नाही. महिनाभरात आपलं कुटुंब व सख्यासोबत्यांच्या समोरच तिनं प्राण सोडला. तिच्या मृत्यूनं मोरूदादा पारच खचून गेला. दिवसभर तो सगळ्यांसमोर ढसढसा रडायचा. त्या धक्क्यातून तो सावरू शकेल, असं

कोणालाच वाटत नव्हतं. धट्टाकट्टा व दणकट प्रकृतीचा मोरूदादा आता अगदी हडकुळा, निस्तेज दिसू लागला. त्याला ओळखणंही अवघड झालं. एका जमान्यात मोरूदादा म्हणजे बडं राजकीय प्रस्थ होतं. निवडणुकीसाठी मत मिळवणं, लोकांना गोळा करणं, सभा भरवणं या सर्व गोष्टी तो सहजपणे करू शकायचा. पैशासाठी काहीही करणं त्याला अशक्य नव्हतं.

पश्चात्तापदग्ध अवस्थेत पडवीत बसलेला असताना, आपला सारा भूतकाळ त्याच्या डोळ्यांसमोर उभा राही. गावातील लोकांनी त्याला कधी पायी चालताना पाहिलं नव्हतं. सत्ता व संपत्तीचं प्रतीक असलेल्या मोटरसायकलवर बसून तो टेचात गावभर फिरत असे. काही वर्षांपूर्वी त्यानं एका उमेदवाराला आमदार म्हणून निवडून आणण्यासाठी खूप मदत केली होती. त्याबद्दल त्या आमदारानं त्याला मारुती ८०० गाडी भेट दिली. गाडी चालवण्याचा मोरूदादानं प्रयत्न केला; पण त्या खोक्यामध्ये बसून राहण्यात, त्याचं मन रमेना. मोटरसायकल म्हणजे त्याचा रथ होता. तो घरात असायचा तेवढा वेळ सोडून तो कायम आपल्या या रथावर आरूढ झालेला असायचा; पण पत्नीच्या वियोगाचा धक्का मात्र तो सहन करू शकला नाही. शरीरातील साखरेचं प्रमाण खूप वाढलं आणि काही काळ त्याला इस्पितळात ठेवावं लागलं.

रुग्णालयातून तो घरी परतला, तेव्हा त्याची अवस्था दयनीय झाली होती. मला म्हणायचा, ''मी इतका चांगला भात पिकवतो; पण हे लोक माझ्या पानात सुक्या चपात्या वाढतात. असलं जगण्यापेक्षा मरण पत्करलं.'' चालणं थांबवून तो पुन्हा मोटरसायकल चालवू लागला. एकदा पालघरहून परत येताना त्याच्या पायातील स्लिपर्स खाली पडल्या; पण ती गोष्ट त्याच्या लक्षातच आली नाही. सायलेन्सरवर पाय ठेवून तो बाइक चालवत घरी आला. घरी येईपर्यंत त्याच्या पायाची बोटं भाजून निघाली होती. मधुमेहामुळे ती आधीच बधिर झाली असल्याने ती भाजली आहेत हे त्याला जाणवलंच नाही. जखम भरून निघेना. अखेर शरीरात गँगरीन पसरू नये म्हणून डॉक्टरांना त्याच्या पायाची बोटं कापावी लागली.

मोरूदादाला तीन मुलगे होते. आपली मुलं आयुष्यात चांगल्या प्रकारे स्थिरस्थावर व्हावीत म्हणून त्याने खूप प्रयत्न केले. सुनील सर्वांत मोठा. त्याला शेतीची आवड होती. मोरूदादानं त्याला आपल्या शेतजमिनीवरच एक घर बांधून दिलं आणि नांगरासह शेतीची सारी अवजारं त्याला विकत घेऊन दिली. मधला मुलगा - निलेश याला कंपनीत काम करण्याची इच्छा होती. मोरूदादाची सर्व क्षेत्रांत ओळख होती. त्याचा फायदा घेऊन त्याने निलेशला एका चांगल्या ठिकाणी कामाला लावलं. धाकटा सचिन ड्रायव्हर आहे. सरकारी योजनेमधून मोरूदादानं त्याला ट्रक विकत घेऊन दिलाच; पण सार्वजनिक वितरण व्यवस्थेमधून सरकारतर्फे

दिलं जाणारं रेशनधान्य ट्रकमधून पोहोचवण्यासाठी त्याला कंत्राटही मिळवून दिलं. सचिन त्यानंतर गाव सोडून बोइसरमध्ये स्थायिक झाला.

आता मोरूदादा बिछान्यावर खिळल्यानंतर मात्र त्याच्यासाठी कराव्या लागणाऱ्या औषधपाण्याच्या खर्चाबद्दल तीनही मुलं कुरकुरत असतात, असं माझ्या कानावर आलं.

मोरूदादा रुग्णालयातून परतल्यावर एक दिवस मला निलेशचा फोन आला. तो म्हणाला, ''बाबा जेवत नाहीत आणि कुणाचं ऐकतही नाहीत. तुम्ही जरा घरी येऊन त्यांना समजवाल का?'' बबनला घेऊन मी मोरूदादाला भेटायला गेलो. त्यानं खाणं पूर्णपणे थांबवलं होतं आणि दिवस-रात्र तो बिछान्यावर झोपून राहायचा. उठून बसण्याचंही त्राण त्याच्यात राहिलं नव्हतं आणि बोलता बोलता मध्येच त्याला गुंगी यायची. त्याची अवस्था फारच वाईट झाली होती; पण आम्ही त्याला मदतही करू शकत नव्हतो.

मी त्याला विचारलं की, तू जेवण आणि औषधं का घेत नाहीस? तो क्षीण हसला अन् म्हणाला, ''मला आता कोणावरही माझा भार टाकायचा नाही. शिवाय मला आता औषधांचा काहीच गुण येत नाही.'' त्याच्या बोलण्याचा अर्थ स्पष्ट होता, मुलांची चाललेली कुरबुर मोरूदादानेही ऐकली होती.

मी त्याची औषधं विकत आणायची तयारी दर्शवली. त्यावर तो म्हणाला, ''म्हणजे पुढच्या जन्मातही मला ऋणात ठेवायची तुझी इच्छा आहे का?'' मग त्यानं मला झाडावरून नुकताच उतरवलेला कच्चा फणस दिला व म्हणाला, ''तुम्ही मद्रासी लोक, कच्च्या फणसाची फक्कड भाजी करता. हा फणस मीनाला नेऊन दे.'' आम्ही त्या फणसाची भाजी बनवली व त्यातली वाटीभर भाजी घेऊन मोरूदादाकडे गेलो. बिछान्यात बसूनच त्यानं थोडी भाजी खाल्ली. मला म्हणाला, ''आता मी मद्रासी पद्धतीचंही जेवलो. आयुष्यात हवं होतं ते सारं काही मिळालं.'' मी हसत त्याला म्हणालो, ''अरे, अजून शेकडो मद्रासी पदार्थ तू चाखलेले नाहीस. मी ते सगळे पदार्थ घेऊन येईपर्यंत तू जगायला हवंस.''

त्यानंतर आठवड्यानं मला सकाळीच बबनचा फोन आला. मोरूदादानं आत्महत्या केली होती. आम्ही धावत त्याच्या घरी पोहोचलो. घराबाहेर शेकडो माणसं जमली होती. आतमध्ये स्त्रिया शोक करत होत्या. आम्ही मोरूदादाचं अंत्यदर्शन घेतलं. राजेन सिंगसुद्धा आला होता. आदिवासी जमातीच्या कल्याणासाठी त्याने मोरूदादाबरोबर काम केलं होतं. राजेन व त्याची पत्नी अर्चनाचे मोरूदादा व त्याच्या कुटुंबाशी अगदी निकटचे संबंध होते.

मोरूदादाच्या अंत्यविधीसाठी आम्ही जड अंतःकरणाने नदीच्या दिशेने जात असताना मला पोलिसांची अनुपस्थिती प्रकर्षानं जाणवली. आम्ही एकाला विचारलं

की, आत्महत्येची केस असतानाही पोलिसांना का बोलावलं नाही? तेव्हा आम्हाला सांगण्यात आलं की, पोलिसांना बोलावणं ही मोठी डोकेदुखी ठरते. शिवाय पोलीस शवविच्छेदनाचा आग्रह धरतात; त्यामुळे अंत्ययात्रेला खूप उशीर होतो. म्हणून पोलिसांना न कळवणंच सर्व दृष्टीनं चांगलं असतं. नाहीतरी मोरूदादा आजारी आहे आणि मरणाच्या घटका मोजतोय हे तर साऱ्या गावाला ठाऊक होतं, मग यामध्ये पोलिसांना ओढण्यात काहीच अर्थ नव्हता.

मोरूदादाच्या मृत्यूच्या धक्क्यातून बाहेर पडायला बराच काळ गेला. मधुमेह असलेले व तो रोग नियंत्रणात ठेवलेले खूप लोक आहेत. माझी आई गेली तीस वर्षं रोज इन्सुलिनचं इंजेक्शन घेते व स्वतःच्या मधुमेहाची उत्तम काळजी घेते.

मोरूदादा गेल्यानंतर काही महिन्यांनी सुनील मला भेटला व त्यानं त्यांच्या झाडाचा एक पिकलेला फणस मला भेट दिला. तो म्हणाला, ''तुम्हाला फणस द्यायची, बाबांची इच्छा होती. कृपा करून नाही म्हणू नका.'' मी त्या फणसाचे गरे जपून ठेवले आणि आमच्या घराच्या मागच्या बाजूला पावसाळ्यात ते जमिनीत पुरले. आज त्या फणसाचं झाड जवळजवळ १० फूट उंच वाढलंय. त्या झाडाकडे पाहिलं की, आम्हाला उत्तम नेता, मायाळू पिता, प्रेमळ पती व जिवाभावाचा सखा असलेल्या मोरूदादाची आठवण येते.

साप, वटवाघळं आणि इतर प्राणी

फूत्कारणारा कोब्रा

आमचं घर गावाच्या अगदी शेवटच्या टोकाला आहे. एका बाजूला नदी वाहते, तर भोवताली शेत आणि जंगलांनी घराला वेढा घातलाय. आपण एका अद्‌भुतरम्य ठिकाणी राहतोय असंच आम्हाला वाटतं; पण या रम्य वातावरणात काही वेळा मात्र आम्हाला अनपेक्षितपणे अवतरणाऱ्या पाहुण्यांचा सामना करावा लागतो.

चहुबाजूला असणाऱ्या भाताच्या शेतांमध्ये वेगवेगळ्या जातींचे सर्प आढळतात. फिकट पिवळ्या रंगाचे पट्टे असलेला दिवड, उंदीर खाणारा धामण, मण्यार, खतरनाक घोणस आणि फणा काढून बसलेल्या नागांनाही मी प्रत्यक्ष पाहिलंय. नदीत अनेक पाणसाप पोहताना दिसतात. इथली संध्याकाळ रंगबिरंगी फुलपाखरं, पतंग व किडे-कीटकांच्या नानाविध रंगात न्हाऊन निघते. भिंतीवर ज्या ज्या ठिकाणी प्रकाशाचे कवडसे पडलेले असतात, तिथे इंचाइंचांवर तऱ्हतऱ्हेच्या जातीचे पतंग दाटीवाटीनं एकमेकांना चिकटून बसलेले दिसतात. त्यांच्या पंखांवरचं नक्षीकाम अत्यंत वैचित्र्यपूर्ण परंतु तितकंच मनोवेधक असतं. त्यातील मोठ्या आकाराच्या पतंगांचं छायाचित्र काढण्याचा मोह मी अनेकदा आवरू शकत नाही. व्यायामासाठी

सकाळी चालत असताना, मला मुंगूस आणि ससेही दिसलेत. दर काही दिवसांनी आमच्या घरी एखादा विंचू पाहुण्यासारखा वस्तीला येतो. त्याला हळुवारपणे घराबाहेर काढावं लागतं.

पावसाळ्यात एकदा मला पिवळ्या पट्ट्यांचा दिवड बेडूक खाताना दिसला. मी त्या संपूर्ण दृश्याचं चित्रीकरण केलं. आजही तो व्हिडिओ पाहताना खूप मजा येते. घरातील भिंतीवर छोट्या पाली सरपटत फिरत असतात. समोर अनेक भक्ष्य दिसत असल्यामुळे त्या सदैव आपल्या कामात गर्क असतात. इथल्या पाली अनेक रंग व आकारांच्या असतात. शहरात आढळणाऱ्या पालींपेक्षा त्या खूपच वेगळ्या व दिसायला अतिशय सुंदर असतात. संध्याकाळच्या वेळी बेसावध कीटकांना धूर्तपणे पकडणाऱ्या पालींना पाहण्यात मला मोठी मौज येते. एकदा तर एका पालीनं दुसरीची मालकी असलेल्या भागात घुसखोरी केल्याने, दोघींमध्ये अटीतटीचं द्वंद्व सुरू असल्याचं मला पाहायला मिळालं. अखेर एकीला खरचटलेल्या रक्तबंबाळ अवस्थेत माघार घ्यावी लागली. आमच्या पंपाच्या खोलीत बरीच वर्षं एका घोरपडीनं मुक्काम ठोकला होता. ती भिंतीवर मुटकुळं करून बसल्यामुळे हा कोणता प्राणी आहे हे माझ्या लक्षात येत नव्हतं, कारण त्यापूर्वी मी कधी घोरपड पाहिलीच नव्हती.

या सरपटणाऱ्या प्राणी व कीटकांनी आम्हाला कधीच कुठल्याही प्रकारे त्रास दिला नाही, उलट त्यांचा सहवास आम्हाला आवडत असे. आमच्या स्वयंपाकघरातील फडताळात एक झाडावर चढणारा हिरवा बेडूक बरेच महिने ठाण मांडून होता. खूप महिन्यांच्या सहवासामुळे आम्हालाही त्याचा लळा लागला. आम्ही प्रेमानं त्याला 'बुझो' म्हणू लागलो. आमच्या कॉफीच्या पेल्यामधून अचानक उडी मारून तो बाहेर यायचा आणि आम्ही चांगलेच दचकायचो. आता आमच्याकडे नळाखालच्या भांड्याखाली (सिंक) छोटे बेडूक लपून बसलेले असतात. रात्र झाली की, ते अन्नाच्या शोधार्थ घरभर उड्या मारत राहतात. काही बेडूक पडवीत ठेवलेल्या स्टॅन्डवरच्या स्लिपर्स किंवा बुटांखाली दडलेले असतात. पेप्परसाठी तिथे बनवलेल्या बेसिनच्या पाण्यात ते मनसोक्त डुंबत राहतात. अखेर आम्हाला त्यांनाही घराबाहेर हाकलावं लागतं. प्रत्येक मोसमात आम्ही या बेडकांची आणि झाडांभोवती मोठी जाळी विणणाऱ्या लाकूड मकळ्यांची (मोठ्या आकाराचे कोळी) आतुरतेनं वाट पाहत असतो; पण अचानक भेटीला येणाऱ्या काही पाहुण्याचं स्वागत करण्याची मात्र आमची मुळीच तयारी नसते.

१५ ऑगस्ट २००५ चा तो स्वातंत्र्यदिन होता. मीना काही दिवस रजा घेऊन माझ्याबरोबर मुंबईहून गावाला आली होती. दुपारच्या सुमारास आम्ही घरी पोहोचलो व आल्या आल्या मी नेहमीप्रमाणे घरातील कानाकोपरा तपासायला

सुरुवात केली. पलंग व टेबलाच्या खाली आणि पाण्याच्या पिंपाच्या मागे मी वाकून नीट निरखून घेतलं. स्वयंपाकघरात प्रवेश केल्यावर मात्र का कुणास ठाऊक; पण एका विचित्र जाणिवेनं मी अस्वस्थ झालो. तिथे ठेवलेल्या फडताळात होणारी सूक्ष्म हालचाल मी डोळ्यांच्या कोपऱ्यातून टिपली.

फडताळात कोणीतरी आहे आणि त्या बाजूला तू जाऊ नकोस असं लगेच मी मीनाला म्हटलं. दुर्दैवानं त्याच वेळी नेमकी वीज नसल्यामुळे मी विजेरी पेटवली. अंगावर प्रकाश पडताच आमच्या पाहुण्यानं गर्रकन मान वळवली व फूत्कार सोडायला सुरुवात केली. त्याचं डोकं, मान आणि अंगावरच्या ठिपक्यांनीच जणू तो एक चमचमता देखणा नागराज असल्याचं घोषित करून टाकलं. अचानक झालेल्या त्या नागदर्शनानं आम्ही इतके भयचकित झालो होतो की, काय करावं हेच आम्हाला समजत नव्हतं. आ वासून एखाद्या पुतळ्यासारखे आम्ही जागच्या जागी खिळून उभे होतो. त्याच क्षणी छायाचित्र काढण्याचा विचार माझ्या मनात आला. सरपटत गाडीकडे जाऊन मी कॅमेरा घेऊन आलो. प्रत्येक वेळी अंगावर कॅमेऱ्याचा प्रकाशझोत पडताच, तो आमच्या दिशेनं वळून जोरात फूत्कार सोडायचा.

टेलिव्हिजनवर आम्ही अनेकदा नाग पाहिले होते; पण हा धक्का मात्र विलक्षण होता. त्यातून सावरणं अवघड होतं. तो फूत्कार ऐकून आमची गात्रं गोठून जायची; शिवाय तो आमच्या दिशेनं झपकन फणा उभारत होता. सुदैवानं फडताळ उंचावर होतं. काही फोटो काढल्यावर माझ्या कॅमेऱ्यातील बॅटरीनं दगा दिला. मीना म्हणाली की, आपण गावात जाऊन, लोकांची मदत घेऊ या. शेजाऱ्यांची काही मदत होऊ शकणार नाही हे मला ठाऊक होतं, कारण ते सापांना खूपच घाबरत असत. एखाद्या ठिकाणी साप दिसताच, सर्व मंडळी तिथून मैलभर दूर पळत सुटल्याचं दृश्य मी दोन-तीनदा अनुभवलं होतं.

आमचा मेंदू बधिर झाला होता. कपभर चहा प्यायल्यावर त्याला चालना मिळेल असं आम्हाला वाटलं. मागच्या बाजूला नाग फूत्कारत असताना, चहा बनवण्याचा अनुभव अजब व अविस्मरणीय होता. ज्या कपाटात कप ठेवलेले होते ते तर सापापासून फारच जवळ होते. मी झट्कन कपाट घडून शिताफीनं दोन कप बाहेर काढले. नागराज आता अधिकच चिडून, फूत्कार सोडत होते. पाहुण्याच्या रोखलेल्या नजरेला वचकून आम्ही कसाबसा चहा बनवला आणि पुढची कृती काय करावी या विचारातच चहाचे घोट घेत स्वयंपाकघराच्या एका कोपऱ्यात गुपचूप उभे राहिलो.

मीनाला अचानक कल्पना सुचली. आपण फडताळाखाली एक बादली ठेवू आणि नागाला बदलीत ढकलू, असं ती मला म्हणाली. नंतर ती बादली उचलून घराबाहेर घेऊन जाणं अगदीच सोपं होतं. खरंतर कल्पना मुळातच मूर्खासारखी

होती. आम्ही आधी स्वयंपाकघराच्या फरशीवर पडलेली भांडी व इतर वस्तू गोळा केल्या. पाहुण्याला त्यामागे लपायची संधी मिळू नये यासाठी ही दक्षता घेतली होती. नंतर आम्ही बादली आणून ती फडताळाखाली ढकलली.

मग मी एका लांबलचक लाकडी काठीनं नागाला ढोसलू लागलो. त्यासरशी तो अधिक हिंसकपणे फूत्कारत माझ्या दिशेनं झेपावण्याचा प्रयत्न करू लागला. मी हलकेच ती काठी त्याच्या डोक्यावर ठेवली मग अचानक तो शांत झाला आणि मान खाली घालून निपचित पडून राहिला. क्षणभर त्याला पकडावं असा विचार माझ्या मनात आला; पण मी स्वतःला आवरलं.

काठीनं पुन्हा एकदा हलकेच ढोसलल्यावर मी त्याला फडताळातून खाली पाडण्यात यशस्वी झालो; पण दुर्दैवानं तो नेमका बादलीबाहेर पडला. आता तो जमिनीवरून फणा काढत, फूत्कारत हळूहळू सरपटत होता. मी हातात लांब काठी धरून नागाला स्वयंपाकघराच्या दरवाजाबाहेर ढकलण्याचा प्रयत्न करत होतो, तर मीना तोंडानंच शुकशुक आवाज करत तो घरातून निघून जाईल या आशेनं बाहेरच उभी होती. नागाला सरपटण्यासाठी ती फरशी खूपच गुळगुळीत होती; त्यामुळे तो सारखा लटपटत, नेमका उलट्या दिशेनं सरकत होता. हे सारं घडत असताना तो अखंडपणे जोरजोरात फूत्कारत होता.

अखेर थोड्या प्रयत्नांनंतर मी त्याला दरवाजाबाहेर ढकलू शकलो; पण आमचा पाव्हणा घर सोडून जायला तयार नव्हता. तो पुनःपुन्हा स्वयंपाकघरात येण्याची धडपड करायचा. आता त्याला काठीवर घेऊन पडवीबाहेर दूर फेकण्याशिवाय दुसरा पर्याय नव्हता. अखेर जेव्हा त्याला मी शेतात फेकून दिला, तेव्हा लहानपणी खेळलेल्या विटी-दांडूची मला आठवण झाली. पाहुण्याला घराबाहेर काढायला आम्हाला पाऊण तास लागला होता.

नागाला गवतातून सरपटत दूर जाताना पाहिल्यावर आम्ही अक्षरशः सुटकेचा निःश्वास सोडला. आम्ही इतके थकून गेलो होतो की, त्यानंतर पंधरा मिनिटं एकमेकांशी एक शब्दही न बोलता आम्ही दोघंही पायऱ्यांवर नुसते बसून होतो. आपल्याला नागानं दंश केला असता तर? हाच विचार दोघांच्याही मनात घोळत होता. आम्ही काय करू शकलो असतो? सर्वांत जवळचं इस्पितळ १० किलोमीटर अंतरावर असलेल्या कासा गावात होतं. त्यांच्याकडे सापाचं विष उतरवण्याचं औषध असण्याची कितपत शक्यता होती हेही आम्हाला ठाऊक नव्हतं.

संध्याकाळी शांतपणे ओसरीत बसून काही तासांपूर्वीच्या त्या घटनेची आम्ही पुन्हा एकदा नीट उजळणी केली. आमच्या लक्षात आलं की, टेलिव्हिजनवर तासभर सापांवरचा कार्यक्रम बघणं आणि घरात त्याला प्रत्यक्ष सामोरं जाणं यात जमीन-अस्मानएवढा फरक आहे. नागाने घरात कसा शिरकाव केला असावा,

याचा शोध घेताना आम्हाला आंब्याच्या झाडाची एक फांदी घराला टेकलेली दिसली. आमच्या मते त्याच मार्गाने नाग घरात शिरला असावा. आम्ही ताबडतोब ती फांदी छाटून टाकली आणि घराच्या सर्व खिडक्यांना लोखंडी जाळ्या लावल्या.

त्याच वेळी आम्हाला आणखी एक गोष्ट प्रकर्षाने जाणवली की, आम्ही समजत होतो तसं नागाने आमच्या घरात मुळीच घुसखोरी केली नव्हती, खरे घुसखोर तर आम्हीच होतो. आम्ही त्याच्या जंगलात आगंतुकपणे येऊन घर बांधलं होतं. ही जागा आता आपली राहिलेली नाही, हे त्या बिचाऱ्या नागाला कसं कळणार? आम्ही नागाला आदरपूर्वक वागवलं व त्याला जराही इजा होणार नाही याची काळजी घेतली. म्हणूनच बहुधा त्यानेही आम्हाला दंश करण्याचा प्रयत्न केला नाही. गावकऱ्यांना जेव्हा ही घटना समजली, तेव्हा आमच्या घराबाहेरील जांभळाच्या झाडाखाली एक नारळ फोडण्याचा त्यांनी आम्हाला सल्ला दिला; पण नारळ फोडल्यामुळे साप घरात येणार नाही याची छातीठोकपणे कोणी खात्री दिली असती तर मी ती गोष्ट केली असती.

त्यानंतर दोन वर्षांनी मी असाच एकदा आठवडाभर मुंबईला राहून गावी परतलो आणि घरात शिरताच पुन्हा मला वेगळी, विचित्र जाणीव अस्वस्थ करू लागली. घरात नेहमीप्रमाणे सुरक्षित वाटत नव्हतं. मी दाराच्या मागे व टेबलाच्या खाली डोकावलो. कुठे काहीच आढळलं नाही. नेहमीप्रमाणे बेडरूमध्ये न जाता मी बाहेरच्या खोलीतच कपडे बदलून अंगात अर्धी विजार व टी-शर्ट चढवला. स्वयंपाकघरात जाऊन सगळीकडे नजर फिरवली; पण तिथेही काही दिसलं नाही. तरीही घरात कोणीतरी असल्याचा संशय मनातून जाईना.

घरात थोडा उजेड येण्यासाठी मी मागचा दरवाजा उघडला (महावितरणाच्या सौजन्याने वीज गेलेलीच होती.) आणि बेडरूममध्ये जाऊन कपाटामागे व पलंगाखाली वाकून पाहिलं. तिथेही कोणी नव्हतं. आता तपासणी थांबवून रोजच्या कामाला लागावं या विचाराने मी वळलो, तोच पलंगाखाली मला बारीक हालचाल जाणवली. तिथे काहीतरी होतं. मुंबईला जाण्यापूर्वी झोपाळ्याचे सर्व भाग सुट्टे करून मी ते पलंगाखाली ठेवले होते. मी पुन्हा वाकून पाहिलं, तेव्हा झोपाळ्याखाली एक शेपूट चमकलं आणि झट्कन नाहीसं झालं. मी बाहेर जाऊन वाकी (साप पकडण्याची काठी) घेऊन आलो. काठीने झोपाळा थोडासा हलवला. त्यासरशी चमकणारं एक छोटं, काळसर तोंड अचानक बाहेर डोकावलं. तो नक्कीच साप होता.

त्याला पाहताच मनात पहिला विचार आला की, हा चेहरा आपल्या परिचयाचा आहे. मला एकदम आंतरराष्ट्रीय जलतरणपटू मायकेल फेल्प्सची आठवण झाली. फेल्प्सला कान नसते तर तो अगदी असाच दिसला असता. मात्र, दुसऱ्याच क्षणी मनातील ऑलिम्पिकचे विचार काढून टाकत, मी समोर उभ्या ठाकलेल्या संकटावर

लक्ष केंद्रित केलं. काही वेळ आम्ही दोघंही एकमेकांकडे टक लावून पाहत होतो; पण सापाने मला संमोहित करण्याआधीच मी झोपाळ्यावर काठीने तडाखा हाणला.

त्या आवाजाने झोपाळ्याखालून बाहेर पडत, साप खोलीच्या दुसऱ्या टोकाला जाऊ लागला. सरपटणाऱ्या त्या सापाकडे पाहताना मी मनातून हादरलो होतो. संपूर्ण शेपूट बाहेर येईपर्यंत त्याचं तोंड बेडरूमच्या शेवटच्या टोकाला जाऊन भिडलं. त्याची लांबी आठ फूट तरी असावी. त्याला तोंड व मान नव्हती. शिवाय चमचमणारी त्वचा व निमुळतं शेपूट पाहून, तो उंदीरखाऊ 'धामण' किंवा 'आंधळा' असावा असं मी अनुमान केलं. सुदैवाने तो साप विषारी नव्हता.

लटपट्या (मी त्याचं चट्कन नामकरण केलं.) आता तो बेडरूमच्या दुसऱ्या टोकाला वेटोळं घालून बसला होता. माझी प्रत्येक हालचाल तो टिपत होता. त्याच्याकडे पाहून मी मनातल्या मनात म्हटलं, 'मित्रा, तुझा आजचा दिवस चांगला जावो; पण ही तुझी जागा नव्हे, तेव्हा मुकाट्याने इथून बाहेर पड.' आश्चर्य म्हणजे तो लगेच दरवाजाच्या दिशेने सरकू लागला. तो कपाटापर्यंत पोहोचला आणि जराही न घुटमळता दरवाजापर्यंत गेला. काही सेकंदांतच तो स्वयंपाकघरातील फ्रिजखाली जाऊन बसला. झाल्या प्रकारावर माझा विश्वासच बसेना. मी त्याला काठीने ढोसललंही नव्हतं. म्हणजे माझं बोलणं त्याला समजलं होतं का?

मी शांतपणे स्वयंपाकघरात गेलो. फ्रिजखालून तो माझ्याकडे निरखून पाहत होता. तो तिथे का थांबलाय, हे चट्कन माझ्या लक्षात आलं. पलीकडे जाण्यासाठी दाराखाली मोकळी जागाच नव्हती. मी दबकत दारापाशी गेलो आणि ते अर्धवट बंद केलं. फरशी उंचसखल असल्यामुळे सरपटत बाहेर जाण्यासाठी आता त्याला भरपूर जागा मिळाली. बाहेर पडत असताना त्याने माझ्याकडे बघून मान किंचित डोलवल्याचा मला भास झाला. मीही हळूच हात हलवत त्याला निरोप दिला आणि दार बंद करून, दाराखालच्या फटीत कापडाचा बोळा कोंबला.

त्या रात्री मी झोपू शकलो नाही. मनात येणाऱ्या विचारांनी मी अस्वस्थ झालो होतो. सापांशी आता आपण बोलायला शिकलो आहोत का, तो इतका आज्ञाधारकपणे बाहेर कसा पडला, दरवाजातून बाहेर जायचं, हे त्याला कसं कळलं, या प्रश्नांची उत्तर शोधणं अवघड होतं. तेवढ्यात धाड्कन काहीतरी खाली पडल्याचा जोरात आवाज झाला आणि माझी विचारांची तंद्री भंग पावली. 'आता आणखी कोण आलं?' असा विचार करत मी बिछान्यावरून उठलो.

आवाज कुठून आला याचा अंदाज घेण्यासाठी मी स्वयंपाकघरात जाऊन काळोखात तसाच उभा राहिलो. फडताळाजवळ ठेवलेल्या बादलीच्या दिशेने मी सरकू लागलो. तिथूनच आवाज आला होता. विजेरी पेटवून मी बादलीत पाहिलं.

एक छोटी चिचुंद्री बाहेर पडण्यासाठी उड्या मारत होती. माझ्या डोक्यात प्रकाश पडला! लटपट्या हेच भक्ष्य शोधत होता तर! चिचुंद्रीचा पाठलाग करतच तो घरात शिरला असणार, याची मला खात्री पटली. बादलीवर झाकण ठेवून मी पुन्हा झोपायला गेलो. दुसऱ्या दिवशी सकाळी ज्या मार्गाने लटपट्या निघून गेला होता, त्याच दिशेने त्या चिचुंद्रीला फेकून दिलं. रात्री हुकलेल्या मेजवानीवर आता लटपट्याने यथेच्छ ताव मारावा, ही त्यामागची माझी इच्छा होती.

एकदा मी दोन सर्पांचं मनोहारी संभोग नृत्य पाहिलं होतं. तो दिवस मी कधीही विसरू शकणार नाही. उंदरांचा फडशा पाडणारी ती धामण जातीची जोडी होती. आमच्या कुंपणाजवळून चालत जात असताना, मला अस्पष्ट सळसळ ऐकू आली. मी समोरच्या झाडाझुडपांत नजर रोखून तिथेच खिळून उभा राहिलो. एका सापाचं डोकं मला दिसू लागलं. काही मिनिटांतच आपली मान मागे झुकवून तो हवेत छान हेलकावे घेऊ लागला. आश्चर्य म्हणजे आणखी एका सर्पाचं डोकं वर आलं आणि तोही दुसऱ्याच्या साथीने झुलू लागला. दोघेही इतके तालात डोलत होते की, जणू त्यांच्या डोक्यात वाजत असलेल्या एका सुरेल सुरावटीच्या धुंद लयीत ते भान विसरून नृत्य करत होते. त्या जोडीतील नर जोरात उंच उसळी घ्यायचा, तर मादी त्या तालाच्या गतीशी मेळ राखण्याचा प्रयत्न करत होती. एका क्षणी दोघांनीही आपलं शरीर हवेमध्ये दोन फूट उंच ताणून धरलं. दोघांच्याही पाठोपाठ एकाच लयीत होणाऱ्या लयबद्ध हालचाली पाहताना मी मंत्रमुग्ध होऊन गेलो. प्रसिद्ध नृत्यदिग्दर्शिका सरोज खाननेही शिकावं असं ते नृत्य होतं. किती वेळ माझी समाधी लागली होती, कोणास ठाऊक; पण अचानक कुठल्या तरी मोठ्या आवाजाने मी एकदम भानावर आलो.

माझ्यासमोर काही फुटांवर एकमेकांना घट्ट बिलगलेलं ते सर्पयुगुल सूर्यप्रकाशात लख्खं चमकत होतं. दोघेही आकाराने चांगलेच मोठे होते आणि एकरूप होऊन गेल्यामुळे त्यांचं दिसणारं महाकाय शक्तिशाली रूप पाहून मी थक्क झालो होतो. तंद्री भंग पावल्याने मी चट्कन माझा मोबाइल घेऊन आलो व भराभर फोटो काढले. आणखी काही मिनिटांनी त्या विलोभनीय हेलकाव्यांची लय हळूहळू थंडावत गेली. काम पूर्ण झाल्याने दोघंही एकमेकांपासून विलग झाले. जोडीतला नर सरपटत झट्कन निघून गेला. थकलेल्या मादीने काही काळ तिथेच विसावा घेतला. थोड्या वेळाने ती विरुद्ध दिशेला सरपटत नाहीशी झाली.

पुढच्या पावसाळ्यात आपल्याला सापाचं पिल्लू पाहायला मिळणार याची मला खात्री होती व तोपर्यंत जर मी सापांची भाषा अवगत केली असेल तर मी त्या पिल्लाला म्हणणार होतो की, बाळा, तुझ्या निर्मितीक्षणाचा मी साक्षी आहे.

असाच एक वेगळ्या प्रकारचा पतंग पाहण्याचा विस्मयकारक प्रसंगही मी

अनुभवला. अर्थात तो कोणत्या जातीचा पतंग होता, हे समजेपर्यंत त्या प्रसंगातील अपूर्वता आमच्या लक्षात आली नव्हती. मी केळाच्या झाडाखाली माती भरण्याचं काम करत होतो, इतक्यात जोरात फडफडण्याचा आवाज आला आणि एक मोठा नारिंगी रंगाचा पतंग माझ्यामागून उडत गेला. त्याला नीट निरखून बघण्यासाठी मी धावत त्याच्यामागे गेलो. (माझ्यापाशी त्या वेळी कॅमेरा नव्हता.) त्याचा आकार खूपच मोठा होता. मी तसा पतंग आधी कधीच पाहिला नव्हता. नंतर मी मीनापाशी त्याचं वर्णन केलं. मीनाने लगेच इंटरनेटवर शोधलं. तो म्हणजे या भागात आढळणारा सर्वांत मोठा राक्षस शेंदरी पतंग (ॲटलास मॉथ) निघाला. इतक्या देखण्या कीटकाची छायाचित्रं काढण्यासाठी त्या वेळी माझ्याजवळ कॅमेरा नव्हता, याची मला खूप हळहळ वाटत राहिली.

एक गोष्ट नक्की होती की, आमच्या सेंद्रिय पद्धतीमुळे असे अनेक प्राणिमात्र आमच्या शेताकडे आकर्षित व्हायचे. आमच्याकडील मातीला खतं आणि रसायनांचा स्पर्शही झाला नसल्याने, त्यांना जगण्यासाठी पोषक वातावरण मिळायचं. ससे, पतंग, चिचुंद्र्या आणि साप जणू पुन्हा स्वगृही परतले होते. त्यांच्या आगमनाने आम्हीही आनंदित झालो होतो, फक्त त्यांनी घरात येऊन राहू नये एवढीच आमची इच्छा होती. आमच्या या आवडीमुळे काहींनी आम्हाला समाजविरोधी ठरवलं; पण आम्हाला त्यांच्या टीकेची पर्वा नव्हती.

जिवावर बेतलेला प्रसंग

१४ ऑगस्ट २०१४ हा आमच्यासाठी घातक दिवस ठरला. त्या दिवशी दैवाने आमची परीक्षा घ्यायचं ठरवलं होतं, कारण सर्पदंशाच्या जीवघेण्या प्रसंगाला अखेर आम्हाला सामोरं जावं लागलं.

बबन आणि मी कुंपणावरच्या वेली व इतर कचरा साफ करण्याचं काम करत होतो. थोड्या वेळाने चहा पिण्यासाठी आम्ही काम थांबवलं. आम्ही घरी परतत असताना, दुसऱ्या एका चिकूच्या झाडाला बैल बांधण्यासाठी बबन माघारी गेला. मी घराच्या मागच्या व्हरांड्यात शिरत असताना बबनने जोरात मारलेली किंकाळी मी ऐकली. आपल्याला काहीतरी चावलं, असं ओरडत तो घराच्या दिशेने धावत येत होता. माझ्याजवळ येईपर्यंत तो घामाने डबडबला होता. मी त्याला शांत केलं आणि पेलाभर पाणी पाजलं. काय चावलं हे पाहण्यासाठी मी चिकूच्या झाडाकडे धावलो. त्याला साप चावला असेल तर तो साप कोणत्या जातीचा आहे, हे समजणं गरजेचं होतं. दुर्दैवाने मला पोहोचायला उशीर झाला होता आणि बबनप्रमाणे तो सापही घाबरून सरपटत निघून गेला होता. बबनवर प्रथमोपचार करणं महत्त्वाचं

होतं. मी सावधपणे पावलं टाकत घरी आलो. माझ्याकडे असलेल्या मोठ्या भिंगांमधून बबनला झालेली जखम मी निरखू लागलो. त्याच्या उजव्या पायाच्या दुसऱ्या बोटावर सापाने दंश केलेल्या दोन खुणा स्पष्ट दिसत होत्या. दोन खुणांमध्ये २.७ मिलीमीटर्सचं अंतर होतं. याचा अर्थ तो नक्कीच मोठ्या तोंडाचा साप होता. जखमेमधून रक्ताबरोबर पिवळसर तपकिरी रंगाचा स्राव बाहेर येत होता. सुदैवाने बबनच्या बोटाचा सापाने जोरात चावा घेतला नव्हता. दात फक्त बोटावर घासले गेले होते.

मी डेटॉलने जखम नीट धुतली आणि पिळून त्यातील सगळं रक्त बाहेर काढलं. आम्ही साप पाहिलेला नसल्याने तो विषारी होता की बिनविषारी हे समजायला काहीच मार्ग नव्हता; पण आम्ही कुठलाही धोका न पत्करायचं ठरवलं. बबनला घेऊन मी कासा इस्पितळात जायला निघालो. त्यांच्यापाशी सर्पविषरोधी औषध असणार याची मला खात्री होती. आम्ही इस्पितळात जायला निघालोय, तुम्ही नंतर तिथे या असा निरोप मी बबनच्या घरी दिला. गावात जाऊन कोणाचा सल्ला घेण्यात अर्थ नव्हता, कारण बबनला रुग्णालयात घेऊन जायला ते विरोध करणार, हे पूर्वीच्या अनुभवांवरून मला कळून चुकलं होतं.

इस्पितळात पोहोचेपर्यंत त्याचा पाय चांगलाच सुजला होता आणि बोट जांभळं पडलं होतं. डॉक्टरांनी नेहमीप्रमाणे साप पाहिलात का असं आम्हाला विचारलं. आम्ही नाही म्हणताच त्यांनी काही रक्ततपासण्या करायच्या सूचना केल्या. रक्ताच्या गाठी होऊ लागल्या आहेत का, हे त्यांना तपासायचं होतं. तपासणीचं उत्तर नकारार्थी आलं. आम्ही फार कमी वेळात इस्पितळात पोहोचल्यामुळे बहुधा विष अजून पसरू लागलं नव्हतं.

तरीही बबनला रुग्णालयात दाखल करण्याचा सल्ला डॉक्टरांनी दिला. त्यांच्या मते साप कोणत्या जातीचा होता हे माहीत नसल्याने विषबाधेची काही लक्षणं आढळतात का यावर आणखी काही काळ नजर ठेवणं आवश्यक होतं. तुम्ही त्याला विषरोधी औषधं द्या, असं मी डॉक्टरांना पटवण्याचा प्रयत्न केला; पण त्याला त्यांनी ठाम नकार दिला. विषबाधेची लक्षणं दिसत नसतानाही विषरोधी औषध देणं म्हणजे एक प्रकारे विष दिल्यासारखंच होईल, असं त्यांचं म्हणणं होतं. त्यांनी बबनला सलाइन द्यायला सुरुवात केली व त्यात काही ॲन्टिबायोटिक्स मिसळली. डॉक्टरांनी आम्हाला बबनजवळ बसून त्याच्यावर सतत लक्ष ठेवायला सांगितलं आणि लकवा, पापण्या मलूल होणं किंवा हिरड्या व कानातून रक्त येऊ लागल्यास, आपल्याला ताबडतोब कळवण्याच्या सूचना दिल्या. तोपर्यंत बबनच्या कुटुंबासोबत निम्मं गावंही रुग्णालयात येऊन पोहोचलं होतं. डॉक्टरांनी दिलेल्या सूचना मी सर्वांना नीट समजावून सांगितल्या व बबनची काळजी घ्यायला

आता बरेचजण जमा झाल्याने मी घरी परतलो. घरी आल्यावर जे. सी. डॅनियल यांनी सापांवर लिहिलेलं पुस्तक मी चाळू लागलो. सर्पदंश आणि त्याची लक्षणं याविषयी त्यात लिहिलेली माहिती वाचल्यावर बबनला चावणारा साप हा घोणस असणार याची मला खात्री पटली. चट्कन जेवण आटोपून व संदर्भासाठी डॅनियलचं पुस्तक काखोटीला मारून मी पुन्हा इस्पितळात पोहोचलो.

दुपारपर्यंत पोटात कळ येणे व जुलाब होणे याव्यतिरिक्त बबनला कसलाही त्रास झाला नाही. हॅरी पॉटर मालिकेतील रॉन विझलेप्रमाणे बबनला थोडातरी त्रास होऊ लागला की, मी लगेच डॉक्टरांना जाऊन, 'काही काळजी करण्यासारखं नाही ना?' असं दरखेपेस विचारायचो. डॉक्टरही नकारार्थी मान हलवून 'अजून तरी नाही' असं म्हणत मला धीर द्यायचे. एव्हाना बबनचा पाय खूपच सुजला होता आणि त्याला वेदना सहन होत नव्हत्या. मी त्याबद्दल डॉक्टरांना सांगताच, त्यांनी बबनला डायक्लोफेनॅकचं इंजेक्शन दिलं; त्यामुळे वेदना खूपच कमी झाल्या.

एकेक तास हळूहळू सरकत होता. रात्रीचे दहा वाजले, तेव्हा एक युग लोटल्यासारखं मला वाटलं. सर्पदंश होऊन बारा तास उलटल्याने आणि तोपर्यंत इतर कोणतीच लक्षणं न आढळल्यामुळे आता बबनच्या प्रकृतीचा धोका टळला होता. जुलाब व पोटदुखीचा त्रास मात्र दुसऱ्या दिवशी दुपारपर्यंत कमी झाला नव्हता. डॉक्टरांनी त्याला आणखी एक दिवस रुग्णालयात ठेवून घेतलं व पोटदुखी थांबल्यावर आणि तो रोजचं अन्न खाऊ लागल्यावर बबनला घरी जायची परवानगी मिळाली. घरी जाण्यापूर्वी डॉक्टरांनी आमच्यासोबत काही औषधं दिली आणि तीन दिवसांनी पुन्हा भेटायला बोलावलं.

गावात परतल्यावर बबनला भेटायला त्याच्या घराबाहेर लोकांची रांग लागली. सर्पदंशावर कोणता उतारा द्यावा, याबद्दल जो तो सल्ला देऊ लागला. बबनच्या शरीरात सापाचं विष न भिनल्याचं सिद्ध झालं होतं. तरीही गावकऱ्यांच्या दडपणामुळे आम्ही बबनला शेजारच्या गावातील एका आदिवासी माणसाकडे घेऊन जायचं ठरवलं. सर्पदंश झालेल्या माणसाच्या शरीरातील विष तो उतरवायचा अशी त्याची ख्याती होती. जवळच्या सोमटा नावाच्या छोट्या खेड्यात तो राहायचा. आम्ही त्याच्या घरी गेल्यावर, त्याने मूठभर सुका पाला पाण्यात भिजवला आणि ते पाणी बबनला प्यायला दिलं. नंतर तो घरातून बाहेर पडून जंगलात गेला व कोणत्या तरी झाडाच्या छाटलेल्या साली घेऊन, तासाभराने परत आला. साली कुटून त्याने त्याची पावडर बनवली व त्याचा लेप जखमेवर लावायला सांगितला. तुला हे औषध बनवायला कोणी शिकवलं असं मी विचारताच, वडिलांनी आपल्याला शिकवल्याचं त्याने सांगितलं. त्यावर तुझे वडील कोणाकडून शिकले असं मी पुन्हा त्याला विचारलं. तो म्हणाला की, आमच्या गावात फार पूर्वी एक बुद्धा

पारशी राहायचा. त्यानेच आपल्या वडिलांना या औषधाची माहिती दिली.

बबनच्या पायाची सूज उतरायला पंधरा दिवस लागले. सर्पदंश होऊनही बबन त्यातून सुखरूप वाचला याबद्दल आम्हाला आनंद व कृतज्ञता वाटली. सुदैवाने त्या दुर्घटनेचा कोणताही सल आमच्या मनात उरला नाही; पण यापुढे शेतात वावरताना अधिक काळजी घ्यायला हवी हा धडा आम्ही त्यातून शिकलो.

त्यानंतर मुंबईला गेल्यावर सर्वप्रथम मी गमबुटांच्या दोन जोड्या विकत घेतल्या; त्यामुळे उंच वाढलेल्या गवतातून चालताना, आम्हाला थोडं तरी संरक्षण मिळू शकणार होतं. पंचायत कचेरीत जाऊन मी लगेच गवत कापण्याचं यंत्र विकत आणलं. त्या यंत्रामुळे गवत कापणं खूपच सुलभ होतं आणि झाडाझुडपांचीही वाढ होत नाही.

अल्लारखा

एक दिवस बबन व मी शेताच्या आवारात वाढलेली झाडंझुडपं साफ करत होतो. त्यासाठी कोयता, कुऱ्हाड आणि काठ्या अशी हत्यारं घेऊन आम्ही सज्ज होतो. संध्याकाळी ५ वाजण्याच्या सुमारास गवतात काहीतरी हालचाल होतेय, असं मला दिसलं. मी बबनचा हात धरून, त्याचं काही फुटांवर असलेल्या एका निस्तेज तपकिरी रंगाच्या आकृतीकडे लक्ष वेधलं. 'ससा दिसतोय' तो माझ्या कानात कुजबुजला. सशाचं मटण म्हणजे गावात पक्वान्नं समजलं जायचं. बबनने तिथलं गवत बाजूला सारलं. आम्हाला वाटलं की, आता दोन लांब टवकारलेले कान आम्हाला दिसणार; पण त्याऐवजी गोल गोऱ्या चेहऱ्यावर असलेले दोन मोठे डोळे आमच्याकडे रोखून पाहत होते. ते तर घुबड होते!

आम्ही त्याची मान पकडून, त्याला नीट निरखण्यासाठी घरी घेऊन आलो. ते छोटं पिल्लू होतं आणि त्याला अजून नीट उडताही येत नव्हतं. बहुधा ते घरट्यातून खाली पडल्यामुळे गवतात लपू पाहत होतं. त्याचे भरपूर फोटो काढल्यावर मी सलीम अलींनी पक्ष्यांवर लिहिलेलं पुस्तक चाळलं. त्यावरून माझ्या लक्षात आलं की, शेतात ठेवलेला कडबा किंवा धान्याच्या ठिकाणी सर्रास आढळणारं ते गव्हाणी घुबड होतं; पण त्याच्या अंगावर असलेल्या ठिपक्यामुळे मला ते गव्हाणी घुबडापेक्षा वेगळं वाटलं.

आता त्याच्यासाठी काहीतरी करणं आवश्यक होतं. त्याची प्रकृती नीट सुधारून, ते थोडं मोठं होईपर्यंत घरात ठेवून घेणं मला योग्य वाटत नव्हतं. मी त्यासंबंधी दोन-तीन ठिकाणी फोन केले. अखेर एका वनअधिकाऱ्याने त्याला घेऊन जाण्यासाठी काही माणसं पाठवतो असं मला खात्रीने सांगितलं.

तोपर्यंत त्या नव्या पाहुण्याचा पाहुणचार करणं आमचं कर्तव्य होतं. त्याला काय खायला आवडेल, हे मला समजेना. मी मीनाचा सल्ला घेऊन त्याला छोटे किडे खायला द्यायचं ठरवलं. आता आम्ही खाली वाकून रांगत घरभर किडे शोधू लागलो. अखेर मला एक गांडूळ सापडलं; पण त्यामुळे मी द्विधा मनःस्थितीत सापडलो. गांडुळाला शेतकऱ्याचा मित्र समजलं जातं. आता एका पक्ष्याला खिलवण्यासाठी आपल्या मित्राचा कसा बळी द्यायचा? शेवटी संख्याशास्त्राच्या आधारे मी तो प्रश्न सोडवला. गव्हाणीत घुबडांपेक्षा गांडुळांची संख्या खूप जास्त होती. मी त्याच्या तोंडासमोर गांडूळ धरलं; पण ते खायला तयार होईना. बबन म्हणाला, ''तुम्हाला माहितीये का, जंगलामध्ये राहणारी मादी आपल्या पिल्लाला चोचीने भरवते.'' मी बबनकडे रागाने पाहत म्हणालो की, काही झालं तरी मी तोंडात गांडूळ ठेवून त्याला भरवणार नाही. माझ्या घरात राहायचं असेल तर त्याला खाण्याच्या सुसंस्कृत पद्धती शिकाव्या लागतील. फार तर मी गांडुळाचे छोटे तुकडे करून त्याच्यासमोर ठेवेन. गांडुळाबरोबरच त्याला खाण्यासाठी आणखी काही पर्याय असावेत असा विचार करून मी त्याला इडलीचा छोटा तुकडा (समजा, ते दक्षिण भारतीय असेल तर!) व उकडलेल्या अंड्याचे बारीक तुकडे करून त्याच्यासमोर ठेवले. एका छोट्या टोपलीखाली त्याची राहण्याची तात्पुरती व्यवस्था केली आणि ते कुत्र्यांच्या तावडीत सापडू नये, यासाठी टोपलीवर एक मोठा दगड ठेवला. एवढं सारं झाल्यावर बबन घरी निघून गेला आणि मी माझी संध्याकाळची कामं आटोपू लागलो.

रात्री ९च्या सुमारास वनअधिकाऱ्याचा मला फोन आला. त्याला नीट बोलता येत नव्हतं. तो मला घराचा पत्ता विचारत होता. इतक्या रात्री त्याला आमचं घर सापडणं अवघड आहे, हे मला ठाऊक होतं. गावात पोहोचल्यावर बबनला बरोबर घ्या म्हणजे तो तुम्हाला आमच्या घरी आणून सोडेल, असं मी त्या अधिकाऱ्याला सांगितलं. काही वेळाने चारजण आमच्या घरी आले. त्यांच्या तोंडाला माडी प्यायल्याचा उग्र वास येत होता. अधिकाऱ्याने घुबडाला निरखून पाहिलं. प्रत्येक पंख तपासून पाहिला आणि ते गव्हाणी घुबड असल्याचं जाहीर केलं. सलीम अलींनीही हेच म्हटलंय, असं मी त्याला सहज बोलून गेलो. त्याने माझ्याकडे पाहिलं आणि मला म्हणाला, ''ते तुमच्याकडे आले होते का?'' त्याच्या प्रश्नावर काय बोलावं, ते मला समजेना. मी म्हटलं, ''नाही, मी त्यांना व्हॉट्स-ॲपवरून विचारलं.''

आपली बौद्धिक पातळी सिद्ध केल्यावर त्याने कागदाची गुंडाळी बाहेर काढली. रीतसर अहवाल लिहिण्यासाठी तो वाट्टेल ते प्रश्न मला विचारू लागला. शेताचं आवार साफ करण्याचं तुम्ही आजच का ठरवलं? तुम्हाला घुबडाचं घरटं दिसलं

का? असे अनेक निरर्थक प्रश्न त्याने मला विचारले. त्यांचं ते अर्थशून्य काम सुरू असताना, दूर काळोखात उभ्या असलेल्या त्यांच्या गाडीचालकाकडे माझं लक्ष गेलं. मी त्याला हाक मारून ओसरीवर बसायला सांगितलं; पण तो यायला तयार होईना. म्हणून मी उठून त्याच्यापाशी गेलो आणि त्याला घरी न येण्याचं कारण विचारलं. तो म्हणाला, ''मी हिंदू, ब्राह्मण आहे. काळोख झाल्यावर आम्ही घुबडाकडे पाहत नाही. घुबडाकडे जादूटोणा करण्याची शक्ती असते. जर तुम्ही त्याच्या डोळ्यांत पाहिलं तर ते तुमच्यावर चेटूक करतं.'' मी त्याला समजावण्याचा प्रयत्न केला की, ते अगदी छोटं पिल्लू आहे आणि त्याचे डोळे इतके सुंदर व निरागस आहेत की, ते कोणावरही जादूटोणा करूच शकणार नाहीत. अर्थात, माझ्या बोलण्याचा त्याच्यावर काहीच परिणाम झाला नाही.

अखेर तासाभराने त्याचं लिखाणाचं काम संपलं. त्याने बनवलेल्या कागदांवर सह्या करण्यात आल्या. एका पुठ्ठ्याच्या खोक्यात आम्ही ते घुबडाचं पिल्लू ठेवलं. आनंदाची गोष्ट म्हणजे त्याने गांडूळ खाऊन फस्त केलं होतं... गांडुळाच्या आत्म्यास शांती लाभो!

सर्व काम संपल्यावर माडी ढोसलेल्या अधिकाऱ्याने मग घुबडाबरोबर वेगवेगळ्या 'पोझ'मध्ये स्वतःचे फोटो काढले. 'उद्या हे फोटो पेपरात छापलेले दिसतील' असं त्याने आमच्यासमोर जाहीर करून टाकलं. नंतर तो म्हणाला की, आपण काही वर्षांपूर्वी अमिताभचा एक चित्रपट पाहिला होता. त्यामध्ये अमिताभ सतत या पक्ष्याला आपल्या साथीदाराप्रमाणे बरोबर घेऊन जात असतो. त्यावर मी म्हटलं, ''साहेब, मीही तो चित्रपट पाहिलाय. चित्रपटाचं नाव 'कुली' आहे आणि अमिताभबरोबर घुबड नसून ससाणा असतो. चित्रपटात त्या ससाण्याचं नाव 'अल्लारखा' ठेवलंय.'' नावाखेरीज त्या अधिकाऱ्याच्या काहीच ध्यानात आलं नाही. ''नाव मस्त आहे, आपल्याला आवडलं; आता आपणही या घुबडाला अल्लारखा म्हणणार!'' तो म्हणाला.

ते चौघे घरातून बाहेर पडले, तेव्हा रात्रीचे १०.३० वाजून गेले होते. आपण घुबडाची नीट काळजी घेऊ असं आश्वासन त्यांनी मला दिलं.

ते निघून गेल्यावर बराच वेळ मी त्या घुबडाचे फोटो पाहत बसलो आणि ते मोठं झाल्यावर एखाद्या रात्री आकाशातून उंच उडत मला भेटायला येईल असं स्वप्न रंगवत राहिलो.

अल्लारखा, माझ्या घरात तुझं कायम स्वागत असेल!

हेन लोग

शेत विकत घेतल्यापासून मला कोंबड्या पाळायची इच्छा होती. गावात स्थायिक

होऊन दोन-तीन वर्षं झाल्यावर मी बबनकडे हा विषय काढला. तो म्हणाला, ''तुमची कल्पना चांगली आहे; पण दर आठवडाअखेरीस तुम्ही जेव्हा मुंबईला जाल, तेव्हा गावात कोंबडीची मेजवानी केली जाईल, कारण तुम्ही कधी मुंबईला जाता हे इथल्या लोकांना ठाऊक आहे. शिवाय घराचं कुंपणही तितकंसं मजबूत नाही.'' मला त्याचं म्हणणं पटलं आणि कोंबड्या पाळण्याचा विचार मी पुढे ढकलला.

२०१३ मध्ये मीनाला 'दि हिंदू' वृत्तपत्राची प्रतिनिधी म्हणून पाकिस्तानात पाठवण्यात आलं; त्यामुळे मला दर आठवड्याला मुंबईच्या घरी जायची गरज उरली नाही; त्यामुळे आता कुक्कुटपालनाच्या छंदासाठी माझ्यापाशी भरपूर वेळ होता. बबननेही माझ्या म्हणण्याला दुजोरा दिला आणि आपल्याकडील एक कोंबडी मला आणून द्यायचंही कबूल केलं. तो म्हणाला, एकदा का या कोंबडीची पिलावळ वाढत गेली की, तुम्ही मला माझी कोंबडी परत द्यायची. मला त्याचा प्रस्ताव आवडला आणि मी तो लगेच मान्यही केला.

दुसऱ्या दिवशी सकाळी तो एक सुंदर कोंबडी घेऊन आला. मी तिला रात्री राहण्यासाठी पडवीसमोर एक छोटा खोका ठेवून दिला. आम्ही तिचं नाव 'आई' ठेवलं, कारण लवकरच ती आपली पिलावळ निर्माण करणार होती. अंडी देण्यासाठी ती मोठी झाली होती आणि आठवडाभरातच तिने सुरुवातही केली. अंडं घालण्यासाठी एखादी सुरक्षित जागा शोधताना तिची चाललेली धडपड मी कुतूहलाने पाहत होतो. जागेचा शोध घेताना ती तोंडाने एक विशिष्ट प्रकारचा आवाज काढायची. बबनने मला सांगितलं की, जेव्हा तिचं अंडी घालण्याचं चक्र सुरू होईल, तेव्हा तिच्या डोक्याच्या वरच्या भागाचा रंग किरमिजी होतो.

पहिल्या खेपेस रोज एक याप्रमाणे तिने बारा अंडी घातली. रोज सकाळी तिने घातलेलं उबदार अंडं उचलायला खूप मजा वाटायची. कोणतीही कोंबडी रोज एकाच ठिकाणी ठरलेल्या वेळी फक्त एकच अंड घालते हे मी आता अनुभवातून शिकलो होतो. आपण किती अंडी घातली आहेत, हे तिला मोजता येत नाही; त्यामुळे आपण तिच्यासाठी एक अंडं ठेवून दिलं की, तिने त्यानंतर घातलेली अंडी शोधणं, आपल्याला सोपं जातं. बबनने मला सांगितलं की, जर तिला एकही अंडं आढळलं नाही तर तिला ती जागा असुरक्षित वाटून, ती दुसरी जागा शोधू लागते.

तिने भरपूर अंडी घालावी अशी माझी इच्छा होती; पण 'आई'शी संग करायला कोंबडाच उपलब्ध नव्हता. तिने सुरुवातीला घातलेली अंडी ही अफलित किंवा जीवधारणा न झालेली अंडी होती. काही दिवसांनी ती खराब झाली असती. 'आई'साठी कोंबडा कुठून आणायचा, हा आमच्या समोरचा प्रश्न होता. बबनच्या

घरी एकच कोंबडा होता. त्याला आमच्याकडे पाठवणं बबनला शक्य नव्हतं.

आश्चर्य म्हणजे एक दिवस सकाळी एक देखणा कोंबडा 'आई'बरोबर प्रियाराधन करताना मला दिसला. तो कुठून आला आणि त्याचा मालक कोण आहे याची आम्हाला काहीच कल्पना नव्हती. त्यानंतर काही दिवस तो रोज सकाळी शेतात यायचा व संध्याकाळी निघून जायचा. शेवटी त्याने इथेच राहायचं ठरवलं. 'आई'साठी बनवलेल्या खोक्यात तो कधीच बसायचा नाही. जवळच्या एखाद्या झाडाच्या फांदीवर जाऊन तो विश्रांती घ्यायचा. तो कोंबडा कोणाचा आहे, हा बबनलाही प्रश्न पडला होता, कारण आपला कोंबडा हरवल्याचं गावात कोणीच बोललं नव्हतं आणि कोंबडा सहसा आपलं घर सोडून अनोळखी ठिकाणी कधी जात नाही, ही गोष्ट तर सर्वांनाच ठाऊक होती.

त्यानंतर आईने घातलेल्या अंड्यांमध्ये नक्कीच जीवधारणा झालेली होती आणि आम्ही 'आई'ला ती उबवू दिली. ती एकवीस दिवस त्या अंड्यांवर बसून होती. सूर्य मावळल्यावर दिवसातून एकदाच, ती खोक्यातून बाहेर पडायचं धाडस करायची. खोक्याच्या बाहेर पडल्यावर प्रथम ती आपला एकेक पाय ताणून धरायची आणि पंख फडफडवत घरापासून फाटकापर्यंत धावत जायची. परत येताना इकडेतिकडे पडलेले दाणे आपल्या चोचीत वेचायची. मी तिच्यासाठी एका छोट्या ट्रेमध्ये खाद्य ठेवलेलं असायचं. ते ती खायची आणि बाजूच्याच वाटीतील पाणी पिऊन पुन्हा खोक्यात शिरायची. आतमध्ये गेल्यावर प्रत्येक अंड्याला आपल्या शरीराची पुरेशी ऊब मिळावी म्हणून ती प्रत्येक अंडं उचलून उलटं फिरवायची.

एकवीस दिवसांनंतर एका सकाळी हळुवार चिवचिवाट करत तान्ही पिल्लं खोक्याबाहेर पडतानाचा आवाज मी ऐकला. मी धावत बाहेर आलो. इतकी सुंदर, गोजिरी पिल्लं मी आयुष्यात प्रथमच पाहत होतो. एका छोट्या चेंडूला सोनेरी पंख, छोटी चोच आणि डुगडुगणारे दोन पाय असावेत, तशी ती दिसत होती. आणखी थोड्या दिवसांनी 'आई'ने एकूण सात अंडी उबवली होती.

स्वतःच्या पायावर उभं राहायला येऊ लागल्यावर तिने पिल्लांना खोक्याबाहेर आणलं आणि घरासमोरच्या आवारात ती त्यांच्यासोबत फिरू लागली. आपली आई करते तसंच करण्याचा प्रयत्न करत, आईमागे लुटुलुटु चालणाऱ्या त्या पिल्लांना निरखत मी तासन्तास ओट्यावर बसून राहायचो. ती इतकी इवलीशी होती की, आईच्या वेगात चालता न आल्याने, त्यातील काही मागे पडायची. 'आई' सर्वांना जिवापाड जपायची. मागे राहिलेल्यांना साद घालत ती बोलवायची किंवा कधीकधी स्वतः मागे जाऊन त्यांना आपल्याबरोबर घेऊन यायची.

एका दुपारी प्रचंड घाबरून जोरजोरात 'क्लक क्लक' असं ओरडणाऱ्या आईचा आवाज माझ्या कानावर आला. काय झालं ते पाहायला मी धावत पुढच्या

दारी गेलो. मी अगदी वेळेत बाहेर पोहोचलो, कारण भारद्वाज पक्ष्याला आपल्या नख्यांमध्ये एक पिल्लू पकडून आकाशात उडताना मी पाहू शकलो. पिल्लं इतकी छोटी होती की, ती धावूच शकत नव्हती; त्यामुळे इतर पक्ष्यांसाठी ती सहज भक्ष्य ठरत होती. आठवडाभरातच भारद्वाज व शिकरा पक्ष्यांनी सारी पिल्लं फस्त करून टाकली. आपण 'आई'ला पुरेसं संरक्षण देऊ न शकल्याबद्दल मी व्यथित होऊन गेलो.

तिने पुन्हा अंडी घातल्यानंतर मात्र आम्ही अधिक सावध झालो. या वेळी आम्ही लाकडाचा एक छोटा पिंजरा बनवला आणि पिल्लं एक महिन्याची होईपर्यंत त्यांना पिंजऱ्याबाहेर येऊ दिलं नाही. महिन्यानंतर त्यांच्या पायात पुरेशी शक्ती आली होती. एखादा शिकारी पक्षी दुरून दिसताच आई त्यांना जोरात ओरडून सावध करायची मग सारी पिल्लं उड्या मारत तिच्यापाशी पोहोचायची. आमचा हेतू सफल झाला. आणखी एका महिन्याने आमच्या शेतात चार सक्षम पिल्लं बागडत होती. याखेपेस आईने जास्त अंडी घातली नव्हती आणि त्यातील दोन पिल्लं उबवल्यावर लगेच मृत्यू पावली.

२०१४ मध्ये पाकिस्तानातून निष्कासित केल्यावर मीनाला दिल्ली कार्यालयात पाठवण्यात आलं. नव्या घरात तिचं बस्तान बसवून देण्यासाठी मी काही दिवस दिल्लीला गेलो. दिल्लीत असताना एक दिवस सकाळी बबनचा फोन आला. तो खूपच घाबरलेला होता. सगळी पिल्लं मेली असं त्याने मला चाचरत सांगितलं. बहुधा मुंगसाने त्यांच्यावर हल्ला चढवला असावा. पडवीच्या समोर तीन पिल्लं गळा चिरला गेल्याने रक्तबंबाळ अवस्थेत गतप्राण होऊन पडली होती. एका पिल्लाला शेताच्या टोकापर्यंत खेचत नेल्याने ते तिथे मृतावस्थेत आढळलं होतं. 'आई'ची काळजी घ्यायला मी पुन्हा असमर्थ ठरलो होतो.

गावी परतल्यावर मी एका वेल्डरला बोलावलं. शेतात एक जुनं व सध्या वापरात नसलेलं फाटक पडून होतं. त्याच्या जाळ्या काढून, मी एक नवा पिंजरा बनवून घेतला. रात्रभर पिल्लांना पिंजऱ्यात ठेवून सकाळी त्यांना बाहेर काढायचं, असं आम्ही ठरवलं. मुंगूस फक्त रात्रीच हल्ला करतं हे सर्वश्रुत होतं.

आईने तिसऱ्यांदा घातलेल्या अंड्यांतून चार पिल्लं जन्माला आली व आम्ही केलेल्या नव्या पिंजऱ्याचा प्रयोग यशस्वी ठरला. लवकरच पिल्लं मोठी झाली आणि त्यांचं एक कोंबडा आणि तीन कोंबड्यांमध्ये रूपांतर झालं. आम्ही एकीचं नाव 'धाकटी आई' ठेवलं. ती हुबेहूब आपल्या आईसारखी दिसायची. उरलेल्या दोघींच्या रूपांप्रमाणे एकीचं नाव 'टर्की' (मोठी कोंबडी) आणि दुसरीचं 'ऑस्ट्रिच' (शहामृग) ठेवलं. आम्ही कोंबड्याला 'चीफ' (सरदार, प्रमुख) म्हणायचो, कारण तो एखाद्या सरदाराप्रमाणे वागायचा. चीफचं रूपांतर हळूहळू एका डौलदार कोंबड्यात

झालं. माझा तर तो खास मित्र बनला. मी जेव्हा त्याला खायला द्यायचो, तेव्हा तो प्रेमाने माझ्याकडून भरवूनही घ्यायचा.

काही महिन्यांतच ऑस्ट्रिच व टर्कीने आपली पिलावळ तयार केली. आता आमच्याकडे इतकी पिल्लं झाली होती की, प्रत्येकाला वेगळं नाव ठेवणं अवघड झालं. त्या वेळी टेलिव्हिजनवर दाखवली जाणारी 'हम लोग' ही मालिका लोकप्रिय झाली होती. त्याच धर्तीवर मीना कोंबड्यांच्या कळपाला 'हेन लोग' म्हणू लागली. हम लोग मालिकेच्या प्रत्येक भागानंतर हिंदी चित्रपटसृष्टीतील बुजुर्ग अभिनेते अशोक कुमार आपल्या खास शैलीत त्या भागाचा सारांश सांगायचे. आम्ही काही वेळा त्यांची नक्कल करायचो. बबनला दिलेला शब्द मी पाळला आणि त्याला कोंबडी तर परत केलीच; पण खास बक्षिसी म्हणून एक कोंबडाही भेट दिला.

त्यानंतर काही महिन्यांनी २०१५ मध्ये नोकरीचा राजीनामा देऊन मीना गावाला आली. अखेर आम्ही दोघंही शेतावर एकत्र राहू लागलो. आम्हाला आता मुंबईला जायची गरज उरली नव्हती. अकरा वर्षांपूर्वी आम्ही आखलेली योजना आता प्रत्यक्षात आली होती. आमचं स्वप्न पूर्ण झालं होतं.

मांजरी व पेप्पर

गावाला राहायला आल्यावर मीनाला घरात मांजर पाळायची खूप इच्छा होती. तिला मांजर अतिशय आवडायचं आणि माहेरी असताना तिच्या मुंबईच्या छोट्या घरात तिच्यासोबत सात मांजरं राहायची. आम्ही मांजराची एक जोडी आणायचं ठरवलं. मी विठ्ठलला गाठलं व त्याला मांजराची जोडी मिळाल्यास ती आम्हाला आणून द्यायला सांगितलं.

एका रात्री आम्ही झोपण्याच्या तयारीत असताना, कोणीतरी आमच्या फाटकापाशी येऊन 'सेठऽ सेठऽऽ' अशा मला हाका मारू लागलं. मी विजेरी पेटवून फाटकापाशी गेलो. तिथे विठ्ठल हातात पिशवी घेऊन, बबनसह उभा होता. पिशवीमध्ये मांजराची दोन पिल्लं होती. खूप रात्र झाली होती आणि विठ्ठल प्यायलेल्या अवस्थेत होता. दारूचे एक-दोन पेग घेतले की, विठ्ठल हिंदीमध्ये बोलू लागायचा, हे आता मला ठाऊक झालं होतं. तुमच्यासाठी दोन मांजरं आणली आहेत. त्यातला एक नर आहे व दुसरी मादी आहे असं त्याने मला सांगितलं. त्याला नानिवली गावात ती सापडली होती. त्या रात्री आम्ही त्या दोन्ही मांजरांना एका टोपलीखाली ठेवलं.

दुसऱ्या दिवशी सकाळी लक्षात आलं की, ते दोन्ही बोके आहेत. दोघंही दिसायला सुंदर व गोंडस होते. त्यांना परत करण्याचा विचारही आमच्या मनाला शिवला नाही. 'आइस एज' या ॲनिमेशन चित्रपटातील दोन प्राण्यांवरून आम्ही

त्यांची ‘क्रॅश’ आणि ‘एडी’ अशी नावं ठेवली.

सुरुवातीचा अनोळखीपणा व भीती पळून गेल्यावर, दोघांनी शेतात उड्या मारून घातलेला धिंगाणा बघण्यात आम्हाला खूप मजा यायची. त्यांच्यासाठी आम्ही खास नानिवली किंवा कासावरून मासे घेऊन यायचो व दोघेही त्यावर तुटून पडायचे. मात्र, पहिल्या दिवसापासून आम्ही त्यांच्यासाठी कडक नियमही बनवले होते. त्यांना घरात येण्याची परवानगी नव्हती. ठरावीक वेळीच त्यांना जेवण दिलं जायचं व ती वेळ होईपर्यंत त्यांना वाट बघावी लागे. क्रॅशला नियम चट्कन लक्षात आले व त्याने आज्ञाधारकपणे पाळायलाही सुरुवात केली. एडी मात्र आमच्या नकळत घरात शिरायचा व चोरून खाण्याचा प्रयत्न करायचा.

मांजर घरात रुळल्यावर आम्ही कुत्रा पाळायचं ठरवलं. आम्हाला दोघांनाही कुत्र्यांची आवड होती आणि पूर्वी आम्ही कुत्रे पाळलेही होते. ही बातमी लोकांपर्यंत पोहोचताच, अनेकांकडून आम्हाला प्रस्ताव येऊ लागले; परंतु काही ना काही कारणामुळे एकही कुत्रा आमच्या पंसतीस उतरला नाही. एकदा मुंबईला जात असताना आम्ही नाश्त्यासाठी एका हॉटेलात शिरलो आणि अचानक आमची भेट मीनाची जुनी मैत्रीण मिनी आणि तिचा नवरा झॅकबरोबर झाली. दोघेही डहाणूला राहायचे आणि झॅक कुत्र्यांसाठी छोटी घरं बनवायचा. झॅकचा गोतावळा खूप मोठा होता. आपल्या ओळखीच्या एका माणसाला स्वतःजवळचं कुत्र्याचं पिल्लू द्यायचं असल्याचं त्याने मला सांगितलं. घरी गेल्यावर चौकशी करून कळवतो, असंही तो म्हणाला. दुसऱ्याच दिवशी त्याचा फोन आला आणि बाजूच्याच घोलवड गावातल्या एका माणसाकडे ते पिल्लू असल्याची खात्रीशीर बातमी त्याने दिली.

आम्ही घोलवडला जाऊन त्या मालकाला भेटलो. त्याने मुंबईवरून कुत्र्याचं पिल्लू आणलं होतं; पण त्याला घरात ठेवायला त्याची पत्नी व मुलं तयार नव्हती. म्हणून त्या पिल्लाला एखाद्या चांगल्या कुटुंबाकडे सोपवायची त्याची इच्छा होती. त्या पिल्लाला घराच्या मागच्या बाजूला बांधलं होतं. लॅब्रेडोर जातीचं ते मादी पिल्लू अवघं दोन महिन्यांचं होतं. छाती व पंजावरचा पांढरा पट्टा सोडल्यास ती पूर्ण काळी कुळकुळीत होती. आम्ही तिच्यावर अक्षरशः फिदा झालो. परतताना तासाभराच्या प्रवासात ती मीनाच्या मांडीवर शांत बसून होती.

आम्ही अनेकजणांना तिच्यासाठी नाव सुचवायला सांगितलं. अखेरीस ‘पेप्पर’ असं तिचं नामकरण करण्यात आलं. पेप्पर खूप प्रेमळ होती व कोणाशीही सहज मैत्री करायची. बबनला कुत्र्यांची खूपच भीती वाटायची; पण पेप्परशी मात्र त्याची छान गट्टी जमली. ती घरात रुळल्यावर आमच्या लक्षात आलेली पहिली गोष्ट म्हणजे तिची कोंबड्यांशी कट्टर दुश्मनी होती. कोंबड्या तिच्या ताटातलं अन्न पळवू पाहायच्या आणि मग ती रागाने त्यांचा पाठलाग करत राहायची.

या समस्येवर त्वरित उपाय शोधणं आवश्यक होतं. अनेकदा आम्हाला तिने आपल्या जबड्यात पकडलेल्या कोंबड्यांना सोडवावं लागलं होतं. प्रत्येक वेळी ठरलेला प्रसंग घडायचा. आपल्या कळपाच्या संरक्षणासाठी 'चीफ' पेप्परवर हल्ला चढवायचा; मग दोघांची जुंपायची. त्या झटापटीत त्याने आपली बरीच सुंदर पिसंही गमावली. अखेर आम्हाला एक नवं वेळापत्रक तयार करावं लागलं. सकाळी ९ वाजेपर्यंत सर्व कोंबड्यांना खुराड्यातच ठेवायचं. पेप्परला ओसरीत साखळीने बांधल्यानंतरच कोंबड्यांना बाहेर सोडायचं. दुपारी ३ वाजेपर्यंत त्यांना मुक्त फिरण्याची मुभा द्यायची. त्यानंतर कोंबड्यांना पिंजऱ्यात बंद करायचं व पेप्परची साखळी सोडायची. या वेळापत्रकाचा खूपच फायदा झाला, कारण कोंबड्या व पेप्पर हे दिवसाच्या कोणत्याही वेळी एकत्र मोकळे सोडलेले नसायचे.

एकदा मीना पेप्परला घेऊन फिरायला जात असताना, चीफने पेप्परवर हल्ला चढवला. मीनाने जोरात ओरडून चीफला दूर घालवण्याचा प्रयत्न केला; पण तो हटत नाही हे पाहताच तिने त्याच्या अंगावर काही दगडही भिरकावले. पेप्परची साखळी मात्र तिने घट्ट पकडली होती. या प्रसंगानंतर चीफच्या नजरेत मीना नंबर एकची शत्रू बनली. मीना दिसली की, तो तिच्या अंगावर धावून जात असे. तिने मला जेव्हा ही गोष्ट सांगितली, तेव्हा माझा त्यावर विश्वासच बसेना. मला वाटलं की, हे सर्व तिच्या मनाचे खेळ आहेत. म्हणून मीना माझ्यादेखत मुद्दाम मागच्या दारी गेली आणि मला म्हणाली, "आता बघ, तो लगेच येईल." तीस सेकंदांच्या आत अचानक कुठूनतरी चीफ अवतरला आणि मीनाच्या पायाला रक्त निघेपर्यंत टोचा मारू लागला. त्याची चोच तीक्ष्ण होती आणि हल्ला चढवताना तो आपले पंख फडफडवत, मानेभोवती गोलाकार फिरवायचा. तिने त्याला हाकलण्याचा खूप प्रयत्न केला, मिळेल ती वस्तू त्याच्या अंगावर फेकली; तरी तो जराही मागे सरकला नाही. अखेर तिने दार बंद करून घेतलं; पण तो बंद दारावरही झेपावत राहिला.

गावात जेव्हा ही बातमी समजली, तेव्हा लोकांना आश्चर्य वाटलं. त्यांनी हल्ला करणारे कोंबडे यापूर्वी कधी पाहिले नव्हते. लवकरच आमच्या लक्षात आलं की, केवळ मीनाच नव्हे तर शेतावर येणाऱ्या प्रत्येक स्त्रीवर तो चाल करून जायचा. मीनाची आई, माझी आई, आमच्या मैत्रिणी या सर्वजणी चीफच्या तावडीत सापडल्या. आमची मैत्रीण रोमिला हिच्या मांडीवरील खोल जखमेचा व्रण हे चीफच्या हल्ल्याचंच स्मृतिचिन्ह आहे. चीफला आवरणं हळूहळू मुश्कील होऊ लागलं. शेवटी काही कामानिमित्त मुंबईला जात असताना, मीनाने मला निर्वाणीचा इशारा दिला. ती मला म्हणाली, "एकतर मी इथे राहीन किंवा चीफ! आता निर्णय तुला घ्यायचा आहे."

त्या संध्याकाळी मी बाबूरावचा मुलगा सागर याला फोन केला. त्याचं कोंबड्या विकण्याचं दुकान होतं. माझ्याकडचा कोंबडा तुला हवाय का? असं मी त्याला विचारलं. तो आनंदाने तयार झाला. गावात सर्वांनाच गावरान कोंबडा आवडत असल्याने तो जास्त किमतीत विकला जायचा. दुसऱ्या दिवशी सकाळी चीफचे पाय बांधायला बबनने मला मदत केली. मी त्याला दुकानात घेऊन गेलो. सागरने मला पैसे देऊ केले; पण मी नकार दिला. चीफला विकून पैसे घेणं, ही कल्पनाच मी करू शकत नव्हतो. दुकानातून बाहेर पडण्यापूर्वी मी त्याला डोळे भरून अखेरचं पाहून घेतलं. जड अंतःकरणाने त्याचा त्याग करून, मी घरी परतलो. त्यानंतर आमच्या शेतात शांतता नांदू लागली. हल्ल्याची भीती न बाळगता गावातील स्त्रिया मोकळेपणाने शेतात वावरू लागल्या.

एकदा मीनाच्या कॉलेजमधील मैत्रिणीचा फोन आला. त्या वेळी आठवड्यातून एक दिवस ती महाविद्यालयात शिकवत असे. आपल्याला कॉलेजजवळ मांजरीचं एक छोटं पिल्लू सापडलंय; पण त्याला आता कुठे ठेवायचं हे आपल्याला समजत नाही, असं ती म्हणाली. तुला ते घरी घेऊन जायला आवडेल का? असंही तिने मीनाला विचारलं. आम्ही जेव्हा 'मिनी'ला घरी घेऊन आलो, तेव्हा ती मऊ मऊ केस असलेल्या एखाद्या लहान चेंडूसारखी दिसत होती. ती अवघी एक-दोन महिन्यांची असावी. थोड्या दिवसांतच ती आमच्या शेताची लाडकी राजकन्या बनली. तिला सर्वोत्तम अन्न मिळू लागलं आणि तिच्यासाठी सर्व नियम शिथिल करण्यात आले. घरात तिचा मुक्त संचार असायचा आणि काही वेळा तर ती आमच्या बिछान्यातच रात्रीचा मुक्काम ठोकत असे.

मिनी बऱ्याचदा एखाद्या कुत्र्यासारखं वागायची. आम्ही शेतात जिथे जिथे काम करायचो, तिथे तिथे ती सतत आमच्या पाठीमागे यायची. क्रॅश व एडीशी तिचं छान जमलं होतं आणि ते तिघंही एकत्र छान खेळत. पेप्परला एरवी मांजरी मुळीच आवडत नसत आणि मांजर दिसली की, ती तिचा पाठलाग करायची; पण मिनीवर मात्र ती खूश होती. अनेकदा ती व मिनी बाजूबाजूच्या खुर्च्यांवर गाढ झोपलेल्या दिसायच्या.

एक दिवस दोन्ही बोके आपल्याला सोडून जाणार, याची आम्हाला सतत भीती वाटत असायची आणि नेमकं तसंच घडलं. पहिल्यांदा क्रॅश पळून गेला व त्यानंतर काही आठवड्यांनी एडीही पसार झाला. आम्ही त्यांना गावभर शोधलं, सगळीकडे त्यांची चौकशी केली; पण ते पुन्हा कधीच घरी परतले नाहीत. मीना मला सतत म्हणत असायची की, मिनीवर छोटी शस्त्रक्रिया करून तिला गर्भधारणा होणार नाही, याची व्यवस्था करायला हवी. जर ती गर्भवती राहिली तर पिल्लांनी घर भरून जाईल. काही महिन्यांपूर्वी आम्ही पेप्परवर तशी शस्त्रक्रिया करून

घेतली होती; पण ती गोष्ट काही ना काही कारणामुळे राहून गेली आणि लवकरच मिनी गर्भवती झाली. तिच्या पिल्लांचा बाप कोण, याचा आम्हाला पत्ताच लागला नाही, कारण आम्हाला कधीही आसपास एखादा बोका दिसला नाही.

आमच्या घरातील वापरात नसलेल्या बेडरूममधील पुस्तकांच्या स्टॅन्डवर मिनीने आधीच आपल्या प्रसूतीची सोय करून ठेवली. आम्ही त्या खोलीचं प्रसूती विभागात रूपांतर केलं. तिने पाच पिल्लांना जन्म दिला; त्यात चार बोके व एक मांजर होती. एवढी मांजरं घरात ठेवणं आम्हाला शक्य नव्हतं. गावात कोणाला मांजर पाळायची इच्छा आहे का, याची मी बबनला चौकशी करायला सांगितली. बबनने त्यातील मांजर आपल्याकडे ठेवून घेतलं आणि आमचा मित्र फावझनने दोन बोके आपल्या घरी नेले. उरलेले दोन बोके आमच्या घरीच राहिले. आम्ही दादा व व्हाइटी अशी त्यांची नावं ठेवली.

त्यानंतर मिनीने आणखी सहा पिल्लांना जन्म दिला. मग मात्र आम्ही मुंबईला जाऊन लगेच तिच्यावर शस्त्रक्रिया करून घेतली. त्या सहा पिल्लांमध्ये तीन बोके व तीन मांजरी होत्या. विपुल व पुर्विता या आमच्या मित्र-मैत्रिणीने त्यातील एकेक जोडी घेतली व गावातील आत्माराम तिसरी जोडी घेऊन गेला.

मांजराच्या पिल्लांना गावात एवढी मागणी आहे याची आम्हाला पूर्वी कल्पना नव्हती. मिनीवर शस्त्रक्रिया करून बरेच महिने झाल्यावरही लोक मला, तुमच्याकडे मांजरीची पिल्लं आहेत का, असं रस्त्यात थांबवून विचारायचे. माझ्याकडून आता पिल्लं मिळण्याची अपेक्षा ठेवू नका, असं मी त्यांना स्पष्ट सांगितलं. बबनकडे असलेल्या मांजरीकडून त्यांना पिल्लं मिळण्याची आशा होती.

क्रॅश व एडी सुस्त आणि ऐतखाऊ होते. मिनी मात्र शिकार करण्यात तरबेज बनली. पहिल्या प्रसूतीनंतर जसजशी तिची पिल्लं मोठी होऊ लागली, तशी त्यांच्या खाण्याची सोय करण्यासाठी ती शिकार शोधू लागली. आपल्या पिल्लांसाठी ती उंदीर घेऊन यायची. एक दिवस तर तिने एकापाठोपाठ चार उंदीर घरी आणले. शेतामध्ये एवढे उंदीर आहेत, याची तोपर्यंत आम्हाला काहीच कल्पना नव्हती. उंदरांची संख्या कमी केल्याबद्दल आम्ही मिनीशी कृतज्ञ होतो. मिनीच्या या कर्तृत्वाचा परिणामही लवकर दिसू लागला. उंदरांनी फडशा पाडलेल्या भोपळ्यांची संख्या खूपच कमी झाली. मला आठवतं, एका वर्षी उंदरांनी शेतात उगवलेले सात भोपळे खाऊन टाकले होते.

मिनीला पिवळसर पट्टे असलेले दिवड (सापाची एक जात) खूप आवडायचे. ती त्यांना पकडायची आणि त्यांच्याबरोबर बराच वेळ खेळत राहायची. तिने त्यांना कधीच ठार मारलं नाही. त्यांच्याशी काही वेळ खेळून, ती त्यांना सोडून द्यायची. ज्या ज्या वेळी ती दिवड घरी घेऊन यायची, तेव्हा मीना मला म्हणायची,

''मिनीला नानेटी आणि घोणस (विषारी साप) यातला फरक कळत असेल, अशी मला आशा आहे.'' मिनीला दुसरा आवडणारा प्राणी म्हणजे सांडा (सरड्यासारखा प्राणी) आपलं शिकारी कसब दाखवत ती सांडा मारून घरी आणायची. बाहेर शिकार करण्याप्रमाणेच तिने घरातील पाली पकडण्यातही प्रावीण्य मिळवलं होतं. लवकरच घरातील बऱ्याचशा पाली नाहीशा झाल्या होत्या आणि ज्या काही शिल्लक उरल्या होत्या, त्या बिचाऱ्यांनी मिनीच्या हल्ल्यात आपल्या शेपट्या गमावल्या होत्या.

काही वेळा खेळण्यासाठी मिनी आपल्या डोक्यानेच नवनवे खेळ निर्माण करत असे. बाटलीचं बूच, जमिनीवर पडलेली क्लिप, दरवाजाच्या बाजूला असलेलं पायपुसणं किंवा फडकं; अशा काही वस्तू तिच्या नजरेस पडल्या की, ती त्यांच्याबरोबर खेळायला सुरुवात करायची. हळूच गुरगुरत मिनी ती वस्तू हवेत फेकायची व खाली पडायच्या आत पकडायचा प्रयत्न करायची. तिला पायपुसणं सापडलं तर ती त्याखाली रांगत जायची व काही वेळ घशातून विचित्र आवाज काढत तिथेच लपून बसायची आणि नंतर हळूच बाहेर यायची. मिनीने स्वतःच्या कल्पनेने तयार केलेल्या नवीन खेळांबद्दल आम्ही तिला व्हीपी निंटेंडो कॉर्पोरेशन (अमेरिकेतील प्रसिद्ध कंपनी) म्हणायचो.

खेड्यातील अर्थशास्त्र आणि बँकेचा तिरस्कार करणारा माणूस

शहरातील अर्थव्यवस्था म्हणजे स्थूल घरगुती उत्पादन (जीडीपी), महागाई, आपला औद्योगिक विकास दर आणि रिझर्व्ह बँक ऑफ इंडियाचा रेपो दर यावर बारकाईने नजर ठेवणे. खेड्यातील अर्थशास्त्राची व्याख्या अगदी सोपी असते. आपल्याकडे जगण्यापुरते पैसे आहेत ना? एवढाच त्यांच्या समोरील ज्वलंत प्रश्न असतो. बहुतेक खेडी पूर्णपणे शेतीवर अवलंबून असतात. २००४ मध्ये जेव्हा मी गावात राहायला आलो, तेव्हा प्रत्येकाची मुलं शाळेत किंवा महाविद्यालयात शिकत होती. आई-वडील वर्षभर जमीन कसायचे आणि कसाबसा आपला उदरनिर्वाह करायचे.

काही दशकांपूर्वी तर आमच्या गावचे शेतकरी, शेतीसाठी फक्त पावसावर अवलंबून होते. पुढे सूर्य कालवा प्रकल्प सुरू झाल्यावर त्यांना दुसरं पीक काढण्यासाठी पाणी मिळू लागलं. प्रत्येक पिढीने आपल्या कुटुंबाच्या मालकीची जमीन आपापसांत वाटून घेतली; त्यामुळे जमीन छोट्या छोट्या तुकड्यांमध्ये विभागली गेली. प्रत्येकाच्या वाट्याला वेगवेगळ्या ठिकाणचे लहान तुकडे आले. आता कोणापाशीही जमिनीचा सलग मोठा तुकडा राहिलेला नाही; त्यामुळे आपल्या छोट्या शेताला कुंपण घालण्यासाठी पैसे खर्च करायला कोणीच तयार नसतो; पण

त्यात त्यांचाच तोटा असतो. कुंपण घातलेल्या शेतात गुरंढोरं घुसू शकत नाहीत. कुंपण घातल्यामुळे त्यात पालेभाज्या व फळझाडांची लागवड करता येते आणि त्यामुळे वार्षिक उत्पन्नात वाढ होते.

इथले शेतकरी पावसाळ्यात फक्त भात व काही डाळी पिकवतात. त्यानंतर कालव्याच्या पाण्याचा उपयोग करून तेल मिळवण्यासाठी भुईमुगाची किंवा पुन्हा भाताचीच लागवड करतात. त्याशिवाय आपल्या घराच्या आसपास ते पालेभाज्या लावतात; परंतु उरलेल्या जीवनावश्यक वस्तू विकत घेण्यासाठी मात्र त्यांना कायम चणचण भासणाऱ्या रोख पैशांचीच गरज असते.

ही रोकड त्यांना बहुधा दोन मार्गांनी मिळते. त्यासाठी एकतर ते भाताच्या पेंढ्याची विक्री करतात किंवा स्वतःपाशी असलेला अतिरिक्त भात बाजारात विकतात. भातपेंढ्यांचे बाजारपेठेतील भाव शेअर मार्केटप्रमाणे वरखाली होत असतात. मागणी वाढू लागताच भावही वाढतात आणि बाजारात अतिरिक्त पुरवठा झाल्यास ते झटक्यात कोसळतात. एखाद्या वर्षी ५०० किलो पेंढ्यांचे तुम्हाला १५०० रुपये मिळू शकतात, तर दुसऱ्या वर्षी भाव कोसळल्याने ५०० किलोचे फक्त ९०० रुपये हातात पडतात. भावामध्ये एवढा मोठा फरक पडू नये यासाठी सरकारने जरी किमान आधारभूत किंमत जाहीर केलेली असली तरी गावात येणारे भातविक्रीचे दलाल मात्र त्या किमतीत भातपेंढा किंवा भात विकत घेत नाहीत. गावामध्ये भात साधारण १० रुपये किलो भावाने विकला जातो, अतिशय उत्तम प्रतीचा असेल तर दर किलोस कमाल १२ रुपये भाव मिळतो.

गावातील काही उद्यमशील शेतकरी पावसाळ्यानंतर आपल्या शेतात भाजीपाला पिकवतात आणि तो बोइसर किंवा कासाच्या बाजारात विकतात. उत्पन्नाच्या प्रमाणानुसार त्यापासून त्यांना प्रत्येक हंगामात २०,००० ते २५,००० रुपये कमाई होते.

इथली मुलं आठवीपर्यंत गावातील शाळेत शिकतात. फारच थोड्या मुलांना त्यापुढे शिकण्याची इच्छा असते. त्यासाठी त्यांना १२ किलोमीटर अंतरावर असलेल्या नागझरी गावातील शाळेत जावं लागतं. तिथे दहावीपर्यंत शिकण्याची व्यवस्था आहे. गेल्या काही वर्षांपासून आता नागझरीमध्ये पदवी अभ्यासक्रमापर्यंत शिकण्याची सोय करण्यात आली आहे. त्यापूर्वी मुलांना डहाणू किंवा पालघर येथील महाविद्यालयात जावं लागत होतं. इथल्या तरुण मुलांना शेतीत मुळीच रस नाही. ते कंपनीत काम करायला उत्सुक असतात. सुदैवाने जवळच असलेल्या बोइसरमध्ये महाराष्ट्र राज्य विकास मंडळातर्फे (एमआयडीसी) उपलब्ध करून दिलेल्या औद्योगिक क्षेत्रातील शेकडो कंपन्यांना कायम कामगारांची गरज असते.

बहुतेकजण कंपनीतील उत्पादन किंवा पॅकिंग विभागात काम करतात. फार

थोडेजण आता बोइसरमध्ये नव्याने सुरू झालेल्या तयार कपडे बनवणाऱ्या कारखान्यांमध्ये काम करू लागले आहेत. त्या मुलांना सुरुवातीला तिथे साधारण १०,००० रुपये पगार मिळतो आणि तिथेच कायम राहिल्यास त्यांना दरवर्षी पगारवाढ व बोनसचाही लाभ होतो.

पगार मिळताच ती मुलं सर्वप्रथम एखादा छानसा मोबाइल विकत घेतात व मग पैसे वाचवून मोटरसायकल विकत घेण्यासाठी सुरुवातीला द्याव्या लागणाऱ्या आगाऊ रकमेची तरतूद करतात. एकदा का ती कर्जाच्या दुष्टचक्रात अडकली की, त्यातून कधीच बाहेर येऊ शकत नाहीत. मासिक हप्ते भरून एक कर्ज फिटलं की, ते लगेच दुसरं कर्ज काढतात. मोठ्या आकाराचा टेलिव्हिजन किंवा अत्याधुनिक मोबाइल किंवा बाजारात नवी आलेली मोटरसायकल खरेदी करण्याच्या हव्यासापोटी ते सतत कर्ज काढत राहतात. घरखर्चाला हातभार लावण्यासाठी मात्र त्यांच्याकडे पैसे नसतात. त्यांचे म्हातारे आई-वडील शेती करून मिळणाऱ्या तुटपुंज्या कमाईवर कसंबसं घर चालवत असतात.

चैनीच्या वस्तू खरेदी करण्याखेरीज स्वतःचं लग्न थाटामाटात करण्यासाठीही त्यांना पैसे साठवावे लागतात. प्रत्येकाला इतरांपेक्षा आपलं लग्न अधिक भपकेबाज पद्धतीने करण्याचा खूप सोस असतो, कारण जेवढा भपका जास्त तेवढा अधिक मान मिळतो आणि गावकरी त्या लग्नाबद्दल गावात खूप दिवस चर्चाही करत राहतात. अनंतकाकांचा मुलगा उमेश आठवीपर्यंत शिकला आणि बोइसरमधील तयार कपडे बनवणाऱ्या 'पॅन्टालून' कंपनीच्या कारखान्यात नोकरीला लागला. कारखान्यातील पॅन्ट तयार करण्याच्या विभागात तो काम करायचा. आपल्या मेहनतीच्या जोरावर त्याला लाइन सुपरवायझरपदावर बढती मिळाली. मग त्याने लग्न करायचं ठरवलं. गेल्या काही वर्षांत त्याने थोडेफार पैसे साठवले होते; पण थाटात लग्न करण्याकरता ते पुरेसे नव्हते. आपल्या लग्नात दोन दिवस बॅन्ड वाजत राहावा आणि अख्ख्या गावाला उत्तम मटणाचं जेवणं द्यावं, हे त्याचं स्वप्न होतं.

पैशांची सोय होत नाही हे लक्षात येताच त्याने एक अजब निर्णय घेतला. त्याने नोकरी सोडली. ते ऐकून मी चक्रावून गेलो. मी त्याला नोकरी सोडण्याचं कारण विचारलं, तेव्हा उमेश शांतपणे मला म्हणाला, ''नोकरी सोडल्याशिवाय मला माझा भविष्य निर्वाह निधी (प्रॉव्हिडंट फंड) कसा मिळाला असता?''

नियमाप्रमाणे दोन महिने थांबून त्याने प्रॉव्हिडंट फंडातून पैसे मिळण्यासाठी अर्ज केला. पैसे मिळाल्यावर महिनाभरातच त्याने लग्नाचा बार उडवून दिला आणि आपल्या स्वप्नाची पूर्ती केली. लग्नाचा जल्लोष संपल्यावर त्याने पुन्हा कारखान्यात जाऊन नोकरी पटकावली. तो आपल्या पूर्वीच्याच विभागात; परंतु

आधीपेक्षा खूप कमी पगारात काम करू लागला. आपण पुन्हा लवकरच लाइन सुपरवायझर होऊ अशी त्याला खात्री होती.

त्यानंतर एका वर्षाने त्याला बढती मिळाली आणि तो बोइसरमध्ये कायमचा स्थायिक झाला. आता तो पत्नी व मुलासह कारखान्याजवळ असलेल्या एका भाड्याच्या घरात राहतो. सुट्टीच्या दिवशी किंवा गावात कुणाचा मृत्यू झाल्यास तो इथे येतो. त्याचे म्हातारे आई-वडील मात्र अजूनही शेती करत, आपल्या जुन्या झोपडीत राहतात.

खेड्यातील अर्थव्यवस्था समजून घ्यायची असेल तर त्यासाठी पवनकाका ही व्यक्तिरेखा अभ्यासायला हवी. ते आपल्या पत्नीसह गावात राहतात आणि त्यांचा एकुलता एक मुलगा, त्याच्या बायकोसमवेत तिच्या गावात राहतो. ते दोघेही मनोरला एक कपड्याचं दुकान चालवतात. दुकान सुरू करण्यासाठी त्याने पवनकाकांकडून कर्जाऊ पैसे घेतले होते. तो मुलगा आता आपल्या आई-वडिलांना एकही पैसा देत नाही. पवनकाका भात व भाताचा पेंढा विकून दोघांचं पोट भरतात.

तो मुलगा आई-वडिलांना मदत तर करत नाहीच; पण ज्या ज्या वेळी तो गावात येतो, तेव्हा तो भुईमुगाच्या तेलाचा डबा, तांदळाचं एक पोतं, भाजीपाला आणि काही वेळा रॉकेलचा कॅन पवनकाकांकडून घेऊन जातो. तो तुम्हाला या वस्तूंचे पैसे देतो का, असं मी एकदा काकांना विचारलं. काका म्हणाले, "तो मला पैसे देत होता; पण मीच पैसे घ्यायला नकार दिला." आपल्या पोराची इभ्रत वाचवण्यासाठी पवनकाका खोटं बोलत आहेत, हे मला समजत होतं.

दरवर्षी पावसाळ्याआधी बियाणं व खतं विकत घेण्यासाठी पवनकाका पतपेढीतून कर्ज काढायचे. भाताची कापणी व मळणी झाल्यावर भाताचा पेंढा विकून ते आपलं कर्ज फेडायचा प्रयत्न करत. पीक कमी आलं तर कर्जफेडीनंतर त्यांच्यापाशी फारच कमी पैसे शिल्लक राहायचे. दरवर्षी त्यांना ही तारेवरची कसरत करावी लागे. आता दोघेही थकले होते आणि दिवसेंदिवस त्यांना जमीन कसणं अवघड जात होतं. त्या दोघांना शेती करणं खरोखर अशक्य होईल, तेव्हा त्यांच्यावर कोणती परिस्थिती ओढवेल याची मला चिंता वाटायची. त्यांनी आता पासष्टी ओलांडली होती आणि तीन वर्षांपूर्वी सरकार देत असलेल्या निवृत्तिवेतनाचा लाभ मिळवण्यासाठी त्यांनी अर्जही केला होता. त्यानंतर प्रत्येक वर्षी ते डहाणूला जाऊन नव्याने अर्ज करायचे. या वर्षीही ते डहाणूला गेले होते. आपला अर्ज मंजूर होऊन या वर्षीपासून आपल्याला पेन्शन मिळू लागेल याची त्यांना खात्री वाटत होती.

आमच्या गावातील बहुतेक कुटुंबांची हीच कथा आणि व्यथा आहे. अर्थात,

काहीजण याला अपवाद आहेत. दशरथ व प्रकाश या दोघांनी शेती करण्याचं थांबवून बोइसरला सुरक्षारक्षकाची नोकरी मिळवली आहे. अरविंद शहरात जाऊन रिक्षा चालवतो. ते निदान महिनाअखेर घरासाठी पैसे तरी कमावतात.

गावातील काहीजण शेतीखेरीज अन्य मार्गांनेही पैसे मिळवण्याचा प्रयत्न करतात. एकाने बँकेतून कर्ज घेऊन भाताची गिरणी सुरू केली आहे. दुसऱ्याने बाटलीबंद पाणी बनवण्याचा कारखाना चालू केला. दीनाने बांधकामासाठी लागणारा माल ठिकठिकाणी पोहोचवण्याकरता दोन ट्रक्स विकत घेतलेत. हरीकडेही एक ट्रक आहे आणि तो स्वतः बांधकाम व्यवसायात उतरला आहे. बबनचा मोठा मुलगा जयेशने भाड्याने देण्यासाठी दोन गाड्या घेतल्या आहेत. जवळच्या अंतरासाठी तो टाटा मॅजिक तर दूरच्या ठिकाणी जाण्यासाठी तो तवेरा गाडी वापरतो. बबनचा धाकटा मुलगा महेशने संगणकाचा मूलभूत अभ्यासक्रम पूर्ण केलाय आणि तो एका कंपनीत निर्मिती सहायक पदावर काम करतो.

२००४ मध्ये मी जेव्हा गावात आलो, तेव्हा फक्त माझ्याकडेच चारचाकी गाडी होती. आता गावात बऱ्याच गाड्या आहेत. दीनाने सर्वांत आधी मारुती स्विफ्ट खरेदी केली. त्यानंतर जयराम, हरी, सुभाष, विकास आणि बबनचा मुलगा जयेश यांनी गाड्या विकत घेतल्या. हे सर्वजण शेतीखेरीज अन्य व्यवसायही करतात.

प्रत्येकाकडे आता फारच थोडी जमीन उरल्यामुळे कोणीही आता शेतीच्या उत्पन्नावर आपलं घर चालवू शकणार नाही ही गोष्ट तर स्पष्टच होती. शिवाय वाढत्या कुटुंबाच्या खर्चाचा मेळ घालण्यासाठी उत्पन्नाचा नवा स्रोत शोधण्याखेरीज त्यांच्यासमोर दुसरा पर्यायही शिल्लक नाही.

बँकेचा तिरस्कार करणारा माणूस

लहू व श्रीधरकाकांचा भाऊ दामू हा माझा गावातील सर्वांत जवळचा शेजारी आहे. एकेकाळी त्याचा स्वभाव अतिशय तापट होता व गावातील प्रत्येकाशी त्याचे भांडण होत असे. साधारण तीस वर्षांपूर्वी लहू व दामूमध्ये काही कौटुंबिक कारणांवरून कडाक्याचं भांडण झालं. रागाच्या भरात लहूकाकांनी दामूच्या डोक्यावर एका मोठ्या दांडक्याने प्रहार केला. रक्तबंबाळ अवस्थेत दामूला रुग्णालयामध्ये दाखल करण्यात आलं. इस्पितळातील उपचाराने बरा झाल्यावर दामूने गावात कधीही न परतण्याची प्रतिज्ञा केली. खारेकुरण नावाच्या मासेमारीचा व्यवसाय चालणाऱ्या एका छोट्या खेड्यात स्थायिक होण्यासाठी तो कायमचा निघून गेला.

मासे पकडायला जाणाऱ्या बोटींवर त्याने काम केलं; पण तो एकदाही

गावात आला नाही. २०१३ मध्ये गावकऱ्यांनी अचानक एक वृद्ध व टक्कल पडलेल्या व्यक्तीला गावात शिरताना पाहिलं. त्याची दाढी वाढलेली होती, हातात जाड काठी आणि एक प्लॅस्टिकची पिशवी होती. तो थेट मोहनच्या घरात गेला व पडवीत जाऊन बसला. सर्वजण त्याच्या भोवती गोळा झाले आणि अचानक एकजण जोरात ओरडला, "अरे, हा तर दामू, दामू परत आलाय!" गाव सोडून गेलेला एक तरुण, कोपिष्ट माणूस आता टक्कल पडून म्हातारा झाल्यावर पुन्हा स्वगृही परतला होता.

माझ्या घराच्या फाटकापासून काही मीटरवर असलेल्या आपल्या घरात दामू राहू लागला. तो गावात कोणाशीही बोलायचा नाही. एकदा मी त्याच्याशी बोलण्याचा प्रयत्न केला; पण त्याने फक्त मान हलवली. जवळ असलेल्या भट्टीमधून त्याने रोख पैसे देऊन विटा विकत आणल्या आणि कोणाच्याही मदतीशिवाय एकट्याने घर बांधलं. एका खोलीच्या त्या घराला ॲसबेस्टॉसच्या पत्र्याचं छप्पर होतं. दरवाजा म्हणजे एक छोटी लाकडी फळी होती.

मी रोज त्याच्या घरावरून जायचो; पण त्याने मला पाहून कधीही एक शब्दही उच्चारला नाही. सकाळी उठून तो बाजूच्या खेड्यातील लोकांची छोटी-मोठी कामं करायला घराबाहेर पडायचा. मात्र, गावातील कोणासाठीही त्याने कधीच काम केलं नाही. एकदा मला माझ्या शेतात काम करण्यासाठी एका माणसाची गरज होती, म्हणून मी दामूला विचारलं. माझ्याकडे पाहत तो म्हणाला, "तुझ्याकडे बबन आहे ना."

दामू काठी घेतल्याशिवाय कुठेही फिरायचा नाही. शिवाय त्याच्या काखेत एका प्लॅस्टिकच्या पिशवीत गुंडाळलेलं एक छोटं पुडकं कायम असायचं. नदीवर अंघोळीला जातानाही ते पुडकं तो घरी ठेवायचा नाही. त्या पुडक्यात काय असेल याबद्दल प्रत्येकजण आपापला अंदाज व्यक्त करायचा. अखेर त्या पुडक्यात दामूने आयुष्यभराची साठवलेली पुंजी म्हणजेच नोटांची थप्पी असल्याचा शोध गावातल्याच एकाने लावला. दामूपाशी लाखभर रुपये तरी असावेत, असं गावात बोललं जायचं.

दामू सकाळी उठायचा, नदीवर जायचा आणि साडेसातच्या सुमारास कामासाठी घर सोडायचा. मग दुपारच्या जेवणासाठी तो घरी येत असे. घरी आल्यावर तो स्वतः आपलं जेवण बनवायचा. थोडी विश्रांती घेऊन तो पुन्हा दुपारी दोन वाजता कामावर जाई. दिवसभराचं काम आटोपल्यावर रोजच्या कमाईचे १५० रुपये खिशात टाकून तो तीन किलोमीटरवर असलेल्या धमाटणे गावात जाऊन ताडीचे दोन-तीन ग्लास ढोसत असे. त्यानंतर घरी चालत येताना तो रात्रीच्या जेवणासाठी वाटेत कोंबडीचं मांस किंवा अंडी नाहीतर एक-दोन भाज्या विकत घ्यायचा. घरी

आल्यावर पुन्हा स्वयंपाक करून व जेवून तो झोपत असे. त्याचा हा दिनक्रम सर्वांना ठाऊक होता आणि त्यानेही तो कधी बदलला नाही.

एक दिवस मी गावातील काही ज्येष्ठ व्यक्तींना भेटलो व त्यांच्यापाशी दामूचा विषय काढला. मी त्यांना म्हणालो की, दामू सतत त्याच्यापाशी असलेली रोकड घेऊन फिरतो. मला वाटतं, तो खूप मोठी जोखीम घेतोय. त्याचं घर गावापासून खूप दूर आहे आणि आपल्या घराला मजबूत दार लावण्याऐवजी त्याने एक साधं फळकूट लावलंय; त्यामुळे दामू म्हणजे शिकाऱ्यांसाठी एक सोपं सावज आहे; पण त्याच्याकडील पैसे पळवण्याआधी त्याला कोणी मोठी इजाही करू शकतं याची मला जास्त भीती वाटते. ते मला म्हणाले, "आम्ही तर त्याला बँकेमध्ये खातं उघड असं अनेकदा सांगून पाहिलं; पण तो आमचं ऐकायलाच तयार नाही."

त्या संध्याकाळी मी दामूला भेटलो आणि बँकेत खातं उघडण्यासाठी त्याला काही मदत हवी आहे का असं त्याला विचारलं. त्यानं मान हलवत मला नकार दिला. मी म्हटलं, "काका, मी तुम्हाला गाडीने बँकेत घेऊन जातो आणि अर्ज भरायला मदत करतो." तो म्हणाला, "ते तुम्हाला कधीच पैसे परत करणार नाहीत." क्षणभर मला त्याच्या बोलण्याचा अर्थ समजला नाही. मी विचारलं, "कोण पैसे परत करणार नाहीत?" तो म्हणाला, "बँक." आमचं संभाषण तिथेच संपलं. त्यानंतर मी त्याला समजावून सांगण्याचा प्रयत्न केला की, घरात एवढी मोठी रोकड ठेवून राहणं खूप धोकादायक आहे. माझ्या बोलण्याला त्याने काहीच प्रतिसाद दिला नाही.

दुसऱ्या दिवशी मी पुन्हा त्याच्या घरी गेलो आणि म्हणालो, "काका, तुमचा बँकेवर विश्वास नसेल तर आपण पोस्ट ऑफिसमध्ये खातं उघडू शकतो. तावाला एक डाकघर आहे." तो म्हणाला, "तेही त्याच माळेचे मणी आहेत." त्यानंतर मात्र मी प्रयत्न सोडून दिला.

वर्षभरातच आमची भीती खरी ठरली. एका दुपारी आमच्या फाटकाजवळ कोणीतरी जोरजोरात ओरडत असल्याचा आवाज आला. मी आणि बबन काय झालंय हे पाहायला गेलो. बघतो तर, 'चोर! चोर!' असं मोठ्याने ओरडत दामू सैरावैरा धावत होता. त्या दिवशी नेहमीप्रमाणे तो दुपारी घरी आला आणि त्याचं डबोलं असलेली प्लॅस्टिकची पिशवी खुंटीला टांगली. नंतर तो जेवणाच्या तयारीला लागला. घराच्या बाहेर ठेवलेल्या ढिगाऱ्यातून सरपणासाठी काही लाकडं आणायला तो मिनिटभर घराबाहेर पडल्याचं त्याने आम्हाला सांगितलं. दुपारी २ वाजता तो जेव्हा कामासाठी पुन्हा बाहेर जायला निघाला, तेव्हा खुंटीला टांगलेली पिशवी गायब झाली होती. आपले पैसे कोणीतरी हातोहात पळवले, हे त्याच क्षणी

दामूच्या लक्षात आलं. याचा अर्थ उघड होता की, कोणीतरी सतत दामूच्या हालचालींवर पाळत ठेवून होतं आणि संधी मिळताच त्याने झट्कन घरात शिरून ते नोटांचं पुडकं पळवलं होतं.

आम्ही तिघेही काठ्या घेऊन चोराचा शोध घ्यायला नदीपाशी गेलो. तिथे एका झुडपात आम्हाला रिकामी प्लॅस्टिकची पिशवी सापडली. चोराचा मात्र पत्ता लागला नाही. पिशवीत किती रक्कम होती, असं मी दामूला विचारलं. '७०,००० रुपये.' तो अर्धवट पुटपुटला. मी दामूला पटवण्याचा प्रयत्न केला की, आपण पोलीस स्टेशनमध्ये जाऊन, रीतसर तक्रार नोंदवू; पण त्याने ठाम नकार दिला. उलट त्याने आम्हाला निघून जाण्यास सांगितलं. आम्ही त्याला एकट्याला सोडून घरी परतलो.

गावातील अनेक लोकांनी घरी जाऊन दामूचं सांत्वन केलं. काहीजणांनी त्याला पैशाची मदत करण्याचीही तयारी दर्शवली. सर्वांनीच त्याला तक्रार नोंदवण्याचा सल्ला दिला; पण त्याने तो धुडकावून लावला.

काही दिवसांनी मी दामूला रस्त्यावर काठी घेऊन चालताना पाहिलं. त्याच्या काखेत पुन्हा एक प्लॅस्टिकची पिशवी दिसत होती. या वेळेस आतील पुडक्याचा आकार फारच छोटा होता. याचा अर्थ चोरी होऊनही त्याने बँकेचा तिरस्कार करणं सोडलं नव्हतं.

नोटाबंदीचं भूत

बँकिंग सुविधांचा असलेला अभाव हा शहर व खेड्यामधील मुख्य फरक आहे. खेड्यामध्ये प्रत्येक व्यवहार रोखीने चालतो. प्रत्येकाने बँकेत खातं उघडलेलं असतं आणि मोठी रक्कम जमा करायची असेल तरच ते आपल्या खात्याचा वापर करतात. अर्थात, त्यांच्यावर मोठी रक्कम भरण्याची वेळ बहुधा येतच नाही. जेव्हा त्यांना पतपेढीतून कर्ज मंजूर होतं किंवा सरकारतर्फे नुकसानभरपाई मिळते अथवा त्यांचं निवृत्तिवेतन खात्यात जमा होतं, तेव्हा मात्र ते लगेच बँकेत जातात आणि बँकेच्या नियमाप्रमाणे खात्यात किमान रक्कम ठेवून बाकीचे पैसे काढून आणतात. मोठ्या कंपनीत काम करणारी गावातील काही तरुण मुलं आपल्याजवळचं डेबिट कार्ड मोठ्या रुबाबात सर्वांना दाखवतात. आपण मशीनमध्ये कार्ड सरकवून पैसे कसे काढतो, याचं त्यांनी केलेलं रसभरीत वर्णन सर्व गावकरी आ वासून ऐकत राहतात.

बबनला, त्याचा पगार दर महिना मी बँकेत जमा करतो, असं सुचवलं होतं; त्यामुळे मी गावात नसलो किंवा माझ्यापाशी रोख पैसे नसले तरी त्याला वेळेवर

पगार मिळाला असता. आमच्यापासून सर्वांत जवळ असलेल्या बोइसर गावात एटीएम मशीन उपलब्ध होतं; पण अनेकदा त्यात नोटांचा भरणा केलेला नसे. बबनने माझा प्रस्ताव नाकारला. तो म्हणाला, "दर वेळी पैशांची गरज असली की, मला बँकेत जावं लागणार आणि कासाला जाण्याच्या खर्चाशिवाय बँकेतील लांबलचक रांगेत उभं राहून माझा एक दिवस वाया जाणार." यासाठी चार दिवस उशिरा मिळाला तरी त्याला रोख पगार हवा होता.

जेव्हा ५०० व १००० रुपयांच्या नोटांवर बंदी जाहीर करण्यात आली, तेव्हा गावात एकच घबराट पसरली. गावातील वृद्ध व्यक्तींना नोटाबंदीचा अर्थच समजला नाही. आपल्याकडचे सगळे पैसे आपण गमावून बसलो आहोत, असा त्यांचा समज झाला. त्यात घाबरून जाण्यासारखं काहीच नाही, तुम्हाला फक्त स्वतःजवळचे पैसे बदलून घ्यावे लागतील हे त्यांना समजावून सांगावं लागलं

दुसऱ्या दिवशी सकाळी कासाच्या उप-पोस्ट कार्यालयासमोर प्रचंड गर्दी जमली. माझ्यापाशी असलेल्या ५०० रुपयांच्या नोटा बदलण्यासाठी मीही त्या गर्दीत उभा होतो. कासामध्ये असलेल्या एकमेव बँकेसमोर तर मैलभर लांब रांग लागली होती. पोस्टातही पैसे बदलून मिळतात हे बऱ्याचजणांना माहीत नसल्यामुळे तुम्ही बँकेऐवजी पोस्टात जा, असं कोणीतरी आम्हाला सांगितलं.

बाहेरच्या मैदानात एक स्त्री अंगाचं मुटकुळं करून एका कोपऱ्यात रडत बसली होती. तुला काही मदत हवी आहे का, असं मी तिला विचारलं. तिने मान डोलवली आणि आयुष्यभर बचत करून साठवलेल्या ५०० रुपयांच्या चार नोटा आणि जीर्णावस्थेत असलेलं आपलं आधारपत्र तिने मला दाखवलं. गजरी अन्या धनगड असं नाव असलेली ती महिला डोंगरपाड्यातील एका दुर्गम व छोट्या खेड्यातून आली होती. बिचारीला नोटाबंदीच्या निर्णयामुळे देशात उडालेल्या खळबळीची काहीच कल्पना नव्हती. तिच्या शेजारी बसलेली तिची सून तापाने फणफणली होती. आपल्या सुनेवर उपचार करून घेण्यासाठी ती तिला घेऊन कासाच्या रुग्णालयात गेली; पण तिथल्या डॉक्टरांनी तिच्यापाशी असलेल्या ५०० रुपयांच्या नोटा घ्यायला नकार दिला; त्यामुळे या नोटांचं काहीतरी करायला हवं, एवढंच तिच्या लक्षात आलं होतं.

मी तिचा अर्ज भरला आणि खिडकीपाशी बसलेल्या माणसाकडे नेऊन दिला. दुपारी दोनच्या सुमारास पोस्टमास्तर साहेब नव्या नोटांचं बंडल घेऊन आले. गजरीला तातडीने रुग्णालयात जायचं असल्याने तिला प्रथम पैसे द्यावेत, ही आम्ही केलेली विनंती त्यांनी मान्य केली. २००० रुपयांची नवी कोरी नोट हातात घट्ट पकडून ती पोस्टातून बाहेर पडली.

कासा गावामध्ये बँक ऑफ महाराष्ट्र आणि ठाणे सहकारी बँक अशा दोन

बँका होत्या; पण ठाणे सहकारी बँकेने आपलं कामकाज बंद केल्यामुळे महाराष्ट्र बँक व पोस्ट ऑफिसमध्ये खूपच गर्दी झाली. दिवसभर रांगेत उभं राहूनही अनेकजणांना दुसऱ्या दिवशी येण्यास सांगितलं गेलं.

प्रत्येकजण काही गजरीसारखा सुदैवी नव्हता. बऱ्याच लोकांना निराश होऊन घरी परतावं लागलं. पोस्टमास्तरांनी नवीन नोटा संपल्याचं जाहीर करताच, आशेने रांगेत उभा असलेला लाडक्या आपल्या चेहऱ्यावरची उदासी लपवू शकला नाही. इमारत बांधकामासाठी तो रोजमजुरी करायचा. पोस्टामध्येच सगळा दिवस खर्ची झाल्याने त्याला एका दिवसाचा पगार गमवावा लागला होता आणि दुसऱ्या दिवसाच्या मिळकतीवरही त्याला पाणी सोडावं लागणार होतं. त्याचं गाव कासापासून १० किलोमीटरवर होतं; पण एसटीने जाण्यासाठी त्याच्याकडे पैसे नव्हते. घरी चालत जाण्याशिवाय दुसरा काही पर्यायच नव्हता.

लाडक्या खिन्न मनाने पावलं उचलत असताना, पोस्टापाशी रेंगाळणारा एक माणूस मोठ्याने हिंदीत म्हणाला, ''मगरमछ को पकडने के लिए तालाब खाली करें, तो सब मछली खतम हो जाएंगा.'' (जर सुसर पकडायला तुम्ही अख्खं तळं आटवायला निघालात तर बिचारे सगळे मासे मरून जातील.)

बँकेत पैसे नाहीत आणि जुन्या नोटा स्वीकारायला कोणी तयार नाही अशा अवस्थेत रब्बी हंगामासाठी लावलेल्या आपल्या पिकांचं काय होणार या काळजीने सारे गावकरी भयभीत झाले. ते खतं किंवा जंतुनाशकं विकत घेऊ शकत नव्हते आणि महाराष्ट्रात अचानक सुरू झालेल्या थंडीच्या लाटेमुळे बरेच विध्वंसक कीटक पिकांभोवती घोंघावू लागले होते. परिस्थितीमध्ये लवकर सुधारणा न झाल्यास सारा हंगाम वाया जाणार होता.

एकीकडे शेतकरी आपल्या पिकांबाबत आणि रोजच्या जगण्याबाबत चिंताक्रांत झाले होते, तर दुसरीकडे व्यापारीवर्गाचीही सहनशक्ती संपत आली होती. संदीप पावडेची विटांची भट्टी होती; पण एकही बांधकाम व्यावसायिक त्याच्याकडून माल घ्यायला तयार नसल्याने तोही मोठ्या काळजीत पडला होता. त्याने माल उधारीत द्यायचीही तयारी दर्शवली, तरीही त्याला सगळीकडून नकारच मिळाला. आपण विटांमध्ये गुंतवलेल्या पैशांचं आता काय होणार, याचीच चिंता त्याला भेडसावत होती.

जितेंद्र गावातील शेतकऱ्यांकडून भाताचा पेंढा विकत घ्यायचा. भाताचा हंगाम लवकरच सुरू होणार होता आणि त्यासाठी तरतूद म्हणून त्याने तीन लाखांहून अधिक रक्कम बाजूला ठेवली होती; पण त्याच्याकडे सर्व जुन्या चलनी नोटा होत्या. आता इतक्या कमी वेळात आपल्याला एवढ्या मोठ्या रकमेच्या नोटा कोण बदलून देणार, हे त्याला समजत नव्हतं, कारण गावकऱ्यांकडे पेंढा

तयार होऊ लागला होता.

आमच्या गावचा सीतारामसुद्धा मला पोस्टाजवळ उभा असलेला दिसला. त्याच्याकडे बघून मी हात हलवला. मला पाहताच तो धावत माझ्यापाशी आला आणि माझ्या पाया पडू लागला. नोटा बदलण्यासाठी तो कासाला आला होता व आता त्याच्यापाशी फक्त २००० रुपयांची एकच नोट होती. त्याला त्या नोटेच्या बदल्यात सुट्टे पैसे द्यायला कोणीच तयार नव्हतं. आता गावी परत कसं जायचं हे त्याला समजत नव्हतं. मी त्याला माझ्या गाडीत बसायला सांगितलं.

माझ्याजवळच्या नोटा बदलून झाल्यावर आम्ही गाडीने घरी परतत असताना, थोड्या अंतरावर मला गजरी व तिची सून रस्त्याच्या कडेला बसलेली दिसली. ती हताश झाली होती. एकही डॉक्टर तिला २००० रुपये सुट्टे करून द्यायला तयार नव्हता. ती जवळच असलेल्या वाण्याच्या दुकानात गेली. ५०० रुपयांचा माल घेतल्यास सुट्टे पैसे देतो असं तो तिला म्हणाला. तिला ते शक्य नव्हतं. गजरीच्या समस्येवर कोणताच उपाय नसल्याने मी तिला ५० रुपये दिले व दोघींना जवळच्या सरकारी रुग्णालयापाशी नेऊन सोडलं. तिथे निदान गरिबांवर मोफत इलाज करण्याची सोय होती. मला दामूचे शब्द आठवले, ''ते तुम्हाला कधीच पैसे देणार नाहीत,'' जणू त्याची भविष्यवाणी आता खरी ठरली होती.

विक्रीसाठी पुढाकार

मालपुरवठा साखळीने शिकवले धडे

शेती करायला सुरुवात केल्यावर, पहिल्याच वर्षी मी घराच्या मागच्या बाजूला भेंडीची लागवड केली. भेंडीची चांगली वाढ झाली व सुगीनंतर लक्षात आलं की, आमच्या गरजेपेक्षा आम्ही खूपच जास्त भेंडी पिकवली आहे. जास्तीची भेंडी कोणाला विकावी याचा मी शोध घेऊ लागलो. मी असं ऐकलं होतं की, रोज संध्याकाळी गावात हरीभाई नावाचा एक भाजीपाला विक्रेता येतो व गावकऱ्यांकडे असतील त्या सर्व भाज्या विकत घेऊन टेम्पोमधून बोइसरला नेतो.

एक दिवस संध्याकाळी त्याला गाठण्यासाठी मी रस्त्याच्या कोपऱ्यावर जाऊन उभा राहिलो. मला हरीभाई भेटला. आमची फार जुनी ओळख असल्यासारखा तो माझ्याशी बोलू लागला. माझी भेंडी विकत घेणार का असं मी त्याला विचारलं. आधी आलेल्या अनुभवांवरून ही भेंडी सेंद्रिय पद्धतीने पिकवली आहे, ही गोष्ट मी त्याला सांगितली नाही. तो लगेच म्हणाला, ''का नाही घेणार? तुमच्या मदतीसाठीच तर मी इथे येत असतो.'' काय भावाने भेंडी घेणार असं त्याला विचारताच, त्याने ४ रुपये किलो असं उत्तर दिलं.

ते उत्तर ऐकून मी चाट पडलो. मी

नुकताच मुंबईला जाऊन आलो होतो आणि मुद्दाम भेंडीचा भाव तपासला होता. गोरेगावला आमच्या घराबाहेरचा भाजीवाला २० रुपये किलोने भेंडी विकत होता. मी त्याला म्हणालो, ''तू तर गावकऱ्यांना लुटतो आहेस. मुंबईत २० रुपये किलोने भेंडी विकतात.'' माझ्या बोलण्याने त्याच्या चेहऱ्यावरची रेषही हलली नाही. तो शांतपणे मला म्हणाला, ''तुम्ही पहिल्यांदाच भेंडी विकायला आलेले दिसताय.''

आपण ४ रुपये भावाने भेंडी का विकत घेतो हे तो मला समजावून सांगू लागला. तो म्हणाला, ''मी रोज टेम्पो घेऊन तुमच्या भाज्या घ्यायला इथे येतो. त्यासाठी मला खर्च येतो. तो आपण किलोमागे एक रुपया पकडू. मला माझं कुटुंब चालवायचं असतं, त्यासाठी मी दर किलोचे दोन रुपये जास्त घेतो. अशा प्रकारे मी बोइसरच्या घाऊक व्यापाऱ्याला ७ रुपये किलोने भेंडी विकतो. तो माझ्यासारख्या अनेकजणांकडून भेंडी विकत घेत असतो. ती भेंडी तो रेल्वेने बोरिवली, मुंबईला पाठवतो. त्याला रेल्वे तिकिटाचा खर्च करावा लागतो किंवा तिकीट तपासनिसाला थोडी लाच द्यावी लागते; त्यामुळे तो किलोमागे १ रुपयाने भाव वाढवतो.

तो पुढे बोलण्याआधीच मी त्याचं वाक्य पूर्ण करत म्हटलं, ''अर्थात, त्यालाही आपलं कुटुंब चालवायचं असतं.'' तो हसला आणि म्हणाला, ''आता तुमच्याही लक्षात येऊ लागलंय. त्यानंतर बोरिवलीचा व्यापारी त्याच्याकडे असलेला माल गोरेगाव पालिकेच्या बाजारात घेऊन जातो. त्याने माल रस्त्यावरून किंवा रेल्वेने नेला तरी त्याला पुन्हा किलोमागे १ रुपया खर्च येतो. त्यामध्ये तो आपल्या वाट्याचे २ रुपये प्रत्येक किलोमागे वाढवतो. अखेर तुमच्या घराबाहेर भाजी विकणारा माणूस गोरेगाव पालिकेच्या बाजारातून त्याला लागणारा माल आणतो. त्याला रस्त्यावर एक छोटं दुकान चालवण्यासाठी पालिकेच्या अधिकाऱ्यांना किंवा पोलिसांना चिरीमिरी द्यावी लागते. त्याचा त्याला किलोमागे १ रुपया खर्च येतो.''

तो पुढे म्हणाला, ''आपण अजून प्रवासात खराब झालेल्या मालामुळे होणाऱ्या नुकसानीचा हिशेब यात केलेला नाही. तुम्ही तर शिकलेले आहात. तुम्हीच आकडेमोड करा आणि शेवटी भेंडीचा किती भाव होतो ते बघा. मग तुमच्या लक्षात येईल की, मी तुम्हाला ४ रुपये भाव देतो तो योग्यच आहे.'' मी मनातल्या मनात हिशेब केला. गोरेगावला आमच्या घरासमोर भेंडी पोहोचेपर्यंत तिचा भाव १८ रुपये झाला होता. अर्थात यामध्ये प्रत्येक स्तरावरील व्यापाऱ्याचा व्यक्तिगत नफाही धरला होता. त्या आकडेमोडीने मी इतका बधिर झाला की, मी त्याला उरलेल्या दोन रुपयांबद्दल विचारलंही नाही.

टेम्पो सुरू करण्याआधी एकवार माझ्याकडे पाहत तो म्हणाला, ''तुम्ही शहरातून आलेले भले माणूस दिसताय. तुमच्याकडून मी ५ रुपये किलो दराने भेंडी घेतो; पण ही गोष्ट गावात कोणाला सांगू नका.''

त्या दिवशी माल पुरवठा करणाऱ्या साखळीचा खेड्यातील शेतकऱ्यांवर काय परिणाम होतो, याचा पहिला धडा शिकून मी शेतावर परतलो. शेतकऱ्याला आपल्या पिकासाठी योग्य भाव हवा असेल, तर आपला माल थेट ग्राहकाला विकणे हा एकच मार्ग त्याच्यापाशी होता; पण छोटासा जमिनीचा तुकडा व त्यात छोट्या प्रमाणावर येणारं पीक या परिस्थितीत त्याला तो मार्ग निवडणं शक्य नव्हतं. मलाही केवळ १०-२० किलो भेंडी विकण्यासाठी एक दिवसाआड मुंबईला जाणं परवडण्यासारखं नव्हतं आणि जरी मी जाऊ शकलो असतो, तरी मी माझा माल कुठे विकू शकलो असतो? माझ्या लक्षात आलं की, शेतात पिकणारा भाजीपाल्यासारखा नाशवंत माल मोठ्या बाजारात नेऊन विकणं ही शेतकऱ्यासाठी फारच अवघड गोष्ट आहे.

दुसऱ्या दिवशी मी बबनला उरलेली सर्व भेंडी पुन्हा शेतात गाडून टाकायला सांगितली आणि यापुढे आपल्या वैयक्तिक गरजेपेक्षा जास्त भाजीपाला न पिकवण्याची प्रतिज्ञा केली.

मूगविक्रीच्या पहिल्या अनुभवानंतर आमच्या एक गोष्ट लक्षात आली होती की, आपल्याजवळचा माल ग्राहकांना थेट विकणं हाच सर्वांत उत्तम पर्याय आहे. हरीभाईकडून समजलेल्या पुरवठा साखळीवरून पुन्हा तीच गोष्ट सिद्ध झाली. धान्य, डाळी व तेलासारखे अन्नपदार्थ खूप दिवस टिकू शकतात; त्यामुळे ते गाडीतून मुंबईला नेऊन सहज विकता येतात.

माझ्याकडे असलेल्या चिक्कूंसाठी मी बाजारपेठ शोधत होतो. दरखेपेस मुंबईला जाताना मी एका मोठ्या पिशवीतून २० डझन चिक्कू विकण्यासाठी घेऊन जायचो. आमच्या घराबाहेरचा फळविक्रेता माझ्याकडून १५ रुपये डझनाने चिकू विकत घ्यायचा आणि ३० रुपये डझनाने विकायचा. भावाच्या फरकाबद्दल मी एकदा त्याच्याशी वाद घातला. तो हसून मला म्हणाला, ''माझ्याशी भांडण करण्यापेक्षा तुम्ही माझ्याशेजारी बसून तुमचे चिक्कू विकत का नाही?''

पहिली पाच वर्षं आम्ही तांदूळ, डाळ आणि तेल हे अन्नपदार्थ आमच्याकडून नियमितपणे घेणाऱ्या आमच्या मित्रपरिवाराला व परिचित व्यक्तींना विकत होतो. या सर्वांनी आम्ही बनवलेल्या ग्राहक यादीमध्ये आपलं नाव नोंदवलं होतं. आम्ही त्यांना ई-मेल्स किंवा एसएमएस पाठवून त्यांना हव्या असणाऱ्या गोष्टींची यादी मागवायचो. त्याप्रमाणे प्रत्येकाचा माल नीट भरून, मी तो त्यांच्या घरी पोहोचवायचो आणि त्यांच्याकडून पैसे गोळा करायचो. पुरवठा साखळी टाळून पैसे कमावण्याचा

तो एकच मार्ग आमच्यापाशी होता. अर्थात मालाची वाहतूक व पॅकिंग यासाठी मात्र आम्हाला वेगळे कष्ट घ्यावे लागत.

गेल्या पाच वर्षांत सेंद्रिय अन्नपदार्थांच्या बाजारपेठेत खूपच बदल झाले आहेत. मुंबईकरांना आता त्याचं महत्त्व पटल्यामुळे त्याची मागणी वाढली आहे. आता केवळ सेंद्रिय अन्नपदार्थांची विक्री करणारी अनेक नवी दुकानं उघडली आहेत. आमचा मित्र चैतन्य यानेसुद्धा असंच एक दुकान विलेपार्ले येथे सुरू केलं आहे. जरी तो वेगवेगळ्या संस्थांकडून माल खरेदी करत असला तरी थेट शेतकऱ्यांकडून हे अन्नपदार्थ विकत घ्यायला आपलं प्राधान्य असेल असं त्याने आधीच जाहीर केलंय.

आम्ही दोघं एकत्र आलो आणि मी शेतात जे काही पिकवेन ते सर्व काही विकत घ्यायला तो तयार झाला. आम्ही थेट ग्राहकांना आमचा माल विकला असता तर जी किंमत आम्हाला मिळाली असती, त्यापेक्षा किंचित कमी दराने तो आमच्याकडून धान्य विकत घ्यायचा; पण त्याने केलेला करार आमच्यासाठी अतिशय सोयिस्कर ठरला. यापुढे आम्ही किरकोळ विक्री करणं थांबवतोय, असं आम्ही आमच्या आधीच्या ग्राहकांना कळवून टाकलं. त्याचबरोबर आम्ही त्यांना 'ग्रीन करंट' या चैतन्यच्या दुकानाचा पत्ता व फोन नंबरही पाठवला.

आजतागायत आमच्यातील करार अस्तित्वात आहे आणि आम्ही पिकवलेला माल नियमितपणे 'ग्रीन करंट'ला रवाना होतो. त्याशिवाय 'नवधान्य' या साखळी पद्धतीने चालवलेल्या विक्री केंद्रावर माल पाठवण्याचा आणखी एक पर्यायही आमच्यासमोर उपलब्ध होता; पण नवधान्य विक्री संघटनेची उत्तर भारतात स्वतःच्या मालकीची शेतं होती आणि बराचसा माल त्यांना तिथूनच मिळायचा. ते फक्त त्यांच्या शेतात न पिकणारे अन्नपदार्थ इतर ठिकाणांहून विकत घ्यायचे.

चिक्कूंच्या बाबतीत मात्र मी वेगळा निर्णय घेतला. आजही मी शक्य होतील तेवढे चिक्कू विक्रीसाठी स्वतः मुंबईला घेऊन जातो. गेल्या पाच वर्षांत माझ्या मुंबईच्या खेपा खूप कमी झाल्या आहेत. अलीकडे जवळच्या खेड्यातील एक आदिवासी माझ्याकडून चिक्कू न्यायला येतो आणि ८ रुपये डझनाने चिक्कू विकत घेतो. हा भाव कमी असला तरी काहीच न मिळण्यापेक्षा मला तो परवडतो. शिवाय तो व त्याची पत्नी झाडांवरून चिकू तोडतात, धुवून स्वच्छ करतात आणि घेऊन जातात. त्यासाठी आम्हाला काहीच मेहेनत करावी लागत नाही. डहाणूमधील एक सहकारी संस्था आमच्याकडून केवळ ५-६ रुपये डझनाच्या भावाने चिक्कू विकत घ्यायची. शिवाय चिक्कू तोडणे, धुवून स्वच्छ करणे, निवडणे व ते त्यांच्यापर्यंत पोहोचवण्याचा खर्च आम्हालाच करावा लागायचा. त्यापेक्षा आदिवासी माणसाला चिक्कू विकण्याने मला अधिक फायदा होऊ लागला.

'मोफका'चा (MOFCA) अनुभव

शेती करण्यासाठी गावी स्थायिक झाल्यावर मी काही समान आवडीच्या लोकांशी मैत्री जोडली. त्यांपैकी गौरांगचा संगणकाचा व्यवसाय होता. तो काही दिवस शहरात आणि काही दिवस शेतावर राहत असे. उबई हा अमेरिकेतील एका हॉटेलात शेफ (मुख्य आचारी) होता. त्याने नोकरी सोडून मुंबईनजीक असलेल्या आपल्या वडिलोपर्जित जमिनीत शेती करण्याचा निर्णय घेतला. राजेनची पत्नी अर्चनानेसुद्धा नोकरी सोडून जमीन कसायचं ठरवलं. विपुलची एका मोठ्या प्लॅस्टिकच्या कारखान्यात भागीदारी होती. त्याने कंपनीतील आपला हिस्सा विकून, सेंद्रिय पद्धतीने शेती करण्यासाठी जमीन विकत घेतली. पूर्विता ही संगणक वेब डिझायनर होती. तीही आता शहरातील मुक्काम हलवून हळूहळू खेडेगावात पाय रोवू पाहतेय.

आम्ही सर्व मित्र आमच्या शेतीतील अडचणी सांगण्याकरता किंवा प्रत्येकजण कोणती नवी लागवड करत आहे हे कळवण्याकरता नेहमीच एकमेकांच्या संपर्कात असतो. आम्ही बियाणे व रोपांची देवाणघेवाण करत, शक्यतो परस्परांना मदत करण्याचा प्रयत्न करत असतो.

आमच्या एकत्रित झालेल्या भेटी आणि बैठकीतून आमच्या असं लक्षात आलं की, विजेची उपलब्धता व बियाणे यांच्या अडचणींव्यतिरिक्त, शेतात तयार झालेल्या अन्नपदार्थांची विक्री करणं ही आमच्यासमोरची मुख्य समस्या आहे. आम्ही सर्वचजण मोठ्या प्रमाणावर पीक काढतो; पण ते कुठे व कसं विकायचं हे मात्र आम्हाला समजत नाही. शिवाय आमच्यापैकी प्रत्येकाची शेतजमीन ही मुंबईपासून साधारण १०० किलोमीटर अंतरावर आहे; त्यामुळे आम्हाला मालाच्या वाहतुकीचाही प्रश्न भेडसावतो.

आमची मैत्रीण करेनची मुंबईजवळ दोन एकर शेतजमीन आहे. शेती सुरू करण्यापूर्वी तिने काही परदेशी लोकांना मदतीसाठी आपल्या शेतावर बोलावलं. त्यांनी स्वतः संशोधन व सर्वेक्षण करून, सेंद्रिय पद्धतीच्या शेतीची निकड, महत्त्व व सेंद्रिय उत्पादनांसाठी मुंबईत मिळू शकणारी संभाव्य बाजारपेठ याबद्दल एक श्वेतपत्रिका तयार केली आणि ती आम्हा सर्वांसमोर सादर केली.

सेंद्रिय शेतीमध्ये विशेष स्वारस्य असणारी सर्व मंडळी त्यावर चर्चा करण्यासाठी करेनच्या घरी एकत्र जमली. त्यात सेंद्रिय क्षेत्रातील शेतकरी, माल विक्रेते, ग्राहक व अशासकीय संस्थेचे प्रतिनिधी (NGOs) यांचा समावेश होता. सेंद्रिय मालाची विक्री करण्यासाठी शहर व खेड्यातील अंतर कसं कमी करता येईल याबद्दल चर्चेत ऊहापोह करण्यात आला. दिवसभराच्या चर्चेनंतर आम्ही आधी जो विचार

केला होता, तोच निष्कर्ष काढण्यात आला. तो म्हणजे माल पुरवठा करणारी लांबलचक साखळी तोडून, शेतकरी व बाजारपेठेतील अंतर नाहीसं करायला हवं. शेतकऱ्यांच्या मेहनतीला योग्य फळ मिळण्याचा तो एकमेव मार्ग आहे.

तो विचार प्रत्यक्षात आणण्यासाठी काही काळ जावा लागला आणि अखेर २०१० मध्ये आम्ही सेंद्रिय भाजीपाल्याच्या बाजारपेठेत उतरण्याचा निर्णय घेतला. योजना अशी होती की, मुंबईतील ग्राहकांनी आम्ही सेंद्रिय पद्धतीने पिकवलेला भाजीपाला विकत घेण्याची आम्हाला हमी द्यायची आणि त्याबद्दल आमच्याकडे प्रत्येकी ५०० रुपये अनामत रक्कम जमा करायची. यामुळे बाजारात गाळा घेऊन, गिऱ्हाइकांची वाट बघत बसण्याची वेळ आमच्यावर येणार नव्हती. उलट आमच्याकडे ग्राहकांची यादी तयार असल्यामुळे आम्हाला विक्रीची मुळीच चिंता नव्हती.

आम्ही आठवड्यातून एकदा मुंबईतील ठरावीक ठिकाणी भाजीपाला पोहोचवण्याची व्यवस्था करायचो. आम्ही घरोघरी भाजीपाला नेऊन देण्याचाही विचार केला होता; परंतु मुंबईसारख्या महानगरात दिवसेंदिवस मालाच्या वाहतुकीची आणि वाहनांच्या रहदारीची समस्या इतकी भीषण होत चालली होती की, तो विचार आम्हाला रद्द करावा लागला. आम्ही ठरवलेल्या ठिकाणी ग्राहक हजर असायचे आणि किलोच्या भावानुसार ते आम्हाला पैसे देत असत.

आम्हा शहरातून आलेल्या शेतकऱ्यांचा एक गट तयार झाला होता आणि या योजनेअंतर्गत पुरवल्या जाणाऱ्या भाजीपाल्यासाठी त्यांचंच सर्वांत मोठं योगदान होतं. याशिवाय आम्हाला एम. एल. ढवळे ट्रस्ट या अशासकीय संस्थेचीही मदत मिळाली. आमच्याजवळील विक्रमगड तालुक्यातील अनेक शेतकऱ्यांना सेंद्रिय पद्धतीने शेती करण्यासाठी त्यांनी उद्युक्त केलं होतं. ढवळे ट्रस्टलाही मालाच्या विक्रीची समस्या जाणवत होती आणि त्यामुळे ते आनंदाने आमच्या योजनेत सामील झाले. ट्रस्टशी संबंधित असलेल्या चार शेतकऱ्यांनी आम्हाला पहिल्याच वर्षी सेंद्रिय भाजीपाला पिकवण्याची हमी दिली होती.

उबईच्या मालकीचा टेम्पो होता. मुंबईला माल नेण्यासाठी आम्ही तो टेम्पो वापरायचो. त्याबद्दल आम्ही त्याला फक्त डिझेल व वाहनचालकाच्या खर्चाचे पैसे द्यायचो. निशाचा वांद्र्याला बंगला होता. भाजीपाल्याचं वर्गीकरण व पॅकिंग करण्याचं काम आम्ही तिथे करायचो. केवळ सेंद्रिय उत्पादनाची विक्री करणाऱ्या नवधान्य, ग्रीन करंट आणि ग्रीन फील्ड यांच्या दुकानांतूनच आमचा माल ठेवला जात असे.

आम्ही स्वतःला मुंबई सेंद्रिय शेतकरी व ग्राहक संघ (मुंबई ऑरगॅनिक फार्मर्स ॲन्ड कन्झ्युमर्स असोसिएशन - MOFCA) म्हणायचो आणि आमच्या भाजीपाला योजनेला आम्ही 'हरीभरी टोकरी योजना' असं नवं नाव दिलं होतं. शहरातील

ग्राहक हे आमचं मुख्य लक्ष्य होतं आणि मुंबईपासून १०० किलोमीटर अंतरापर्यंतच्या परिसरात पिकवलेल्या भाजीपाल्याचाच या योजनेत समावेश करण्यात आला, कारण या मर्यादेपलीकडे गेल्यास डिझेलचा खर्चही वाढला असता आणि भाजीपाला लवकर खराब होण्याचीही शक्यता होती. शिवाय या भागात नेहमी पिकणाऱ्या भाज्यांचाच आम्ही विचार केला होता आणि त्यासाठी आम्ही परागसिंचनातून तयार झालेल्या बियांचं शेतकऱ्यांना वाटप करायचो. आमची महत्त्वाची अट एकच होती की, प्रत्येक शेतकऱ्याने कोणतीही रसायनं किंवा कीटकनाशकांचा वापर मुळीच न करता केवळ सेंद्रिय पद्धतीनेच भाजीपाल्याची लागवड करायची.

या योजनेसंदर्भात आम्ही शेतकऱ्यांशी बोलणी केली. संपूर्ण हंगामात त्यांनी पिकवलेल्या भाजीपाल्यासाठी आम्ही एक ठरावीक दर निश्चित केला होता आणि त्यांनी तो भाव मान्य केला होता. बाजारात कितीही चढउतार झाले तरी त्यांना ठरलेल्या दरापेक्षा कमी किंमत मिळणार नव्हती.

सर्व शेतकरी सेंद्रिय पद्धतीची काटेकोर अंमलबजावणी करत आहेत ना, हे पाहण्याची आमची जबाबदारी होती. या बाबतीत मी आणि गौरांगने पुढाकार घ्यायचा ठरवला. आम्ही दर आठवड्याला तपासणीसाठी त्यांच्या शेतात जायचो. प्रत्येक शेतकऱ्याचे पूर्ण तपशील भरता येतील असे खास वेगळ्या प्रकारचे नमुना अर्ज आम्ही बनवले होते. काही अशासकीय संस्था (एनजीओज) अशा प्रकारचा व्यवसाय करत होत्या. शेतकऱ्यांची प्रामाणिकता आणि भाजीपाल्याची गुणवत्ता कशी जोखायची, याचा अभ्यास करण्यासाठी त्यांनी आयोजित केलेल्या कार्यशाळेतही आम्ही भाग घेतला.

सर्व आखणी पूर्ण झाल्यावर आम्ही मोठ्या दिमाखात आमची योजना सुरू केली. प्रसारमाध्यमांकडून आम्हाला उत्तम प्रतिसाद मिळाला व काही आठवड्यांतच आमच्या योजनेचे २०० ग्राहक सभासद झाले. आणखी ४०० लोकांची आम्ही प्रतीक्षा यादी बनवली. सेंद्रिय भाजीपाल्याचा पुरवठा करण्यासाठी आमच्यापाशी फारच थोडे शेतकरी होते म्हणून २०० ग्राहक मिळाल्यावर आम्ही नोंदणी थांबवली.

खेड्यांतून भाजीपाला घेऊन आम्ही तो मुंबईला पोहोचवायचो. भाज्या निवडणे व त्यांचं पॅकिंग करण्याचं काम काही कार्यकर्ते करत असत. सुरुवातीचे काही आठवडे सरल्यानंतर आमच्या लक्षात आलं की, दिवसअखेरीस आमच्यापाशी भाज्यांची अनेक पाकिटं शिल्लक राहत आहेत. हळूहळू उरलेल्या पाकिटांची समस्या गंभीर होऊ लागली, कारण बरेच दिवस भाज्या पडून राहिल्यामुळे आम्ही त्या विकू शकत नव्हतो आणि त्यामुळे आमच्या नुकसानीचा आकडा फुगत चालला होता. आम्ही शेतकऱ्यांना भाजीपाल्यांचे पैसे दिलेले असायचे; परंतु मुंबईत मात्र त्यांची विक्री झालेली नसायची. ती पाकिटं आम्ही आपापल्या घरी

घेऊन जायचो किंवा ती घेऊन जाण्यासाठी मित्रमंडळींना बोलवायचो.

पाकिटं न घेऊन गेलेल्या ग्राहकांना आम्ही मोबाइलवरून निरोप पाठवायचो व त्यांची अनामत रक्कम जप्त करण्याची धमकीही द्यायचो. त्याच वेळी आमच्या लक्षात आलं की, शहरातील श्रीमंत ग्राहकांसाठी ५०० रुपये ही फार किरकोळ रक्कम असल्याने त्यांना त्याची फिकीरही नसायची. काही कारणांमुळे आम्ही पाकिटं नेऊ शकत नाही; परंतु आम्ही दिलेली अनामत रक्कम कापून घ्यायलाही आमची हरकत नाही असं ते आम्हाला कळवायचे. रोज वाया जाणारा भाजीपाला पाहून मनाला खूप यातना होत असत.

आम्ही आधी कबूल केल्याप्रमाणे तब्बल सोळा आठवडे ग्राहकांना भाज्यांची पाकिटं पुरवली; पण पहिल्या हंगामाअखेर आम्हाला खूप मोठं नुकसान सोसावं लागलं. वाहतुकीचा खर्च व वाया गेलेल्या भाजीपाल्यामुळे हा तोटा सहन करावा लागला. अर्थात या सर्व प्रकरणातून आम्ही निश्चितच एक धडा शिकलो होतो.

पुढच्या हंगामामध्ये आम्ही योजनेचं स्वरूप बदललं आणि ग्राहकांना सोळा आठवड्यांच्या भाजीचे पैसे आगाऊ देण्यास सांगितलं. यामुळे आपली पाकिटं ते न विसरता घेऊन जातील, याची आम्हाला खात्री होती. तसंच काही कामांमध्येही आम्ही बदल केले. उबईपाशी मजूर असल्यामुळे भाजी निवडण्याचं व त्यांची पाकिटं तयार करण्याचं काम आम्ही त्याच्या भिंवडीजवळील शेतात करायचं ठरवलं.

आमचा उत्साह वाढवणारी आणखी एक गोष्ट घडली. ट्रस्टच्या चार शेतकऱ्यांना मिळालेलं यश व पैसा पाहून, आणखी सोळा शेतकऱ्यांनी आमच्या योजनेत सहभागी होऊन भाजीपाला पुरवण्याची तयारी दाखवली. भाजीपाल्याचा पुरवठा वाढल्याने डिझेलचा खर्च परवडू लागला, कारण जितका भाजीपाला जास्त, तितका दर किलोमागे वाहतुकीचा खर्च कमी होत जातो.

आम्ही नव्या उत्साहाने दुसऱ्या हंगामाला सुरुवात केली. शेतकऱ्यांची संख्या वाढली होती व नव्याने दाखल झालेले सर्वच शेतकरी हे ट्रस्टशी संबंधित नव्हते; त्यामुळे प्रत्येकजण सेंद्रिय पद्धतीने लागवड करताना, त्यात रसायनं मिसळून फसवण्याचा प्रयत्न करत नाहीत ना हे आता आम्ही अधिक बारकाईने व काटेकोरपणे तपासणार होतो. भाजीपाल्याची गुणवत्ता व दर्जा तपासण्यासाठी आम्हाला वारंवार त्यांच्या शेतावर जावं लागणार होतं. या बाबतीत इतर गट पिकांची कशी पाहणी करतात हेही आम्ही शोधून काढलं आणि सेंद्रिय शेतीच्या सर्व बारीकसारीक बाजूंचा विचार करून आणखी एक विस्तृत अर्ज बनवला. त्यामुळे प्रत्येक शेतकरी कोणत्या भाजीपाल्याची लागवड करतो आणि तो किंवा ती आम्हाला भाज्यांचा किती पुरवठा करू शकेल याचा आम्हाला आधीच अंदाज आलेला असायचा.

शेतकऱ्यांनी किती रोपं लावलेली आहेत, याचाही त्या अर्जात उल्लेख असल्यामुळे चित्र अधिकच स्पष्ट व्हायचं. इतकी वर्षं आयटी उद्योगात काम करताना कागदपत्रं व नोंदी ठेवण्याच्या पद्धतीचा मिळालेला अनुभव अजूनही कामी येतोय याचा मला मनातून आनंद व्हायचा.

दुसऱ्या हंगामाअखेरीस आम्ही चांगलं यश मिळवलं होतं आणि वाहतूक व भाजीपाल्याचे पैसे देऊनही आमच्याकडे काही रक्कम शिल्लक उरली होती. शेतकऱ्यांना पंप किंवा पाइप विकत घेण्यासाठी अत्यंत अल्प व्याजदरात कर्जाच्या रूपाने ही रक्कम द्यावी, असा आम्ही निर्णय घेतला. अर्थात पुढच्या हंगामातील भाज्यांच्या विक्रीतून ती कर्जाची रक्कम वसूल करण्यात येईल याचीही आम्ही त्यांना स्पष्ट कल्पना दिली.

तिसऱ्या हंगामात शेतकऱ्यांबरोबर चर्चा करून आम्ही त्यांना, त्यांनी पिकवलेल्या भाजीपाल्याबद्दल अधिक किंमत द्यायची ठरवली. ट्रस्ट कार्यरत असलेल्या गावांतील आणि त्यांच्या परिसरातील पंचवीस शेतकरी आता आमच्या योजनेत सामील झाले होते. सेंद्रिय शेती करण्यासाठी अधिकाधिक शेतकऱ्यांना स्वेच्छेने तयार होताना पाहणं हे खरोखर आनंददायक होतं. बाजारातील चढ-उतारांपासून नुकसान होऊ नये यासाठी आम्ही त्यांना ठरावीक किमतीची हमी देत होतो; पण त्याचबरोबर सेंद्रिय शेतीचा अवलंब केल्यामुळे त्यांना दीर्घकाळापर्यंत सुपीक जमिनीचा आणि चांगल्या प्रकारचं आयुष्य जगण्याचा लाभ होणार होता. बाजारातून पदार्थ विकत घेण्यापेक्षा स्वतःच्या शेतात सेंद्रिय पद्धतीने पिकवलेल्या अन्नाचं सेवन करण्यासाठी आम्ही शेतकऱ्यांना उद्युक्त करत होतो.

शेतकऱ्यांप्रमाणेच ग्राहकांनाही हळूहळू आम्ही करत असलेल्या कामाचं महत्त्व पटू लागलं होतं आणि त्याचं ते खुल्या दिलाने स्वागत व कौतुक करू लागले होते. दुसऱ्या हंगामाअखेरीस आम्ही ग्राहक व शेतकरी यांचं एक छोटं स्नेहसंमेलन आयोजित केलं. दोघांनीही एकमेकांना समोरासमोर आपापल्या अडचणी सांगाव्यात, हा त्यामागचा उद्देश होता. शेतकऱ्यांसाठी तर तो विलक्षण अनुभव ठरला. आपण पिकवलेल्या अन्नाचं प्रत्यक्ष सेवन करणाऱ्या लोकांना ते आयुष्यात प्रथमच भेटत होते.

एकीकडे शेतकऱ्यांना प्रशिक्षित करून त्यांना सेंद्रिय शेती करण्यासाठी सतत प्रोत्साहन देत असताना, ग्राहकांनाही याबाबतीत सज्ञान करण्यासाठी अधिक प्रयत्न करण्याची आवश्यकता आम्हाला भासू लागली. आम्ही त्यांना नव्या पद्धतीने पिकवलेला भाजीपाला द्यायचो; परंतु आपण अशा भाज्या यापूर्वी कधी पाहिल्याच नव्हत्या आणि घरच्यांना खाऊ घालण्यासाठी त्या कशा बनवायच्या हेही आपल्याला ठाऊक नसल्याचं ते आम्हाला फोन करून कळवू लागले. त्यांचं अज्ञान व

अडचणी लक्षात घेऊन आम्ही ग्राहकांना देण्यात येणाऱ्या पाकिटातून एक छोटी चिठ्ठीही पाठवू लागलो. त्या दिवशी पाठवलेल्या भाजीची पाककृती त्यात लिहिलेली असायची. दर आठवड्याला आम्ही एक नवी पाककृती त्यांना देऊ लागलो. त्याला ग्राहकांनी दिलेला प्रतिसाद थक्क करणारा होता. यापूर्वी कधीही न पाहिलेल्या भाज्या इतक्या चवदार असू शकतात, याचंच त्यांना नवल वाटायचं.

दुसऱ्या हंगामाअखेरीस आम्ही आमच्या योजनेच्या दैनंदिन कामकाजातून हळूहळू बाहेर पडायचं ठरवलं. आमच्यापैकी प्रत्येकाकडेच स्वतःचं शेत होतं आणि या योजनेसाठी आपला पूर्ण वेळ देणं आम्हाला शक्य नव्हतं. शिवाय ही योजना केवळ आमच्यासारख्या काही व्यक्तींवर अवलंबून न राहता, स्वयंपूर्ण असावी असंही आमचं मत होतं. पिकांची तपासणी करण्याकरता आम्ही गावातल्याच दोघांची नेमणूक केली. हे दोघेही रोज वेगवेगळ्या शेतांवर जाऊन पाहणी करत. जर त्यांना काही अडचणी किंवा त्रुटी जाणवल्या, तर ते गौरांगशी किंवा माझ्याशी संपर्क साधत आणि आम्ही लगेच त्या ठिकाणी जाऊन समस्या सोडवायचा प्रयत्न करत असू.

भाज्या निवडणे व पाकिटात भरणे हे सर्वस्वी ऐच्छिक काम होतं आणि त्या कामासाठी कायमस्वरूपी कार्यकर्ते मिळणं अवघड आहे हे एव्हाना आम्हाला जाणवू लागलं होतं. शिवाय या सर्व कामाचा उबईवर खूप ताण पडायचा, कारण भाज्या निवडण्याच्या वेळी त्याला शेतावर हजर राहावं लागायचं. म्हणून आम्ही जवळच्या गावातील एका महिला स्वसाहाय्य गटाबरोबर बोलणी केली आणि भाज्या निवडणे आणि पाकिटात भरणे या कामासाठी त्या महिलांना पगार देऊ लागलो. आम्ही छोट्या प्रमाणावर अनौपचारिकपणे सुरू केलेल्या या योजनेला हळूहळू थोडं विस्तृत व औपचारिक स्वरूप आलं. तिच्या भवितव्याच्या दृष्टीने आम्ही वेगवेगळ्या पर्यायांवर एकत्र चर्चा केली आणि अखेर एक कंपनी स्थापन करण्याचा निर्णय घेतला.

त्यामुळे सर्व काम आता कार्यकर्त्यांऐवजी कंपनीने नेमलेले कर्मचारी करू लागले. या योजनेच्या संकल्पनेमध्ये ज्यांचा सहभाग होता, त्या आमच्या सर्व मित्रांची कंपनीच्या संचालक मंडळात निवड करण्यात आली. औद्योगिक क्षेत्र सोडून बरीच वर्षं झाल्यावर पुन्हा एकदा एका कंपनीचं संचालकपद स्वीकारताना मनात वेगळ्याच भावना होत्या. जणू एक वर्तुळ पूर्ण झालं होतं.

पण काळाच्या मनात काही वेगळंच असावं. मी कंपनीचा संचालक झालो नाही. कंपनी स्थापन करताना अनेक कायदेशीर अडचणी आल्या. शिवाय पूर्वीपेक्षा सेंद्रिय अन्नपदार्थांच्या बाजारपेठेला आता व्यापक रूप आलं होतं. विक्रेते वाढल्यामुळे स्पर्धाही वाढली होती. प्रत्येकजण आपल्याकडील माल इतरांपेक्षा कमी भावात

विकण्याचा प्रयत्न करत होता. हे सर्व विक्रेते आपल्या मालावर सेंद्रिय उत्पादनाचं लेबल लावत असले तरी त्यांच्या अस्सलतेविषयी आमच्या मनात शंका होती.

आमचे ग्राहक आम्हाला सातत्याने त्यांचे अभिप्राय कळवत होते. दर आठवड्याला आमच्याकडून मिळणाऱ्या भाज्यांच्या पाकिटाबद्दल ते आपली नाराजी व्यक्त करू लागले. ग्राहकांना नेमकं काय हवंय आणि आमच्या उत्पादनांमध्ये नेमक्या कोणत्या त्रुटी आहेत, हे जाणून घेण्यासाठी आम्ही त्यांच्याच मदतीने एक सर्वेक्षण केलं. त्या सर्वेक्षणाचा आम्हाला खूपच उपयोग झाला व त्यातून पुढील गोष्टी आमच्या लक्षात आल्या.

मुंबईतील ग्राहकांनी केलेल्या मागण्या :

- त्यांना त्यांच्या निवडीप्रमाणे भाजीपाला मिळावा.
- दर आठवड्याला त्यांना किती किलो भाजी हवी, हे ते ठरवणार.
- त्यांच्याकडे पाठवलेला भाजीपाला ते कोणत्याही कारणास्तव नाकारू शकतात.

सर्वेक्षणात असंही निष्पन्न झालं की, आमच्या भागात न पिकणाऱ्या बटाटा, कोबी, कॉलीफ्लॉवर व कांदा या भाज्याही ग्राहकांना हव्या असायच्या.

सुरुवातीला आम्हाला असं वाटलं की, ग्राहकांना खूश ठेवण्यासाठी, त्यांना पाहिजे असतील त्या भाज्या दुसऱ्या ठिकाणाहून आणून द्याव्या; पण त्यात वाहतुकीचा व मालाच्या गुणवत्तेचा प्रश्न होता. तसेच या सर्व भाज्या सेंद्रिय पद्धतीने पिकवल्या आहेत का, हे तपासणंही गरजेचं होतं. या सर्व भाज्या खूप दुरून आणाव्या लागणार असल्यामुळे तिथे स्वतः जाऊन तपासणी करणं आम्हाला शक्य नव्हतं. त्या खरोखरच सेंद्रिय पद्धतीने पिकवलेल्या आहेत, या त्यांनी दिलेल्या निर्वाळ्यावरच आम्हाला विश्वास ठेवणं भाग होतं. शिवाय वाहतुकीवर जास्त खर्च झाल्यामुळे आम्ही शेतकऱ्यांना योग्य भाव देऊ शकणार नव्हतो आणि ही गोष्ट आम्हाला पटणारी नव्हती.

अखेर त्यावर खूप विचारमंथन केल्यानंतर आम्ही टोकरी योजना बंद करण्याचा निर्णय घेतला आणि त्याच वेळी शेतकऱ्यांना आपल्या उत्पादन विक्रीसाठी आणखी कशा प्रकारे मदत करता येईल यावरही आम्ही विचार करायचं ठरवलं, कारण शेतकऱ्यांबरोबर इतकी वर्षं काम केल्यावर आणि सेंद्रिय शेती करण्यासाठी त्यांचं मतपरिवर्तन केल्यानंतर आता अचानक त्यांना वाऱ्यावर सोडून देणं कृतघ्नपणाचं ठरलं असतं.

टोकरी योजना कार्यान्वित करताना आम्ही अथक परिश्रम घेऊन आमची सर्व

शक्ती पणाला लावली होती; त्यामुळे ती बंद करताना, आम्हा सर्वांनाच अतीव दुःख झालं; परंतु तार्किकदृष्ट्या विचार करता, आम्ही घेतलेला निर्णय योग्य होता. आम्ही खराब माल पुरवून मुंबईच्या ग्राहकांना संतुष्ट करू शकणार नव्हतो आणि कमी भाव देऊन शेतकऱ्यांनाही न्याय देऊ शकणार नव्हतो. तसं केलं असतं तर 'मोफका'च्या उद्देशाशीच प्रतारणा झाली असती.

त्या दृष्टीने शोध घेताना आम्ही इस्कॉन (इंटरनॅशनल सोसायटी फॉर कृष्ण कॉन्शसनेस) गटाच्या संपर्कात आलो. प्रत्यक्ष शेतावर जाऊन शेतकऱ्यांकडून योग्य दरात भाजीपाला विकत घेण्याची त्यांनी आम्हाला हमी दिली. त्याशिवाय मुंबईत घरोघरी जाऊन भाजीपाला विकणारे एक गृहस्थ आम्हाला भेटले. तेही माल खरेदी करण्यासाठी शेतकऱ्यांकडे जायला तयार होते.

आजची परिस्थिती अशी आहे की, आमच्यापाशी सेंद्रिय पद्धतीने भाजीपाला पिकवणारे पन्नास शेतकरी आहेत; परंतु त्यांच्या उत्पादनाची विक्री करण्यासाठी मात्र आम्ही अजूनही झगडत आहोत. आमच्यापाशी फक्त दोन विक्रेते आहेत आणि ते उपलब्ध असलेला सर्व भाजीपाला खरेदी करू शकत नाहीत. शिल्लक राहिलेला माल विकत घेण्यासाठी आम्हाला अधिक विक्रेत्यांची गरज आहे. बाजारामध्ये काही नवे खेळाडू उतरले आहेत; पण ते शेतकऱ्यांना चांगला भाव द्यायला तयार नाहीत. शिवाय माल आपल्या दुकानात आणून द्यायला हवा, अशी त्यांची अपेक्षा आहे.

अडचणी अनंत असल्या तरी अजूनही आम्ही आशा सोडलेली नाही. आम्ही शेतकऱ्यांशी वचनबद्ध आहोत. त्यांच्या उत्पादनाला योग्य भाव मिळवून द्यायचा आम्ही दृढनिश्चय केला आहे. त्यांना चांगलं उत्पन्न मिळालं तर ते अधिक जोमाने सेंद्रिय शेती करू शकतील; त्यामुळे त्यांच्या जमिनीचा होणारा विध्वंस तर नक्कीच थांबेल; पण केवळ शेती करूनही आपण उत्तम प्रतीचं जीवन जगू शकतो, हा आत्मविश्वास त्यांच्यात निर्माण होईल.

तू सुखी आहेस?

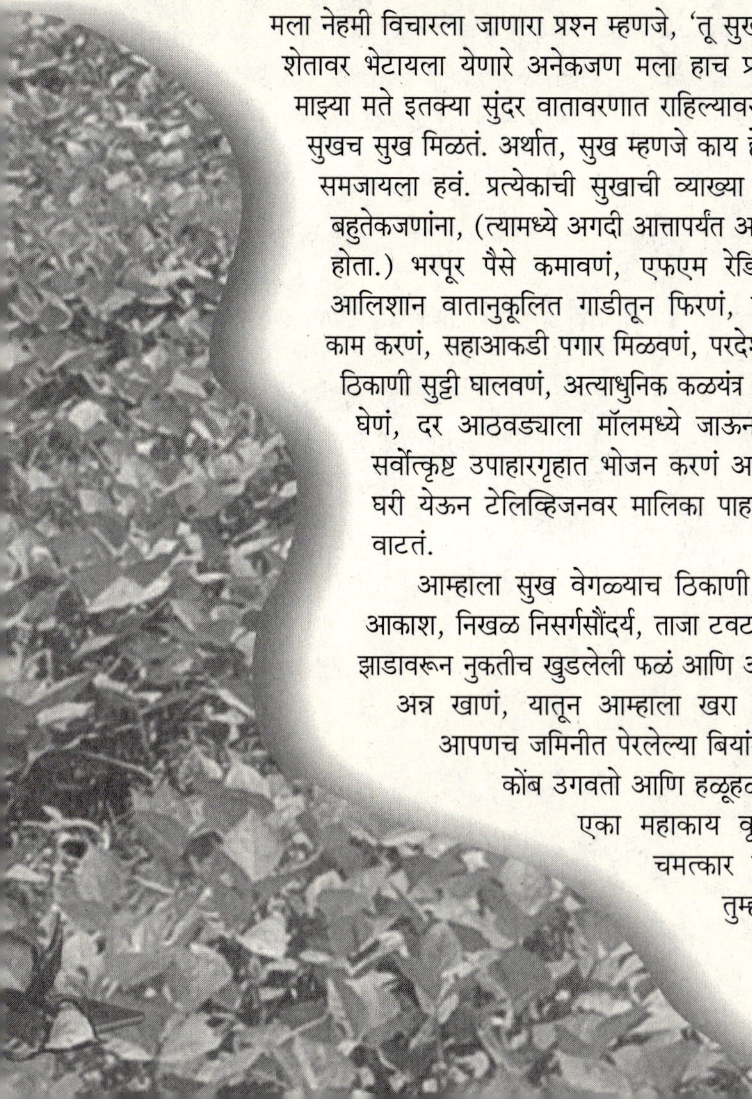

मला नेहमी विचारला जाणारा प्रश्न म्हणजे, 'तू सुखी आहेस का?' शेतावर भेटायला येणारे अनेकजण मला हाच प्रश्न विचारतात. माझ्या मते इतक्या सुंदर वातावरणात राहिल्यावर तुम्हाला फक्त सुखच सुख मिळतं. अर्थात, सुख म्हणजे काय हे आधी तुम्हाला समजायला हवं. प्रत्येकाची सुखाची व्याख्या निराळी असते. बहुतेकजणांना, (त्यामध्ये अगदी आत्तापर्यंत आमचाही समावेश होता.) भरपूर पैसे कमावणं, एफएम रेडिओ असलेल्या आलिशान वातानुकूलित गाडीतून फिरणं, दर्जेदार कंपनीत काम करणं, सहाआकडी पगार मिळवणं, परदेशातील अनोख्या ठिकाणी सुट्टी घालवणं, अत्याधुनिक कळयंत्र (गॅझेट्स) विकत घेणं, दर आठवड्याला मॉलमध्ये जाऊन खरेदी करणं, सर्वोत्कृष्ट उपाहारगृहात भोजन करणं आणि संध्याकाळी घरी येऊन टेलिव्हिजनवर मालिका पाहणं म्हणजे सुख वाटतं.

आम्हाला सुख वेगळ्याच ठिकाणी भेटलं. मोकळं आकाश, निखळ निसर्गसौंदर्य, ताजा टवटवीत भाजीपाला, झाडावरून नुकतीच खुडलेली फळं आणि आपण पिकवलेलं अन्न खाणं, यातून आम्हाला खरा आनंद मिळतो. आपणच जमिनीत पेरलेल्या बियांमधून एक छोटा कोंब उगवतो आणि हळूहळू त्याचं रूपांतर एका महाकाय वृक्षात होतं. हा चमत्कार पाहण्याचं सुख तुम्हाला शहरातील

मॉलमध्ये मिळू शकत नाही. तुमच्या समोर बेडूक पकडून फस्त करणारा पिवळसर पट्ट्यांचा नानेटी, तुमच्यापासून काही फुटांवर वेटोळं घालून फूत्कारणारा नाग किंवा स्वतःच्याच कैफात डोलत मैथुननृत्य करणारी घोणसाच्या नर-मादीची जोडी पाहताना जो थरारक आनंद तुम्ही अनुभवता, त्याची सर नॅशनल जिओग्राफी चॅनलवरून दाखवलेल्या दृश्यांना कधीच येऊ शकणार नाही.

मी मान्य करतो की, आमच्यापाशी फक्त मूलभूत सोयी आहेत आणि काही प्रसंगी तर आमचं जिणं अवघड होऊन जातं. शहरांमध्ये सहजसाध्य असलेल्या पाणी, वीज, संपर्क साधनं आणि दुकानासारख्या सोयी खेड्यांमध्ये मोठ्या मुश्किलीने मिळवाव्या लागतात. शिवाय उत्तम वैद्यकीय सेवेचा अभाव ही आम्हाला भेडसावणारी मोठी समस्या आहे. विशेषतः नाग आणि विषारी सापाशी सामना करावा लागल्यावर, त्याची आम्हाला तीव्रतेने गरज भासली. हे खरोखरच चिंतेचे विषय आहेत आणि त्याबद्दलचा विचार पुनःपुन्हा मनात येत राहतो; पण आपल्या इतर चिंतांप्रमाणेच यादेखील मनातून हळूहळू नाहीशा होतात आणि तुम्ही चिखलात हात माखून शेतीची कामं करण्यात कधी रमून जाता हे तुमचं तुम्हालाही कळत नाही.

मला भेटायला येणाऱ्यांपैकी काहीजण म्हणतात की, तू पुन्हा आदिम काळात जगायला सुरुवात केली आहेस. त्यांच्या मते, प्राचीन काळात गुहेत राहणाऱ्या माणसाप्रमाणे मी सध्या आयुष्य जगतोय. मला तसं वाटत नाही. आम्ही गुहेतील माणसासारखं मुळीच जगत नाही. आमचं स्वयंपाकघर सर्व साधनांनी सजलेलं आहे. आमच्यापाशी नळ, न्हाणीघर आणि अनियमितपणे सुरू असणारा वीजपुरवठादेखील आहे. शिवाय बॅटरी बॅक-अप असल्यामुळे वीजपुरवठा खंडित झाला तरी, काही तास तो विजेचा भार वाहू शकतो. आम्ही चांगले कपडे घालतो, रोज अंघोळ करतो आणि नियमितपणे केसही कापतो. इंटरनेटची सुविधा असल्याने आम्ही ई-मेल्स वाचू शकतो आणि सोशल मीडियाच्याही संपर्कात असतो. भारतात ६५ टक्के जनता खेड्यात राहते आणि त्यांचं जीवन सर्वस्वी शेतीवर अवलंबून असतं. याचा अर्थ आपल्या देशात इतकी गुहेत राहणारी माणसं आहेत का?

माझं वैयक्तिक मत असं आहे की, आपल्या जीवनाचा जो मुख्य उद्देश आहे त्याला उपयुक्त ठरेल इतक्याच प्रमाणात आपण गॅझेट्सचा वापर करायला हवा. या दोन्हीतील समतोल साधणं हाच आजच्या जगण्याचा खरा मंत्र आहे. या संदर्भातील एक किस्सा मला मुद्दाम सांगावासा वाटतो. 'आयबीएम'मध्ये माझे काही सहकारी लॅपटॉप बरोबर घेऊन गोव्याच्या सहलीला गेले होते. आपले कुटुंबीय समुद्रात मस्तपैकी डुंबत असताना, त्यातला एकजण लॅपटॉप सुरू

करून ऑफिसचं काम करत किनाऱ्यावरच बसून राहिला होता. सहलीची मजा लुटण्याची ही कुठली नवी पद्धत, ते मला समजेना. याचा अर्थ असा नव्हे की, या गॅझेट्‌सचा किंवा नव्या तंत्रज्ञानाचा मला काहीच उपयोग होत नाही. उलट इंटरनेटची सुविधा प्राप्त झाल्यामुळे मला शेतावरही संगणकाचा खूप उपयोग होऊ लागला आहे.

काही वेळा मला वाटतं की, सुखाचा प्रवास, चांगल्या ठिकाणी नोकरी व संध्याकाळी टीव्हीचे कार्यक्रम पाहणं, याच आता आपल्या तीन मूलभूत गरजा झाल्या आहेत. आपण प्रेम व संवेदनशीलता हरवून बसलोय. याचं कारण आपण निसर्गापासून दूर गेलो आहोत. स्वतःभोवती कोष गुंडाळून जगण्याची सवय लागल्याने, आपण निसर्गाची निर्मिती आहोत याचंच भान आपल्याला राहिलेलं नाही. महापूर किंवा भूकंपासारखी नैसर्गिक आपत्ती कोसळल्यावरच आपण खाडकन जागे होतो आणि मगच आपण त्या अदृश्य शक्तीसमोर नतमस्तक होतो.

काहीजणांच्या मते, मला मूलबाळ नसल्यामुळे मी नोकरी सोडून खेड्यात शेती करण्याचा निर्णय घेऊ शकलो. मी त्यावर वाद घालत नाही. मी एवढंच म्हणेन की, ते अपरिहार्य होतं आणि जरी आम्ही मूल होऊ देण्याचा निर्णय घेतला असता तरीसुद्धा आम्ही खेड्यात आलो असतो. माझ्या शिक्षणासंबंधीच्या कल्पना खूपच भिन्न होत्या. माझ्या मुलाने चित्रपट पाहून बॉलीवूडमधील नायकाने केलेल्या माकडचेष्टांची नक्कल करण्यापेक्षा मी त्याला आमच्या परिसरातील प्रत्येक झाड ओळखायला शिकवलं असतं. शिवाय आमचं शेत आणि घरातील पाळीव प्राणी ही आमची मुलंच बनली आहेत. त्यांनाही एखाद्या लहान मुलासारखी प्रेम व मायेची ऊब हवी आहे आणि आम्हीही त्यांना आमचं सर्वस्व अर्पण केलंय. त्या बदल्यात आम्हाला त्यांच्याकडून जे काही मिळालं आहे, ते कोणत्याही तराजूत तोलता येणार नाही.

शेती करताना रसायनं न वापरणं हादेखील एक वादाचा विषय होता. उच्चशिक्षित आणि भरपूर वाचन करणाऱ्या मंडळींचंही असं मत होतं की, नामांकित संशोधकांनी रसायनं वापरण्याच्या पद्धती शोधून काढल्या होत्या; त्यामुळे त्या पिकांसाठी नुकसानकारक कशा ठरू शकतील? यावर माझं म्हणणं स्पष्ट होतं. या विषयावर अनेक प्रबंध लिहिले गेले आहेत आणि त्यात म्हटलंय की, आपण जेव्हा रसायनं वापरून तयार केलं गेलेलं अन्न खातो, तेव्हा त्या अपायकारक रसायनांचे अंश आपल्या शरीरात जातात आणि भविष्यकाळात त्याचे आपल्या आरोग्यावर अत्यंत घातक परिणाम होतात. एका निबंधात तर असं म्हटलं होतं की, त्यांना आईच्या दुधातही युरिया व शिसं आढळलं. आणखी एक महत्त्वाची गोष्ट म्हणजे रसायनातील क्षार मातीत मुरतात आणि त्यामुळे जमिनीची सुपीकता कमी होऊन भरघोस पीक

निघत नाही. आमच्या गावात ही गोष्ट घडताना मी पाहिली आहे आणि भुईमुगाच्या पिकाबाबत आम्ही प्रत्यक्ष हा अनुभव घेतलाय.

मी काही संशोधक नाही किंवा शेती या विषयाचा माझा व्यासंग नाही; परंतु एक गोष्ट मी निश्चितपणे सांगू शकतो की, बाजारातून आणलेल्या पदार्थांपेक्षा आमच्या शेतातील धान्य व भाजीपाला अधिक रुचकर असतो आणि तो अधिक टिकाऊही असतो. आमच्या शेतात पिकलेल्या भेंडीची भाजी चिकट होत नाही आणि आमच्या भाताला येणारा सुवास इतका मन तृप्त करणारा असतो की, बाजारात मिळणारा तांदूळ त्याची बरोबरी करूच शकत नाही. आमच्याकडील उडीद डाळीच्या माझ्या आईने बनवलेल्या इडल्या फारच मऊ, हलक्या व खुसखुशीत असतात. जे लोक आमच्याकडून तेल विकत घेतात, ते त्याची मुक्तकंठाने तारीफ करतात आणि बाजारात मिळणाऱ्या तेलापेक्षा त्याचा दर्जा व चव चांगल्या प्रतीची असल्याचं ते आम्हाला कळवतात.

तसं पाहिलं तर सारं गाव वापरतं तेच बियाणं आम्ही वापरतो. पाणीही तेच असतं. फक्त त्यांच्या व आमच्या पिकांतला फरक एवढाच की, ते रसायनांचा वापर करतात व आम्ही तो मुळीच करत नाही. निसर्गाचीही स्वतःसाठी लढण्याची एक पद्धत असते. एकदा लिंबांवर बसणाऱ्या एका विशिष्ट जातीच्या सुरवंटांनी आमच्या एका लिंबाच्या झाडाची पूर्ण नासधूस केली होती. त्या झाडावर एकही पान शिल्लक राहिलं नव्हतं; पण त्यानंतर काही आठवड्यांतच, सुरवंटांची फुलपाखरं झाली व त्यांच्या आगमनाने झाडालाही नवी पालवी फुटली. आम्हाला आमचं झाड तर परत मिळालंच; पण त्याचबरोबर शेतात भिरभिरणाऱ्या नाजूक, सुंदर फुलपाखरांचीही अनोखी भेट मिळाली.

अर्थात, काही वेळा असेही प्रसंग येतात की, ज्या वेळी तुम्ही निसर्गाकडे शांतपणे बघत बसू शकत नाही. एकदा एका हिंस्र पांढऱ्या अळीच्या अवस्थेतील किड्यांनी आमच्या आंब्याच्या झाडावर जोरदार हल्ला चढवला. हे छोटे किडे झाडाच्या खोडामध्ये शिरतात आणि झाड आतून पोखरू लागतात. पाहता पाहता आंब्यासारखा विशाल वृक्ष उन्मळून पडतो. मी त्यावर एक छोटासा उपाय करून पाहिला. गूळ व पाण्याचं मिश्रण तयार करून ते झाडाला पडलेल्या भोकात ओतलं. काही तासांतच त्या गोड रसायनाचा वेध घेत, मुंग्या झुंडीने त्या भोकात शिरू लागल्या. थोड्याच वेळात त्या किड्यापर्यंत पोहोचल्या आणि दोघांमध्ये घनघोर युद्ध सुरू झालं; पण ते झाडाच्या बुंध्यामध्ये खोलवर सुरू असल्यामुळे आम्हाला ते प्रत्यक्ष पाहणं शक्य नव्हतं. अखेर त्या लढाईत मुंग्याच विजयी झाल्या असणार, कारण दुसऱ्या दिवसापासून आम्हाला एकही किडा झाड पोखरताना आढळला नाही.

निसर्गाने आपल्याला वनस्पती व झाडांमधून विविध रसायनांचा पुरवठा केलेला आहे. आमच्या एका नारळाच्या झाडाला भरपूर नारळ लागायचे; पण त्यातील एकही नारळ टिकत नव्हता. त्यावर उपाय शोधण्यासाठी मी थोडं संशोधन केलं. माझ्या लक्षात आलं की, त्या नारळाच्या झाडात बोरॉन या रासायनिक द्रव्याचा अभाव असल्यामुळे फळं टिकत नव्हती. माझ्यासमोर दोन पर्याय होते. एक म्हणजे बाजारातून बोरॉन विकत आणणं किंवा मदतीसाठी पुन्हा निसर्गाकडे धाव घेणे. आम्ही असं वाचलं होतं की, रुईच्या झाडामध्ये बोरॉनचं प्रमाण खूप असतं आणि आमच्या गावात जागोजागी रुईची झाडं उगवलेली होती. आम्ही रुईचे काही देठ तोडून नारळाच्या झाडाभोवती ठेवून दिले आणि त्यामुळे काही दिवसांतच आश्चर्यकारक फरक पडला.

आमच्या लक्षात आलेली आणखी एक गोष्ट म्हणजे खेड्यातील वातावरण व जीवनशैली सर्वांनाच मानवत नाही. एकदा मीनाची चुलत भावंडं आपल्या कुटुंबासह आमच्याकडे राहायला आली होती. सर्वजण नदीमध्ये पोहत, डुंबत मजा करत होते; पण मला मीनाचा एक चुलत भाऊ कुठे दिसेना. मी त्याला घरी जाऊनही शोधून आलो, अखेर तो मला त्याच्या गाडीत एकटाच बसलेला दिसला. रेडिओ लावून, तो शांतपणे पेपर वाचत होता. त्याला मोकळ्या आकाशाखाली, नदीत डुंबण्यात रस नव्हता. गावात येऊनही त्याला आपली गाडी व गाडीतील कर्कश गाणी जास्त प्रिय वाटत होती. खरंच या जगात खूप वेगवेगळ्या प्रकारचे लोक असतात!

ज्या ज्या वेळी मी लोकांना माझे खेड्यातील आणि विशेषतः शेतीमधील अनुभव सांगायचो, तेव्हा ते मला एकच प्रश्न विचारायचे की, तुला शेतीमधून किती उत्पन्न मिळतं? निदान तू केलेला खर्च तरी भरून निघतो का? आत्तापर्यंत तू शेतीमध्ये जे पैसे गुंतवलेस, त्यातून तुला किती लाभ झाला? हेच पैसे तू जर शेतीऐवजी बँकेत वा इतर वित्तीय संस्थेत गुंतवले असतेस तर आत्तापर्यंत तुला किती व्याज मिळालं असतं, याचाही काहीजणांनी मला हिशेब करून सांगितला.

या प्रश्नांना माझ्यापाशी उत्तरं नाहीत. शेती करून मी पैसे कमावत नाही व मला फायदाही होत नाही. आमच्याकडे छोटीशी जमीन आहे आणि ती आम्हाला पोटभर अन्न पुरवते. राहायला छान घर आहे आणि भोवती शुद्ध हवा आहे. पाळलेल्या प्राण्यांवर आम्ही जिवापाड प्रेम करतो आणि त्यांच्या सहवासात मनसोक्त आनंद लुटतो. गावातील लोक फारच चांगले आहेत आणि आम्ही आता त्याच समाजाचा एक घटक बनलो आहोत. माझ्या मते आमचा पैसा वसूल झालाय. शहरामध्ये आम्हाला एवढी मोठी जागा आणि मनःशांती कशी

मिळाली असती?

आम्ही दोघेही अत्यंत आरोग्यपूर्ण आयुष्य जगतोय, मी केलेल्या गुंतवणुकीतून आम्हाला मिळालेला हा सर्वांत मोठा लाभ आहे. आता आमचं उत्पन्न कमी आहे हे मला मान्य आहे. 'आयबीएम'मध्ये असताना आम्ही बेफिकिरीने पैसे उधळायचो. आता मात्र आम्ही काळजीपूर्वक पैसे खर्च करतो. अर्थात, त्यामुळे आम्हाला कधीच कसलीही हळहळ वा उणीव जाणवत नाही. याचा अर्थ असा की, त्या गोष्टी मुळात आवश्यकच नव्हत्या आणि त्यांच्याशिवाय जगणं मुळीच अवघडही नाही. तुम्ही तुमच्या खिशाला परवडेल असं जगायला शिकलं पाहिजे.

जगण्यासाठी जास्त पैशांची गरज नसते, हे आता इतकी वर्षं खेड्यामध्ये राहिल्यानंतर मला कळून चुकलंय. खरं म्हणजे खेडेगावात विकत घेण्यासारखं किंवा ज्यावर खर्च करावा, असं फार काही नसतंच. सर्वांत जवळचं चित्रपटगृह, आमच्यापासून ४० किलोमीटर अंतरावर आहे आणि कित्येक मैलांपर्यंत एकही मॉल नाही. जगण्यासाठी आवश्यक असलेल्या वस्तूच फक्त इथे मिळतात. बस, जीपचं भाडं जास्त असलं तरी शेतावर राहणाऱ्या माणसाला इथे रोज गावाबाहेर पडावं लागत नाही. तुटलेल्या कुंपणाच्या किंवा जळलेल्या पंपाच्या दुरुस्तीसारखे काही खर्च अचानक उद्भवतात; पण ते परवडण्यासारखे असतात.

मी नोकरीतून खूपच लवकर निवृत्त झालो, असं अनेक लोकांनी मला बोलून दाखवलं. खरी परिस्थिती अगदी याउलट आहे. रोज पिकांना पाणी घालणं, खुरपणी आणि स्वच्छता करणं ही कामं रोजच्या रोज व वेळेवर करावी लागतात. तुमच्या जगण्याचाच तो मोठा भाग बनतो. शिवाय घरकामासाठी नोकर मिळत नसल्याने स्वयंपाक करणं, घराची साफसफाई करणं, भांडी घासणं व कपडे धुण्यासारखी कामं तुम्हाला स्वतःलाच करावी लागतात. वातानुकूलित ऑफिसमध्ये बसण्याऐवजी इथे तळपत्या उन्हात काम करताना तुम्हाला हात आणि पाय मातीत माखावे लागतात. संध्याकाळी टीव्हीवरचे कार्यक्रम पाहायला मिळत नाहीत. काळाकुट्ट अंधार आणि चांदण्यांनी चमचमणारं आकाश तुमच्या मनोरंजनासाठी हजर असतं. शेती करण्यासाठी तुम्हाला तुमचा पूर्ण वेळ द्यावा लागतो. शेतीच्या कामात तुम्हाला बौद्धिक चालना मिळत नसली तरी दिवसभर कराव्या लागणाऱ्या शारीरिक श्रमांमुळे त्याची कसर भरून निघते. अगदी थोड्या अवधीतच या नव्या व अनोख्या जीवनात तुम्ही पार रंगून जाता.

मी शेती करू लागलो, हीच गोष्ट अनेक लोकांना खटकत असते. एका नामांकित कंपनीत मोठ्या हुद्द्यावर काम करणाऱ्या माणसाला शेणात हात घालायची व शारीरिक श्रम करण्याची दुर्बुद्धी का सुचते, हेच त्यांना समजत नाही. माझ्याकडे मात्र त्यासाठी अनेक कारणं आहेत. त्यातील मुख्य म्हणजे या कामातून मला

प्रचंड मानसिक समाधान लाभतं. निसर्गाच्या सान्निध्यात मला जीवनातील खरं सुख व आनंद गवसतो. खेडेगावात राहताना, बऱ्याच वर्षांनी आपण पुन्हा एकदा एका प्रेमळ समाजाचा घटक म्हणून जगतोय, असं मनातून वाटत राहतं. गावात राहताना रेल्वे कॉलनीतील माझ्या बालपणीच्या रम्य आठवणी पुन्हा जाग्या होतात.

मला मान्य आहे की, गरिबीमुळे माणसं खेड्यातून शहरात जातात. अनेकांना दुसरा पर्यायच नसतो; पण आता हळूहळू माझी खात्री पटत चाललीय की, इथे जगणं मुश्कील झालंय, म्हणून सगळेच शहराकडे धाव घेत नसतात. त्यातील काहीजण भरपूर पैसा, चांगली नोकरी आणि भौतिक सुखाच्या हव्यासापोटी शहराकडे आकर्षित होतात. त्यासाठी प्रचंड कष्ट उपसण्याची व गलिच्छ ठिकाणी राहायची त्यांची तयारी असते. याउलट शहरातून स्थलांतरित झालेली माणसं मात्र खेड्यांमध्ये छान रुळलेली दिसतात. मीसुद्धा माझ्या अशाच काही मित्रांकडून प्रेरणा व मार्गदर्शन घेतलं. गावात आणि शेतावर राहायला आल्यापासून मला खरं स्वास्थ्य व शांतता लाभली आहे. खेड्यातील जीवनाचा माझ्यावर खूपच मोठा सकारात्मक प्रभाव पडला हे सिद्ध करण्यासाठी माझी ठणठणीत प्रकृती व सळसळता उत्साह हाच पुरावा पुरेसा आहे.

मी कुठेतरी वाचलंय की, प्रत्येकाचं स्वास्थ्य हे पाच गोष्टींवर अवलंबून असतं. प्रत्येकाची आर्थिक, भावनिक, सामाजिक, शारीरिक व आध्यात्मिक पातळी हे ते पाच निकष आहेत. या पाचही परिमाणांचा ज्याने समतोल साधला, तो खऱ्या अर्थाने स्वस्थ व स्थिरचित्त असतो. आज शहरामध्ये फक्त आर्थिक पातळीलाच सर्वांत जास्त महत्त्व मिळालंय. श्रीमंती आली की, सर्व सुखं हात जोडून उभी राहातात, असा आजचा समज आहे; परंतु पैसा कधीही मित्र, आरोग्य व मनःशांती विकत घेऊ शकत नाही, हीदेखील दुर्दैवाने तितकीच खरी गोष्ट आहे.

बऱ्याच वर्षांच्या वास्तव्यानंतर मलाही जाणवू लागलंय की, हळूहळू खेड्यामध्येही पैशाला अवाजवी महत्त्व येऊ लागलंय. इथले गावकरीही आता पैसे मिळवण्याचे विविध मार्ग शोधू लागले आहेत. हेमंतसारखी मुलं शेती सोडून, लखपती व्हायची स्वप्नं पाहू लागली आहेत. हे असं का घडतंय? आपण मुलांना चुकीचं शिक्षण देतोय का? की दरवर्षी घटणाऱ्या पिकांमुळे ही तरुण मुलं शेतीकडे पाठ फिरवू लागली आहेत? की शेती हा गरीब लोकांचा व्यवसाय असल्याचं जे चित्र प्रसारमाध्यमांनी उभं केलंय, त्याचा हा परिणाम आहे? या सर्व प्रश्नांवर एकच एक उत्तर अजूनतरी मला सापडलेलं नाही.

कधीकधी मला वाटतं की, माणसाने लावलेला पैशाचा शोधच या परिस्थितीला कारणीभूत आहे. जर पैसाच अस्तित्वात नसता तर या समस्या उद्‌भवल्या नसत्या. आपली खेडी स्वतःच्या गरजा भागवण्याइतकी नक्कीच स्वयंपूर्ण आहेत. आपल्याजवळ

नसलेल्या वस्तू शेजारच्या गावातून आणून त्या बदल्यात ते त्यांना आपल्याकडच्या वस्तू देऊ शकतात. आमच्या गावातील महालक्ष्मीच्या जत्रेत हा देवाण-घेवाणीचा प्रकार मी पाहिलेला आहे.

आपल्या देशातील शेतकऱ्यांनी केलेल्या आत्महत्यांच्या बातम्या आपण जवळजवळ रोजच वाचत असतो. याचं कारणही स्पष्ट आहे. आपलं पीक जोमात यावं म्हणून ते बियाणं आणि रसायनांवर झेपणार नाही इतका खर्च करतात. एवढं सारं केल्यावरही फायदा तर सोडाच; पण धान्याच्या विक्रीतून त्यांनी केलेला खर्चही वसूल होत नाही. घरात पैसे उरलेले नसतात व बँकेत शिल्लक ठेवलेले नसतात; त्यामुळे त्यांना सावकार किंवा इतर अयोग्य मार्गाने कर्ज काढावं लागतं. ही मंडळी मनाला येईल तो व्याजदर लावून शेतकऱ्यांना फसवतात. यावर माझ्या मते एकच उपाय आहे. प्रत्येकाने सेंद्रिय पद्धतीच्या शेतीचा अवलंब करून पिकांवर होणाऱ्या खर्चाचं प्रमाण कमी करणं आणि त्याचबरोबर सरकारच्या मदतीने आपल्या पिकांसाठी रास्त भाव मिळवणं.

शेतकऱ्यांना साहाय्य करण्याची सरकारची नक्कीच इच्छा आहे व त्यांच्या मदतीसाठी सरकारने काही चांगल्या योजनाही बनवल्या आहेत. दुर्दैवाने या योजना सामान्य शेतकऱ्यापर्यंत कधीच पोहोचत नाहीत. काही निवडक लोकच या योजनांचा लाभ उठवतात. खरं म्हणजे सरकारी योजनांची इत्थंभूत माहिती गावकऱ्यांना देणं ही ग्रामसेवक किंवा सरपंचाची जबाबदारी असते; पण त्या योजना गावकऱ्यांना समजत नाहीत आणि सरपंचाच्या वर्तुळातील गट किंवा काही धूर्त व चलाख माणसंच त्यातून स्वतःचं उखळ पांढरं करतात. यापैकी बहुतेक योजनांचं सभासदत्व स्वीकारताना सुरुवातीला स्वतःजवळची काही रक्कम भरावी लागते. गावातील सधन शेतकरीच अशी आगाऊ रक्कम देऊ शकतात. शिवाय सरकारकडून बियाणं किंवा इतर गोष्टी कमी भावात मिळतात म्हणून अनेकजण या योजनांमध्ये सहभागी होतात. त्या योजनांची ते संपूर्ण माहिती करून घेत नाहीत आणि त्यातून मिळणाऱ्या इतर लाभांमध्ये रसही दाखवत नाहीत.

उत्पन्नाचा दुसरा मार्ग शोधण्यासाठी शेतकरी आपल्या मुलांना दूरच्या कारखान्यांमध्ये अकुशल कामगार म्हणून काम करायला पाठवतो. हे कारखानदार त्या मुलांना खूप काम करायला लावून, त्यांचं शोषण करतात आणि सरकारने ठरवलेल्या किमान वेतनापेक्षाही त्यांना अत्यल्प पगार देतात; परंतु शेतकऱ्यांसमोर आज यापेक्षा दुसरा पर्याय नाही. बहुतेकजण कर्जबाजारी झाले आहेत आणि त्यांना जगण्यासाठी मिळेल तो मार्ग शोधावा लागतो. खेडेगावातून महानगरांमध्ये येणाऱ्या प्रचंड लोंढ्यामागे हेच कारण आहे. याचा दुसरा अर्थ असा की, आज खेड्यात फक्त वृद्ध स्त्री-पुरुष शेती करत आहेत आणि तरुण पिढी मात्र अर्थार्जनासाठी

गावापासून खूप दूर गेली आहे.

मोठ्या प्रमाणावरील या स्थलांतरामुळे आणखी एक समस्या उद्भवली आहे. इतकी वर्षं गावागावांत जतन केलेलं पारंपरिक ज्ञान आता हळूहळू विस्मृतीत जाऊ लागलं आहे. शेती करण्याची पद्धत, त्यात बांधायचे आडाखे, त्यातील बारकावे यासंबंधीचं ज्ञान शेती करता करता बाप आपल्या मुलांना देत असे; परंतु मुलांनी शेती करणंच सोडून दिल्यामुळे ते मौल्यवान ज्ञान आता हरवत चाललंय. शिवाय, शेतीच्या व्यवसायाचं मार्गदर्शन करणारी पुस्तकं किंवा टिपणं उपलब्ध नाहीत.

ग्रामीण भागाचा सर्वांगीण विकास करण्याच्या नादात सरकार खेडेगावातील जीवनच एक प्रकारे उद्ध्वस्त करत आहे. अनेक वर्षांपासून गावातील लोक अंघोळीसाठी व कपडे धुण्यासाठी झाडांच्या साली व पानांचा उपयोग करत आले आहेत. आता आधुनिक जीवनशैलीच्या नावाखाली गावागावांत साबण आणि धुणी-भांड्यासाठी पावडरीचा वापर सुरू झाला आहे. दुर्दैवाने या गोष्टी निसर्गाकडून प्राप्त न करता, बाजारातून विकत आणाव्या लागतात आणि त्यासाठी गाठीला पैसे असणं आवश्यक असतं. विडीची जागा आता फिल्टर सिगारेटने घेतली, तर बांबूच्या टोपल्यांऐवजी घरोघरी प्लॅस्टिकच्या पिशव्या दिसू लागल्या आहेत.

खेड्यामध्ये पूर्वी सागरी मीठ वापरलं जायचं, आता गावकरी आयोडिनयुक्त मिठाचा उपयोग करतात. आधीच्या मिठापेक्षा हे मीठ खूपच महाग आहे. जी गोष्ट गावकऱ्यांना गावातील झाडांपासून मिळायची, ती आता पदरचे पैसे खर्च करून दूरच्या कारखान्यातून मिळवावी लागते.

या परिस्थितीत प्रसारमाध्यमंही नको ती भर घालत असतात. पारंपरिक किंवा नैसर्गिक उत्पादनं वापरणारा माणूस हा प्राचीन काळात गुहेत राहणाऱ्या माणसासारखा मागासलेला असतो असं लोकांच्या मनावर बिंबवण्यात येतं आणि आधुनिक उत्पादनं मात्र चित्रपट नायक व तारका वापरत असल्याची जाहिरात केली जाते. या प्रसारमाध्यमांचा जनसामान्यांच्या जीवनावर एवढा प्रभाव पडत चालला आहे की, आता खेड्यांमध्येही शीतपेयं आणि वेफर्स देऊन पाहुण्यांचं स्वागत केलं जातं.

भविष्यात काय दडलंय?

गावात राहायला येऊन मला आता चौदा वर्षं होऊन गेली आहेत, याचं सर्वांत जास्त नवल गावकऱ्यांना वाटतं. एक-दोन वर्षांत मी परत मुंबईला जाईन, असं

भाकीत त्यांनी केलं होतं. मोरूदादाने मला शेतजमीन खरेदी करायला मदत केली. मी जास्त दिवस गावात टिकणार नाही याची त्याला पक्की खात्री होती; पण मला निष्ठेने व प्रामाणिकपणे शेती करताना पाहून, त्यालाही आपले शब्द मागे घ्यावे लागले. गावाला येताना आखलेल्या योजनेप्रमाणेच आमची वाटचाल आजही सुरू आहे. मीनाला 'दि हिंदू' वर्तमानपत्रात नोकरी लागल्यामुळे आमच्या आधीच्या मुद्दलात भर पडली; पण अजूनतरी त्या रकमेला हात लावण्याची वेळ आमच्यावर आलेली नाही. आजही मी माझ्या बँकेतील बचतीवर आणि भुईमूग तेल, चिक्कू, आंबे व इतर धान्यांच्या विक्रीतून शेतीचा व कुटुंबाचा खर्च भागवू शकतो. गावाला येण्यापूर्वी आम्ही जे जे करायचं ठरवलं होतं, ते सर्वच प्रत्यक्षात आलेलं नाही. माझी गाईगुरं पाळण्याची इच्छा अजून अपूर्णच राहिली आहे.

शेती करणं हे कमी प्रतीचं काम आहे किंवा शेतीमधून काहीच पैसे मिळत नाहीत, असं मी कधीच म्हणणार नाही; परंतु अनेकांना वाटतं की, सुखी जीवन जगण्यासाठी खूप पैशांची आवश्यकता असते. तसा जर समज असेल तर मी एवढंच म्हणेन की, शेती करून खूप पैसे कमावता येत नाहीत. मात्र, जमीन कसून एक कुटुंब आपला उदरनिर्वाह नक्कीच करू शकतं, कारण शेतीमधून त्यांच्या रोजच्या जेवणाची सोय होते व जास्त पिकवलेलं धान्य ते बाजारात विकू शकतात. आज शेतकऱ्यांसमोर पुरेशी जमीन नाही तसेच जमिनीचा कस कमी होत चाललाय, ही मुख्य समस्या आहे. आजही अनेक गावांतून धान्याच्या देवाण-घेवाणीची पद्धत सुरू आहे. मला वाटतं, ही पद्धत रुजली तर शेतकऱ्यांचं पैशावर असलेलं अवलंबित्व कमी होऊ शकेल.

जास्त पैसे कमावण्याच्या मोहापायीच शेतकरी कर्जाच्या दुष्टचक्रात अडकतात. शेतकऱ्यांना कर्ज मिळणं ही गोष्ट इतकी दुरापास्त झाली आहे की, त्याला एक क्रूर विनोदच म्हणावं लागेल. शेतकऱ्यांच्या अडचणीत आणखी भर म्हणजे शेतमालाच्या किमतीदेखील जागतिक बाजारपेठेतील घडामोडींवर ठरवल्या जातात. या सर्वांचा परिणाम अखेर शेतकऱ्यांच्या विनाशात होतो. युरोप किंवा अमेरिकेतील शेतकऱ्यांप्रमाणे भारतीय शेतकऱ्याला सरकारकडून भरपूर अर्थसाहाय्य मिळत नाही. शिवाय दिवसेंदिवस शेतकऱ्यांमध्ये नगदी पीक काढण्याचं आकर्षण वाढत चाललंय. पारंपरिक शेतीच्या पद्धतीतून आपण निदान आपल्या कुटुंबाचं तरी पोट भरू शकतो, ही गोष्टच शेतकरी विसरू लागलाय. पैसे नव्हे, तर आनंद, आरोग्य व समाधान हीच खरी संपत्ती असते, याचाच त्याला विसर पडतोय.

यानंतर पुढच्या पिढीकडे असणाऱ्या जमिनीचं भवितव्य काय असेल, याचा विचार करण्याचं धाडसही मी करू शकत नाही. आताच्या तरुण पिढीतील मुलं एकतर शाळेत शिकत आहेत किंवा कंपन्यांमध्ये काम करत आहेत. त्यांच्या

मनात शेती करण्याचा विचारही येत नाही. त्यांची पावलं नोकरीच्या शोधार्थ शहराकडे वळत आहेत व कायम तिथेच राहायचं, त्यांनी ठरवलं आहे. हे सगळे आपल्या देशाच्या पुढच्या पिढीचे प्रतिनिधी आहेत. भविष्यकाळात अशीच परिस्थिती कायम राहिली तर त्याचा देशातील अन्नसुरक्षेवर काय परिणाम होईल, याची मी कल्पनाही करू शकत नाही. शेतीतून पिकणारं धान्यच जर या देशातून नाहीसं झालं तर आपल्याला परदेशातून बंद डब्यातील अन्नपदार्थ आयात करावे लागतील किंवा दुसरा धोका म्हणजे करारानुसार शेती करण्याची पद्धत इथे रूढ होईल.

आपण याच दिशेने निघालो आहोत का? तसं असेल तर भविष्याचं चित्र खूपच भीषण व भीतिदायक आहे.

◆

केरळमधील खेड्यातून जागतिक कंपनीचं काम करणाऱ्या माणसाची यशोगाथा

देवाजीचं ऑफिस

लेखक
जेम्स जोसेफ

अनुवाद
सुनीता कट्टी

प्रेरणा

जागतिक स्तरावर काम करण्याचं उच्च ध्येय मनात बाळगून आपल्या लहान शहरातील घरी परत येऊन सुखा-समाधानानं राहणं व आपल्या नोकरी-व्यवसायात जम बसवून चांगलं काम करत राहणं तसं सोपं नाही. पण तरीही आपल्या शहराबाहेर पडून बाहेरचं विशाल जग आपण एकदा पाहिलं पाहिजे आणि मग आपल्या लहान शहरात परत येऊन सुखानं राहिलं पाहिजे. नाही तर नेहमी ही रुखरुख मनात राहते की, दुसरीकडचं जीवन इथल्या जीवनापेक्षा खूप चांगलं आहे. माझ्यापुरतं बोलायचं झालं तर मागे वळून पाहिल्यावर माझ्या लक्षात येतं की, माझ्यासाठी जागतिक स्तरावरील कामाचा हिस्सा होणं सोपं होतं. माझ्या वयाच्या बऱ्याच उच्च शिक्षित भारतीयांनी तसं केलेलं होतं. तिथं जायचे मार्ग त्यांनी दाखवलेले होते. बाहेरच्या जगात घेऊन जाणारे प्रवाह मला अनुकूल होते; पण माझा परतीचा प्रवास मात्र तसा सोपा नव्हता. पहिली महत्त्वाची गोष्ट ही की, आता मी कुटुंबप्रमुख होतो. त्यामुळे सर्व निर्णय मला नीट विचार करून तोलून-मापून घ्यायचे होते. दुसरी गोष्ट ही की, प्रवाह माझ्या विरुद्ध वाहत होता. आमच्या परतीच्या प्रवासात बरेच अडथळे होते. शिवाय माझ्या बायकोला डॉक्टरीचा व्यवसाय करण्यासाठी भारतात परवाना मिळेल की नाही यासारख्या बऱ्याच गोष्टींबद्दल खात्रीनं काही सांगता येत नव्हतं.

१) दृढ विश्वास :

आपण घरी परत येण्याचं कारण तेवढंच बळकट असायला हवं आणि त्याच्यावर आपला पूर्ण व नितांत विश्वास असला पाहिजे. हाफ मून बे गोल्फ लिंक्समधील त्या धुक्यानं भरलेल्या सकाळी मला एक अवघड निवड करायची होती, ती म्हणजे मला भारती म्हणजे ज्ञानासह जगायचं होतं का धनरती-धनसंपत्तीसह जगायचं होतं. मोठा कठीण निर्णय घ्यायचा होता. माझी खात्री पटली होती की, सुखी जीवनासाठी मला दोघींचीही गरज होती.

आजच्या भारतीय उद्योजकांची प्रेरणास्थानं- 'पोस्टर चिल्ड्रन', इंद्रा नूयी आणि सत्या नडेला असली तरी आपण विसरून गेलो आहोत की, आपल्या बालपणीचे आदर्श जंगलबुकमधील मोगली आणि शांती होते. जीवनाच्या पहिल्या वीस वर्षांत मोगली आणि शांतीना 'भारती' म्हणजेच भारतातील लहान शहरात वा खेड्यात मुरलेलं स्थिर आयुष्य आवडे. हे आयुष्य येथील निसर्गानं, अध्यात्मानं, कला-संस्कृती व वेगवेगळ्या पिढ्यांमधील नातलगांनी व मित्रांनी भरलेलं, वेढलेलं होतं. आई-वडील वा पालक, शिक्षक, जवळचे-दूरचे नातलग, शेजारपाजारचे लोक, धर्मगुरू, पुजारी वगैरे सगळे आपल्या अवतीभवती असत. त्यांच्याकडे आमच्यात ज्ञानाचं प्रेम रुजवून आम्हाला 'भारती' करण्यासाठी वेळ होता. त्या वेळेस आम्हाला दोन गोष्टींची जाणीव सतत करून दिली जाई. एक म्हणजे आपण जगाच्या तुलनेत खूप गरीब आहोत आणि गरिबी दूर करून आपली सामाजिक प्रतिष्ठा, दर्जा वाढवण्याचा आपल्याकडे फक्त एकच उपाय आहे, तो म्हणजे शिक्षण. आमच्या जीवनात आलेल्या प्रत्येक गोष्टीतून आम्ही ज्ञान मिळवत गेलो. मग ती अमर चित्रकथाची सचित्र पुस्तकं असोत, पतंग-मांजा बनवणं असो, देशी फटाक्यांना नारळाच्या कवटीत किंवा पोचे पडलेल्या जुन्यापान्या भांड्यात ठेवून त्यांच्या वाती पेटवून त्यांचा आवाज मोठा करणं असो, खाण्याच्या पदार्थांत हळद, मिरची, कोथिंबीर घालून त्यांच्या स्वादाची जिभेच्या साहाय्यानं रसाळ व रासायनिक परीक्षा घेणं असो, बुद्धिबळाच्या खेळातून संख्यांची अदलाबदल, बेरीज-वजाबाकी शिकणं असो वा चाणक्य, रामायण-महाभारतासारख्या टीव्ही धारावाहिकांमधून वेगवेगळी धोरणं शिकणं असो. शिवाय बॉलिवूडचे सिनेमेही आम्हाला काही ना काही धडा शिकवायचेच. ज्ञान देणाऱ्या अशा असंख्य गोष्टी आमच्या जीवनात होत्या.

मातीचे मम अवघे जीवन

लेखक
क्रिस्टीन किंबल

अनुवाद
मेधा मराठे

आम्ही उन्हाळ्यात प्रथम भेटलो, पानगळीत डेटिंग करायला सुरुवात केली होती आणि अजून भर हिवाळ्याची सुरुवात व्हायची होती. मी त्याच्यावर प्रेम करते असं मला वाटत होतं, पण अजून मी त्याला पुरती ओळखत नव्हते. मी ज्यांच्याबरोबर मैत्री जोपासली होती त्या माझ्यासारखीच पार्श्वभूमी, शिक्षण आणि आवडीनिवडी असलेल्या ओळखीच्या सर्वांना मी कायमचं सोडावं अशी त्याची मागणी होती. माझ्यापासून चालत अवघ्या दहा मिनिटांच्या अंतरावर असणाऱ्या सोहो अपार्टमेंटमध्ये राहणाऱ्या माझ्या बहिणीला सोडून जायच्या विचारानं मला गलबलून आलं. तिची जवळीक असणं हा माझ्या शहरी आयुष्यातला सर्वांत चांगला भाग होता. आमच्या या नवीन नात्यातील नाटकांसाठी सोमवारी सकाळी मार्गदर्शन घ्यायला जाताना किंवा कॉफी, पेय घ्यायला तिच्याकडं जाताना एक क्षणाची सूचना पुरेशी होती. आता मी एवढ्या दूर कशी राहणार होते? त्याशिवाय माझे व्यावसायिक संबंध आणि शिकवण्याची नोकरी होती. या गोष्टी क्षुल्लक होत्या तरी त्यावर अवलंबून राहणं मला भाग होतं. जर आमच्या दोघांतल्या गोष्टी ठरल्याप्रमाणे घडल्या नाहीत

तर मॅनहॅटनला परत जायला असलेला एकमेव दोर कापायला तो मला सांगत होता : ते म्हणजे मला परवडणारं माझं लीजवर घेतलेलं अपार्टमेंट.

अर्थात त्याला सुद्धा पुष्कळ गोष्टी सोडून द्याव्या लागणार होत्या. पेनसिल्व्हानियामध्ये त्यानं जगण्यासाठी आवश्यक वस्तूंची साखळी तयार करून ग्राहकांशी नातेसंबंध प्रस्थापित करत नावलौकिक मिळविला होता. त्या शेताच्या पायाभूत घटकांच्या निर्मितीसाठी त्यानं पैसे गुंतविले होते. परंतु तो अतिशय स्पष्टवक्ता होता आणि त्याला प्रत्येक गोष्टीबद्दल आत्मविश्वास वाटत होता.

तो मला देऊ करत होता - घरकूल - मला ते इतकं आवडलं की त्यामुळं माझ्या शरीरात एक प्रकारची शिरशिरी उठली. त्यानं घराचं वर्णन केलं - पन्नास एकर सुपीक जमीन, शेतघरातल्या मोठ्या स्वयंपाकघरात खरबरीत लाकडी टेबलं, सुंदर फळबाग, कुरणात गाई, घोडे, अंगणात धावणाऱ्या कोंबड्या - मला ते इतकं स्पष्ट दिसत होतं की मी त्याला जवळजवळ स्पर्श करू शकत होते. भांबावून जाऊन मी त्याला सांगून टाकलं की माझ्या प्रियकराबरोबर मी यापूर्वी राहिलेली आहे आणि त्या वाईट तडजोडीमुळं मला लग्नानंतरचे मानसिक ताण भोगावे लागून फायदे मात्र मिळालेले नाहीत. 'मला तुझा प्रियकर व्हायचं नाहीये, तर तुझा नवरा व्हायचंय,' असं जगातली ती सर्वांत उघड गोष्ट असल्यासारखं तो म्हणाला.